முதுகுளத்தூர் படுகொலை

தமிழ்நாட்டில் ஜாதியும் தேர்தல் அரசியலும்

கா.அ. மணிக்குமார்

தமிழாக்கம்: ச. சுப்பாராவ்

பாரதி புத்தகாலயம்

MUDUKULATHUR PADUKOLAI (in Tamil)
K.A. Manikumar
Translation: C. Subbarao
First Published: July, 2018 | Third Print : November, 2022
Originally Published Under the Title *'Murder in Mudukulathur: Caste and Electoral Politics in Tamil Nadu'*, LeftWord Books, New Delhi - 110095, (2017)

Published by

BHARATHI PUTHAKALAYAM
7, Elango Salai, Teynampet, Chennai - 600 018
Email: bharathiputhakalayam@gmail.com | www.thamizhbooks.com

முதுகுளத்தூர் படுகொலை: தமிழ்நாட்டில் ஜாதியும் தேர்தல் அரசியலும்
கா.அ. மணிக்குமார்
தமிழாக்கம்: ச. சுப்பாராவ்
முதல் பதிப்பு: ஜுலை, 2018 | மூன்றாம் அச்சு: நவம்பர், 2022

வெளியீடு:

பாரதி புத்தகாலயம்

7, இளங்கோ சாலை, தேனாம்பேட்டை, சென்னை-600 018.
தொலைபேசி : 044 -24332424, 24330024 விற்பனை: 24332924

அச்சு: பிரிண்டெக், சென்னை - 600 005.

விஷ்ணுவிற்காக

பொருளடக்கம்

முன்னுரை

தமிழ்நாட்டின் கிழக்கு ராமநாதபுரம் மாவட்டத்தில் 1957-ல் பயங்கரமான ஜாதி வன்முறை வெடித்தது. இந்த வரலாறுகாணாத வன்முறைக்கான காரணங்கள் பல. ஆனால் உடனடியான தூண்டுதல் கீழ்கண்ட சம்பவம்தான்:

முத்துராமலிங்கத் தேவர் தமிழ்நாடு சட்டசபையிலிருந்து ராஜினாமா செய்தார். ஜுலை 1ம் தேதி அதற்கு ஒரு இடைத் தேர்தல் நடந்தது. கடும் போட்டிமிக்க அத்தேர்தலில் தேவரின் பார்வர்ட் பிளாக் கட்சியினரும், காங்கிரஸ் கட்சியினரும் மோதினார்கள். மாவட்டம் முழுவதும் பரவிய வன்முறையில் பல கொலைகள் நடந்தன. பல வீடுகள் கொளுத்தப்பட்டன. அமைதியை நிலைநாட்ட மாவட்ட ஆட்சியர் சி.வி.ஆர். பணிக்கர் 1957 செப்டம்பர் 10ம் தேதி ஒரு அமைதிக் கூட்டத்தைக் கூட்டினார்.

கூட்டத்தில் பள்ளர் சமுதாயத் தலைவரான இம்மானுவல் சேகரன் கலந்துகொண்டதற்கு முத்துராமலிங்கத் தேவர் ஆட்சேபித்தார். சேகரன் பள்ளர்களின் பிரதிநிதியல்ல என்றார் தேவர். முதுகுளத்தூர் சட்டமன்ற உறுப்பினரான (ரிசர்வ் தொகுதி) பள்ளர் சமுதாயத்தைச் சேர்ந்த ஏ.பெருமாள் தான் பள்ளர் சமுதாயத்தின் ஒரே பிரதிநிதி என்றார். பின்னர், ‘எனக்கு எதிராகப் பேசுமளவுக்கு இம்மானுவலை வளரவிட்டு விட்டீர்களே’ என்று தேவர் தனது ஆதரவாளர்களைக் கடிந்துகொண்டதாக செய்தி பரவியது. மறுநாள், பரமக்குடி ரயில் நிலையம் அருகே இம்மானுவல் கொலை செய்யப்பட்டுக் கிடந்தார். குற்றவாளிகளான அங்குசாமித்தேவர், பேயன் முனியாண்டித் தேவர் ஆகியவர்களைக் கைதுசெய்ய ஆய்வாளர் ராய் தலைமையில் ஒரு காவலர் படை கீழத்தூவல் சென்றது. இந்த இருவரைக் கைதுசெய்யும் முயற்சியில் போலீஸ் ஐந்து தேவர்களை சுட்டுக் கொன்றது. இந்தத் துப்பாக்கிச் சூடுதான் ராமநாதபுரத்தில் ஏற்பட்ட வன்முறைக்குத் தூண்டுதல்.

பள்ளர்கள்மீதான தேவர்களின் தாக்குதல் அப்பகுதி முழுவதும் பரவி சேதங்களும், மரணங்களும் நிகழ்ந்தன. காவல் துறையினர் துரிதமாக செயல்பட்டனர். ஐந்து துப்பாக்கிச் சூடுகள் நிகழ்ந்ததைப் பத்திரிக்கைகள் வெளியிட்டன. விரைவிலேயே முத்துராமலிங்கத் தேவர் தடுப்புக் காவல் சட்டத்தின் கீழ் (Preventive Detention Act, 1950) கைது செய்யப்பட்டார். சில சிறிய எதிர்ப்புச் சம்பவங்கள் நடந்தன எனினும்

இந்தக் கைதால், அப்பகுதியில் தேவர்களின் தாக்குதல் நின்றது. 1957 அக்டோபர் இரண்டாவது வாரத்தில் வன்முறை முற்றிலுமாக முடிவுக்கு கொண்டுவரப்பட்டது. காவல்துறை நடவடிக்கைகளுக்கு எதிராக ஆங்காங்கே சில எதிர்ப்புகள் மட்டும் இருந்தன.

மரியாதைக்குரிய உயரதிகாரி எஸ்.வெங்கடேஸ்வரன் தலைமையில் அரசாங்கம் ஒரு விசாரணை ஆணையம் அமைத்தது. அவர் கீழத்தூவல் துப்பாக்கிச் சூடு குறித்து கவனமாக ஆராய்ந்தார். அப்பகுதிக் கிராமத்தினர் காவல்துறையினரை பயங்கர ஆயுதங்களால் தாக்கினார்கள் என்று கூறி, அவரது அறிக்கை துப்பாக்கிச் சூட்டை நியாயப்படுத்தியது. கிராமத்தின் ஐந்து தலைவர்களைக் கைது செய்து, அவர்கள் கைகளைக் கட்டி, போலீஸ் சுட்டுக்கொன்றது எப்படி நியாயமாகும் என்று எதிர்க்கட்சிகள் அந்த அறிக்கையை நிராகரித்தன. கீழத்தூவல் கொலைகள் மட்டுமன்றி, கிழக்கு ராமநாதபுரத்தின் அனைத்துத் துப்பாக்கிச் சூடு சம்பவங்களுக்கும் சேர்த்து நீதிவிசாரணை வேண்டும் என்று கோரின. முதல்வர் கே.காமராஜர் தலைமையிலான காங்கிரஸ் அரசு எதிர்க்கட்சிகளின் கோரிக்கையை நிராகரித்தது. எதிர்க்கட்சிகள் காமராஜர் அமைச்சரவைக்கு எதிராக நம்பிக்கையில்லாத் தீர்மானம் கொண்டு வந்தன.

மக்கள் மனதில் 'முதுகுளத்தூர் கலவரம்' என்று பதிந்துவிட்ட இந்த மோசமான சம்பவம் இன்றும் அவர்கள் மனதில் அழியா நினைவாக இருக்கிறது. தேவர்கள், பள்ளர்கள் இரு பிரிவினரும் இச்சம்பவத்தை நினைவில் கொண்டுள்ளனர். தேவர்கள் இதை ஒரு அரசு வன்முறையாக நினைவுகொள்ள, பள்ளர்கள் அதை மற்றுமொரு ஆதிக்க ஜாதி வன்முறையாக, ஆனால் தாங்கள் வீரமாக எதிர்த்த ஒரு வன்முறையாக நினைவுகொள்கிறார்கள். 1957 வன்முறையின் மையமான முதுகுளத்தூரின் நினைவுகளைப் பின்னால் வந்த காலங்களில் இரண்டு சமூகங்களுமே, தத்தமது சமூகங்களை ஒன்றுதிரட்டப் பயன்படுத்தின. முதுகுளத்தூர் சம்பவம் தமிழ்நாட்டின் பின்னாளைய அரசியலிலும் தாக்கத்தை ஏற்படுத்தியது. அது வெறும் வரலாற்று நிகழ்வு என்றில்லாமல் தமிழ்நாட்டில் இப்போதும் உயிரோடு இருக்கும் நினைவு.

1957ன் மோதல் கிழக்கு ராமநாதபுரத்தின் நீண்ட கால ஜாதி மோதல் வரலாற்றை நினைவுகூர வைக்கிறது. இங்கு முக்கியமான மோதல் தேவர் என்று பொதுவாக அழைக்கப்படுகின்ற முக்குலத்தோருக்கும் (மறவர், கள்ளர், அகமுடையார்) பள்ளர்களுக்கும்தான். பகைமை ஜாதிய பாரபட்சம் தொடர்பானது மட்டுமல்ல; பொருளாதார யதார்த்தமான நில உடைமையிலும் அது வேர்கொண்டிருந்தது. இருபதாம் நூற்றாண்டின் ஆரம்பம் வரை முக்குலத்தோர் சட்டத்திற்குக்

கட்டுப்படாமல் தம் விருப்பம் போல்தான் நடந்ததாகத் தெரிகிறது. அப்பகுதியில் கிட்டத்தட்ட அரசாங்கம் செயல்படவில்லையென்றே சொல்லலாம். அங்கிருந்த அதிகாரிகள் தாம் தாக்கப்படக்கூடும் என்று அஞ்சியதால், தங்களால் சட்டத்தை நிலைநாட்ட முடியவில்லை என்று சொன்னார்கள். முதுகுளத்தூரில் காலனிய அரசு குற்றப்பரம்பரைச் சட்டத்தை (1871) அமுல்படுத்தியது. ஆனால் எந்தப் பயனும் இல்லை. கிழக்கு ராமநாதபுரத்தில் ஆதிக்க ஜாதியாக இருந்த தேவர்களின் சட்டம்தான் அப்பகுதி முழுவதும் நிலவியது. மற்ற ஆதிக்க ஜாதிகளைப் போலவே, முக்குலத்தோரும் தலித்துகள், குறிப்பாக பள்ளர்கள்மீது, கடுமையான ஒடுக்குமுறையைப் பிரயோகித்தார்கள். இதனால் பள்ளர்கள் பலரும் வெளி நாடுகளுக்குக் குடிபெயர்ந்தார்கள். புலம் பெயர முடியாத நிலையில் கிறிஸ்துவ மதத்தில் சேர்ந்தார்கள். இந்த இடப்பெயர்வும், மதமாற்றமும் பின்னாளில் பள்ளர்கள் கல்வி பெற உதவியது. அவர்கள் தமது உரிமைகள் குறித்து உணர்வு பெறவும் துணை புரிந்தது.

1930களில் கிழக்கு ராமநாதபுரத்தின் பள்ளர்களிடையே ஆதிக்க ஜாதி ஒடுக்குமுறையை எதிர்ப்பதில் இதுவரை காணாத எழுச்சி ஏற்பட்டது. ஆனால் அது முறைப்படுத்தப்பட்ட இயக்கமாக ஒருங்கிணைக்கப்படவில்லை. 1950 களின் ஆரம்பத்தில், படித்த பள்ளர் இளைஞர்களின் எண்ணிக்கை அதிகரித்ததாலும், முதலில் பெருமாள் பீட்டரும், பின்னர் இம்மானுவல் சேகரனும் தலைமையேற்றதாலும், பள்ளர்கள் ‘நலிவடைந்தோர் இளைஞர் கழகம்’ என்ற அமைப்பின் கீழ் திரண்டார்கள். தம் நாட்டின் முன்னேற்றத்தில் குடிமக்களாகப் பங்கேற்க ஆளும் காங்கிரஸ் கட்சியுடன் அரசியல் ரீதியாகத் தம்மை அடையாளப்படுத்திக் கொண்டார்கள். காங்கிரஸ் ஆதரவாளர்களான அவர்கள் உ.முத்துராமலிங்கத் தேவர் மற்றும் தேவர்களே அதிகமாக இருந்த அவரது கட்சியான அகில இந்திய பார்வர்ட் பிளாக்கிற்கு எதிராக செயல்பட நேர்ந்தது.

‘தேவர்’ என்பது முக்குலத்தோர் சமூகங்களுக்கு பொதுவாக வழங்கப்பட்டு வந்த மரியாதைக்குரிய பட்டம். கிழக்கு ராமநாதபுரம் மாவட்டத்தில் மறவர்கள் அதிக எண்ணிக்கையில் இருந்தார்கள்.

1957ம் ஆண்ட அரசு அறிக்கை ஒன்று மறவர்கள் பற்றி இவ்வாறு தெரிவிக்கிறது.

‘மறவர்கள் அல்லது தேவர்கள் அதிகம் படிப்பறிவற்றவர்கள். அவர்களால் தற்போது நிலவும் ஜனநாயகச் சூழலை ஜீரணிக்க முடியவில்லை. நிலப்பிரபுத்துவ முறை வேகமாக மறைந்து வருவதை அவர்களால் ஏற்றுக்கொள்ள முடியவில்லை. மறவர்கள்

மற்றும் அவர்களது தலைவர்களின் அச்சுறுத்தல்களால் நில வரியை வசூலிக்க முடியாத சூழல் ஏற்பட்டுள்ளது. மேலும், தலைமறைவான குற்றவாளிகளைக் கைது செய்ய முடியவில்லை. அச்சம் காரணமாக காவல், வருவாய்த் துறை மற்றும் இதரத் துறை அதிகாரிகள் அவர்களிடமிருந்து ஒதுங்கியே இருக்கிறார்கள். காவல்துறையின் வேலைகளைப் பஞ்சாயத்தார்கள்தான் பார்க்கிறார்கள். இப்பகுதியின் (கிழக்கு ராமநாதபுரம்) மறவர்கள் சட்டத்திற்கு அடங்காமல் தம் இஷ்டத்திற்கு நடந்து கொள்கிறார்கள்'.[1]

அதே ஆண்டு, ராமநாதபுரத்தின் துணை ஆட்சியர் தமது அதிகாரிகள் இப்பகுதியில் வசிக்க மறுப்பதாகக் கூறினார். முத்துராமலிங்கத் தேவரையோ அல்லது வேறு ஏதாவது ஒரு தேவர் தலைவரையோ தாம் எரிச்சலூட்டி விடுவோமோ என்று அவர்கள் கவலைப்பட்டார்கள். எது அவர்களை எரிச்சல்படுத்தும்? அதிகாரிகள் கிஸ்தி வசூலிக்கச் சென்றாலோ அல்லது பிறரை வசூலிக்கச் சொல்லி அனுப்பினாலோ, அவர்களுக்குப் பிரச்சனை வரும். ஒவ்வொரு தாசில்தாருக்கும், துணை தாசில்தாருக்கும் பாதுகாப்பிற்காக ஒரு போலீஸ் படை வழங்கப்பட வேண்டும் என்று சப்கலெக்டர் ஆலோசனை கூறினார்.[2]

மாவட்டத்தின் இந்த அதிகார சமன்பாட்டை ஒரு புறம் தேர்தல் ஜனநாயகம் இடையூறு செய்தது. மறு புறம் நாடார்களையும், பள்ளர்களையும் தம்மால் எளிதாக அச்சுறுத்த முடியவில்லை என்பதை தேவர்கள் உணர்ந்தார்கள். முதல் இரண்டு தேர்தல்களில் (1952,1957) முத்துராமலிங்கத் தேவரும், அவரது ஆதரவாளர்களும் ராமநாதபுரத்தின் பொது மற்றும் ரிசர்வ் தொகுதிகளில் எளிதாக வென்றார்கள். ஆனால் 1957 தேர்தலில் மாவட்டத்தில் காங்கிரஸ் தனது வாக்குகளை அதிகப்படுத்திக் கொண்டுவிட்டது. தங்களுக்கான ஆதரவு சரிந்ததற்கு தேவரின் ஆதரவாளர்கள் வன்முறையால் பள்ளர்களுக்கு பதில் கூறினார்கள். முதலமைச்சர் காமராஜர் பள்ளர்கள் பக்கம் ஆதரவாக இருந்தது. ஜாதிரீதியான பிளவை அதிகரித்தது. தேர்தல் ஜனநாயகமும், வாழ்க்கைப் போராட்டங்களும் பழைய சமூகப் பிரிவினைகளை உசுப்பிவிட்டு, நவீன கால சச்சரவுகளுக்குள் ஜாதியைக் கொண்டுவந்து சேர்த்தது.

இந்த அரசியல் வியாபாரத்தில் வன்முறைதான் காசாக இருந்தது. ஆதிக்க வர்க்கத்தின் வன்முறை, ஒடுக்கப்பட்டோரின் வன்முறை என்று

1 G.O. No. 404 (Mso Public (General -A) Confidential) Department, 11 September 1958.

2 Ibid.

இருவிதமான வன்முறைகள் ராமநாதபுரத்தில் காணப்பட்டன. ஆதிக்க வர்க்கத்தின் வன்முறை வரலாற்று ஓட்டத்தில் பிறந்த புதிய சக்திகளின் முன்னேற்றத்தைத் தடுக்கும். ஒடுக்கப்பட்டோரின் வன்முறை ஒட்டுமொத்த மனித இனத்தின் விடுதலைக்கு உதவுவதாக இருக்கும்.[3] இராமநாதபுரத்தின் ஆதிக்க வர்க்கத்தின் வன்முறை, ‘தீண்டத்தகாதோரின் மீதான வெறுப்பில்’ வேர்கொண்ட வன்முறை என்று இந்தியாவின் சமூகவியலாளர்களின் வர்ணனைக்குப் பொருத்தமாக உள்ளது.

> ‘இந்த வன்முறையின் பெரும்பகுதி உயர்ஜாதி அதிகாரத்தை நேரடியாகத் திணிப்பதிலிருந்து உருவாகவில்லை. மாறாக தமது வரலாற்று நிலமைகளைத் தகர்த்தெறிந்து, இந்த உலகில் முன்னேறுவதற்காக தீண்டத்தகாதோர் எடுக்கும் முயற்சிகளுக்கான உயர் ஜாதி எதிர்வினையாக இவ்வன்முறை உருவாகிறது. தனது அடிமைநிலையை தீண்டத்தகாதோர் எந்த அளவிற்கு எதிர்க்கிறார்களோ, அந்த அளவிற்கு இந்த எதிர்வினையும் கடுமையாக இருக்கும்’ என்று மென்டல்சன்னும், விக்ஜியானியும் கூறுகிறார்கள்.[4]

எந்தவொரு சமுதாயத்திலும், சர்ச்சை என்பது பொருளாதார, அரசியல், சமூக, மாற்றங்களின் விளைவாக ஏற்படும். இப்படிப்பட்ட முரண்பாடு, அதன் பின்விளைவாக சில சமூகக் குழுக்களுக்கு முன்னேற்றத்தையும் வேறுபல சாதகங்களை வழங்கும். மற்றவர்களுக்குப் பாதகங்களையும் பின்னடைவையும் தரும். இது பதட்டமான சூழலுக்கு எதிர்ப்புகளுக்கு, மோதல்களுக்கு இட்டுச் செல்லும். சமூக வாழ்வில் முரண்பாடுகளைத் தவிர்க்க முடியாது என்று கூறும் அறிஞர்கள் முரண்பாடுகளையும், வன்முறையையும் வேறுபடுத்திக் காட்டுகிறார்கள். எதிர்ப்பு, பாராளுமன்றம், சட்டமன்றம், இதர அதிகார அமைப்புகள் போன்ற நிறுவனமயப்பட்ட வழிமுறைகளிலோ அல்லது அமைதியான வழிமுறையில் மக்களை வீதிகளில் திரட்டியோ காட்டப்பட்டால் அது சர்ச்சை ஆகும். மாறாக, எதிர்ப்பு கோபாவேசமாக வடிவம் கொண்டு அரசாங்க நிர்வாகிகளின் ஆதரவுடனோ, ஆதரவு இல்லாமலோ வீதிகளில் கலவரமாக வெடித்தால், அது வன்முறை ஆகும்.[5] மனித கோபாவேசத்தால் உருவாகும் இந்த வன்முறை போர் வெறியோடு அடையாளப்படுத்தப்படுகிறது. மனித உயிர்களுக்கோ, பொருட்களுக்கோ சேதம் விளைவிக்கும் நோக்கோடு பலத்தை

---

3 K.A.Manikumar, ‘Caste Clashes in South Tamil Nadu, *Economic and Political Weekly*, 6 September 1997.

4 Oliver Mendelsohn and Marika Viziany, *The Untouchables: Subordination, Poverty and the State in Modern India* (Cambridge University Press, 2000), p. 12

5 Ashutosh Varshney, ‘Ethnic Conflict and Civil Society: India and Beyond, in Carolyn M.Elliott (ed), *Society and Democracy; A Reader* (New Delhi: Oxford University Press, 2006), pp. 428-29.

பிரயோகிக்கும் தன்மை கொண்டதாக இது உள்ளது.[6] தனிநபர் வன்முறைக்கும், கூட்டு வன்முறைக்கும் தெளிவான வேறுபாடு உள்ளது. முன்னது கொலை முதலான குற்றங்களை உள்ளடக்கியது. பின்னது கலகங்கள், கிளர்ச்சிகளில் வெளிப்படுகிறது. கூட்டு வன்முறையிலும் கூட சில குறிப்பிட்ட குறிக்கோள்களை அடைவதற்காக திட்டமிட்டு நடத்தப்படும் வன்முறை (instrumental violence), ஒரு பிரச்சனைக்கு உணர்ச்சிவசப்பட்ட எதிர்வினையாக எழும் வன்முறை என்ற வேறுபாடு உண்டு. இந்த இடத்தில், வன்முறை என்ற சொல், 'பிறரைச் சார்ந்து வாழும் மக்கள் பிரிக்க முடியாத தம் உரிமைகளைக் காத்துக் கொள்ளப் பிரயோகிக்கும் பலத்திற்குப்' பொருந்தாது என்பதை இங்கு கவனிக்க வேண்டியது அவசியம்.[7]

மக்கள் அநீதியான சமூகச்சூழலில் - கல்வி மற்றும் இதர சமூக சமூக உரிமைகள் மறுக்கப்பட்டு, பணி மற்றும் அரசு அலுவல்களில் சமமான வாய்ப்புகள் இல்லாமல், அதனால் தமது மேம்பாட்டிற்கான வாய்ப்புகள் கிடைக்காத நிலையில்- வாழும் இடங்களில் எல்லாம் அமைப்புசார் வன்முறை (structural violence) தவிர்க்க முடியாதது என்று சமூகவியலாளர்கள் சுட்டிக் காட்டுகின்றனர். அசமத்துவத்திற்கும், அரசியல் வன்முறைக்குமான தொடர்பு அரிஸ்டாடில் காலத்திலேயே உறுதி செய்யப்பட்டுள்ளது. 'அசமத்துவம்தான் புரட்சிகளுக்கான முக்கியமான உலகளாவிய காரணமாகும்... அரசியலில் கீழே இருப்போர் சமமானவர்களாக தாம் மாற கிளர்ச்சி செய்கிறார்கள். சமமானவர்கள் தாம் உச்சிக்குச் செல்ல கிளர்ச்சி செய்கிறார்கள்,' என்று அரிஸ்டாட்டில் குறிப்பிட்டார்.[8]

இராமநாதபுரம் வன்முறை பற்றி எழுதப்பட்டது மிகக் குறைவு. டி.எஸ். சொக்கலிங்கம் எழுதிய 'முதுகுளத்தூர் பயங்கரம்' *(1958)* தினகரன் எழுதிய 'முதுகுளத்தூர் கலவரம்' *(1958)* ஆகிய சமகால தமிழ் படைப்புகள் முழுமையானவை எனக் கருதமுடியாது. ஏனெனில் அவை காங்கிரஸ் மற்றும் காமராஜரின் தீவிர ஆதரவாளர்களால் எழுதப்பட்டவை. முத்துராமலிங்கத் தேவர் பற்றியும், இம்மானுவல் சேகரன் பற்றியும் போற்றி எழுதப்பட்டவை நிறைய உள்ளன. ஆனால் அவை ஒருதலை பட்சமானவை. இந்த ஆய்வின் நோக்கம் சம்பந்தப்பட்ட இரு ஆளுமைகளை மதிப்பீடு செய்வதல்ல. மாறாக, அடிப்படைத் தரவுகளைக் கொண்டு, 1957 ஜாதி மோதலுக்கு இட்டுச் சென்ற நிகழ்வுகளின் தொடர்ச்சியைக் கூறி, வன்முறை நின்றபிறகு நிகழ்ச்சிகளின் போக்கையும் சமகால தமிழ்நாட்டின் ஜாதி அடிப்படையிலான அரசியலையும் விவரிப்பதேயாகும்.

---

6 J.M.R.Delgado, 'The Neurological Basis of Violence, *International Social Science Journal,* Vol.XXIII, 1971, pp. 27-35

7 N.A.Kovalsky, 'Social Aspects of International Aggression, International Social Science Journal, Vol. XXIII, 1971, pp. 68-78

8 Otto Klineberg, *Violence and Its Causes* (Paris: UNESCO,1981), pp.183-86.

தேவர்களுக்கும், பள்ளர்களுக்கும் இடையிலான பதட்டம் இன்றளவும் தொடர்வதால், இப்புத்தகத்தின் முக்கியத்துவம் குறைந்துவிடவில்லை. ஒவ்வொரு ஆண்டும் முக்குலத்தோருக்கும் பள்ளர்களுக்கும் இடையிலான பதட்டம் அதிகரித்தே வருகிறது.

2012இல் இம்மானுவல் சேகரனின் நினைவு நாளான செப்டம்பர் 11ம் நாள் வன்முறை வெடித்து, காவல் துறை துப்பாக்கிச் சூட்டிற்கு ஆறு பள்ளர் சமூக இளைஞர்கள் பலியானார்கள். உயர்அதிகார மட்டத்தின் தவறான வழிகாட்டுதல் காரணமாக ஜான் பாண்டியன்[9] காவல்துறையால் தடுத்து நிறுத்தப்பட்டார். பாண்டியன் திருநெல்வேலியிலிருந்து பரமக்குடிக்கு வந்துகொண்டிருந்தார். அவரது வருகையால் பெரிய பிரச்சனை ஏற்பட்டிருக்காது. அதற்கு முந்தைய ஐந்தாண்டுகள் அவர் சிறையிலிருந்தார். சிறைவாசத்தால் அவர் நிதானமடைந்திருந்தார். எனினும், தவறான வழிகாட்டுதலால் அவர் கைது செய்யப்பட்டது, பரமக்குடியில் ஏராளமான எண்ணிக்கையில் கூடியிருந்த அவரது தமிழக மக்கள் முன்னேற்றக் கழகத் (த.ம.ம.க) தொண்டர்களுக்கு ஆத்திரமூட்டியது. அவரது கைதுபற்றி அறிந்ததும், அவரை உனடியாக விடுவிக்கக் கோரி மதுரை- ராமேஸ்வரம் நெடுஞ்சாலையில் அமைந்திருந்த ஐந்துமுக்கு வீதியில் அவர் கட்சியினர் மறியல் செய்தார்கள். பரமக்குடி நகரத்தில் போக்குவரத்து தடைபட்டது. சேகரனின் நினைவிடத்திற்குச் செல்ல நினைத்தவர்களால் மேற்கொண்டு நகர முடியவில்லை.

எந்தவொரு பதட்டச் சூழலிலும் நடப்பதுபோலவே, சில விஷமிகள் மறியலால் போகமுடியாமல் நின்றுகொண்டிருந்த அரசுப் போக்குவரத்துக் கழகப் பேருந்துகள், தனியார் வாகனங்கள் மீது கல்லெறிந்ததாகச் சொல்லப்படுகிறது. காவல்துறை தரப்பு, தமமுக தொண்டர்கள் பெட்ரோல் குண்டுகளை வீசியதாகவும், காவல்துறை வாகனங்களுக்கும், தனியார் வாகனங்களுக்குத் தீ வைத்ததாகவும், அதன் காரணமாகவே தடியடி நடத்த நேர்ந்தது என்றும் கூறியது. ஒரு கட்டத்தில் காவல்துறை அதிகாரிகள், துப்பாக்கிச் சூட்டிற்கு உத்தரவிட்டார்கள் என்று சொல்லப்பட்டது. பரமக்குடி துப்பாக்கிச் சூட்டிலும், பின்னர் மதுரைக்கு வெளியே உள்ள சிந்தாமணியில் பரமக்குடியிலிருந்து திரும்பி வந்துகொண்டிருந்த பள்ளர்களுக்கும்,

9 1957ல் சேகரனின் கொலையைத் தொடர்ந்து அடுத்தடுத்து வந்த முக்கிய அரசியல் கட்சிகளின் அரசாங்கங்களும் துரோகம் செய்த நிலையில் சுமார் இருப்பத்தைந்து ஆண்டுகாலம் ராமநாதபுரத்தில் தலித்துகள் நம்பிக்கையிழந்த நிலையில் இருந்தார்கள். 1980களின் மத்தியில் பள்ளரான ஜான் பாண்டியன் ராமநாதபுரம், சிவங்கை விருதுநகர், மதுரை, திண்டுக்கல், தேனி மாவட்டங்களில் உள்ள பள்ளர்களை 'தமிழக மக்கள் முன்னேற்றக் கழகம்' என்ற அமைப்பின் கீழ் திரட்டினார். திருநெல்வேலி பகுதியில் வலுவான செல்வாக்கு உள்ள அவர் முரட்டுத்தனமான போக்கிற்குப் பெயர் பெற்றவர். அதிலிருந்து அவர் இப்பகுதியில் செல்வாக்கு மிக்கவராக உள்ளார்.

காவல்துறையினருக்கும் இடையில் ஏற்பட்ட நடத்தப்பட்ட துப்பாக்கிச் சூட்டினால் மோதலால்) ஆறு பள்ளர்கள் - அனைவரும் நிலமற்ற கூலிகள் - உயிரிழந்தார்கள். பலருக்குக் கடுமையான காயங்கள். நூற்றுக்கணக்கான பள்ளர்கள் மீது காவல்துறை இந்திய தண்டனைச் சட்டம், குற்றவியல் நடைமுறைச் சட்டம் ஆகியவற்றின் பல பிரிவுகளின்கீழ் வழக்குப் பதிவு செய்தது.

எதிர்க்கட்சிகள், குறிப்பாக சிபிஐ (எம்) நீதி விசாரணை ஆணையத்தை அமைக்கக்கோரி வலியுறுத்தியதைத் தொடர்ந்து, மாநில அரசு ஒரு நபர் விசாரணைக் கமிஷன் ஒன்றை ஓய்வு பெற்ற உயர்நீதிமன்ற நீதிபதி கே.சம்பத் தலைமையில் அமைத்தது. கொடியங்குளம் சம்பவத்தை *(1996)* விசாரித்த கோமதி நாயகம் ஆணையம், தாமிரபரணி துயரச் சம்பவத்தை *(1999)* விசாரித்த மோகன் ஆணையம் ஆகியவை காவல் துறையின் நடவடிக்கையை நியாயப்படுத்தி, அரசு வருவாய்த் துறை மற்றும் காவல்துறை அதிகாரிகளை அத்துமீறல் குற்றச்சாட்டுகளிலிருந்து விடுவித்தன. எனவே, இயல்பாகவே, அரசின் ஓய்வுபெற்ற நீதிபதியின் தலைமையிலான விசாரணை ஆணையம்மூலம் நியாயம் கிட்டும் என்று பள்ளர் சமூகம் எதிர்பார்க்கவில்லை. அதுபோலவே, சம்பத் ஆணையமும் பரமக்குடி துப்பாக்கிச் சூட்டில் போலீசார் நடவடிக்கையை நியாப்படுத்தியது.

இப்பகுதியில் அடிக்கடி நிகழும் சட்ட ஒழுங்கு சீர்குலைவுகளுக்குக் காரணமான பிரச்சனைகளை ஆராய்ந்து, அரசு அவற்றிற்கு நிரந்தரத் தீர்வு காணவேண்டும் என்று மனித உரிமை ஆர்வலர்களும், தலித் செயல்பாட்டாளர்களும் எதிர்பார்க்கிறார்கள். சம்பந்தப்பட்ட இரு பிரிவுகளையும் அவற்றின் வரலாற்றுப் பின்புலத்தில் புரிந்துகொண்டு, இப்பகுதியின் மோதல்களுக்கு ஒரு நிரந்தரத் தீர்வு காண அரசிற்கு இந்த நூல் உதவும் என்று நம்புகிறேன்.

எதிர்பாராத படுகொலை

1957 செப்டம்பர் 11ஆம் நாள் இம்மானுவல் சேகரன் பரமக்குடியில் தேசியக் கவி பாரதியாரின் நினைவு நாள் கூட்டத்தில் கலந்து கொண்டார். இரவு 8.30-மணிக்கு வீட்டிற்கு வந்து இரவு உணவை உட்கொண்டார். தம் நண்பரும் வழக்கறிஞரும் ஆர்.கே. கிருஷ்ணமூர்த்தியுடன் வெளியே கிளம்பும்போது, சேகரனின் மனைவி அமிர்தம் கிரேஸ் எச்சரிக்கையாக இருக்கும்படி இறைஞ்சினார். சேகரனுக்கு ஏதேனும் ஆபத்து நேரலாம் என்று அவர் அஞ்சினார். ஆனாலும்,சேகரன் அதுபற்றி கவலை கொள்ளாது வெளியே சென்றார். நண்பர் போன பிறகு வீட்டிலிருந்து கல்லெறியும் தூரத்தில் ரயில்வே நிலையத்திற்கு அருகில் இருந்த வெற்றிலைபாக்குக் கடையில் மற்ற நண்பர்களோடு பேசிக்கொண்டிருந்தார். அப்போது இரவு மணி 9.30.

அமிர்தம் கிரேஸின் முன்னுணர்வு உண்மையாகிவிட்டது. முதுகுளத்தூர் பஸ் வந்து நின்றது. அதிலிருந்து பத்து பேர் கொண்ட கோஷ்டி ஒன்று இறங்கியது. அதில் ஒருவர் - பின்னர் அங்குசாமித் தேவர் என்று அடையாளம் காட்டப்பட்டவர் - 'நேத்து நீதானே எங்க தேவர எதுத்துப் பேசின ஆள்?' என்று கத்தியபடி அரிவாளை உயர்த்தினார்.[1] 'எங்க தேவர்' என்பது முத்துராமலிங்கத் தேவரைக் குறிப்பதாகும். பேயன் முனியாண்டித் தேவர் 'அவன் கழுத்த சீவுடா' என்று கத்தியதாகச் சொல்லப்படுகிறது. இம்மானுவல் சேகரன் 'ஐயோ' என்று அலறியபடி தப்பிச் செல்ல முயன்றார். சேகரன் சுற்றி வளைக்கப்பட்டு சரமாரியாக வெட்டப்பட்டார். இராமநாதபுரம் மாவட்டத்தில் தலித்துகளின் விழைவுகளைத் தைரியமாக வெளியிட்ட அந்தக் குரல் நிறுத்தப்பட்டது.

கொலைக்குச் சிறிது நேரத்திற்கு முன்பு இம்மானுவல் சேகரனுடன் இருந்த சுந்தர வாத்தியார், பக்கத்திலிருந்த சாலமன் கடையிலிருந்து இந்த கொலைத் தாக்குதலைப் பார்த்தார். அவர் சிகரெட் வாங்க கடைக்குப் போயிருந்தார். கொலைக்கு மற்றொரு சாட்சியான சேகரனின் உறவினர் சந்தானம் பரமக்குடி காவல் நிலையத்திற்கு விரைந்து சென்று புகார் அளித்தார்.[2]

---

1. G.O. No. 3050 (Ms) Public (General -A) Confidential) Department, 10 February 1959.
2. மேலது: FIR பரமக்குடி போலீஸ் ஸ்டேஷனில் பதிவு செய்யப்பட்டது. 209/57 என்ற குற்ற எண் வழங்கப்பட்டது.

சார்பு ஆய்வாளர் துரைராஜ் இந்தியத் தண்டனைச் சட்டத்தின் 147, 148, 325, 326 பிரிவுகளின் கீழ் 1957ன் 209-ன் எண் குற்றமாக வழக்கைப் பதிவு செய்தார். ஒரு காவலர் மூலம் ஆய்வாளர் பி.கே.நாராயணசாமிக்கு குற்றம் பற்றித் தகவல் தெரிவித்தார். ஆய்வாளர் சம்பவ இடத்தைப் பார்வையிட்டார். அங்கே தனது மகள்களோடு அமிர்தம் கிரேஸ் அழுதுகொண்டிருந்தார். ஆய்வாளர் பிரேத பரிசோதனைக்கு ஏற்பாடு செய்ய தனது ஆட்களுக்கு உத்தரவிட்டார். ஸ்டேஷன் சென்று முதல் தகவல் அறிக்கையில் கொலைக் குற்றத்திற்கான பிரிவு 302-ஐ சேர்த்தார்.

பரமக்குடி பொது மருத்துவமனையில் டாக்டர். கௌஸ் நடத்திய பிரேத பரிசோதனை 11 வெளிக் காயங்களையும், இம்மானுவல் சேகரனின் கைகள், விரல்களில், வேறு சில வெட்டுக்காயங்களையும் காட்டியது. இவை தாக்குதலின்போது சேகரன் கைகளை உயர்த்திக் காத்துக்கொள்ள முயன்றதைக் காட்டின. பிரேத பரிசோதனை அறிக்கை, கழுத்தில் விழுந்த பெரிய வெட்டால் மூச்சுக்குழாய், உணவுக்குழாய், தலைத்தமனி அறுபட்டு மூன்றாவது கழுத்தெலும்பு தண்டுவடத்திலிருந்து துண்டிக்கப்பட்டுவிட்டதாகக் கூறியது. மற்ற கடும் காயங்கள் அரிவாள், வேல்கம்புகளால் ஏற்பட்டவை. எலும்பு முறிவை ஏற்படுத்திய தலையில் பட்ட காயம்தான் மரணத்திற்குக் காரணமாக இருந்திருக்கும் என்று டாக்டர் கௌஸ் கருதினார்.[3]

கிழக்கு ராமநாதபுரத்தில் ஜாதி மோதலின் உச்சக்கட்டத்தை இக்கொலை சுட்டிக்காட்டுகிறது. ஒருபுறம் தேவர்களும், மறுபுறம் பள்ளர்கள், நாடார்களும் இந்த மோதலில் ஈடுபட்டதாக அதிகாரிகள் பின்னர் பதிவு செய்கிறார்கள். மாவட்ட நிர்வாகம் மோதும் பிரிவினர்களுக்கிடையே சமரசம் செய்து, அமைதியை நிலைநாட்ட முயன்றது. சேகரனின் மரணத்திற்கு முன்பாகவே நடந்துகொண்டிருந்த ஆட்சியரின் சமாதானப் பேச்சு வார்த்தை பதட்ட நிலையை மட்டுப்படுத்தப்படுத்தவில்லை. மாறாக பள்ளர் சமுகத்தின் தலைவரான 33 வயது இம்மானுவல் சேகரனின் கொலைக்கு இட்டுச் சென்றது.

I

மாவட்டத்தில் ஜாதி வன்முறையைக் கட்டுப்படுத்துவதற்காக, ராமநாதபுரம் மாவட்ட ஆட்சியர் சி.வி.ஆர்.பணிக்கர் 1957 செப்டம்பர் 10ஆம் தேதி முதுகுளத்தூரில் அனைத்துத் தலைவர்களின் கூட்டம் ஒன்றைக் கூட்டினார். கூட்டத்திற்கு தென்மண்டல டி.ஐ.ஜி. எம்.ஜே.ஹோம்ஸ், ராமநாதபுர மாவட்ட காவல்துறை கண்காணிப்பாளர் பி.கனகராஜன், மாவட்ட கோட்டாட்சியர் மற்றும்

3 Judgement Order in Session's Case No.189 of 1958, January 1959.

உள்ளூர் காவல்துறை அதிகாரிகளை அழைத்திருந்தார். இரண்டு மக்கள் பிரதிநிதிகளும் வந்திருந்தார்கள். ஒருவர் மூன்றாவது லோக்சபாவின் துவக்கவிழாவிற்கு டெல்லி சென்று திரும்பியிருந்த புதிய பாராளுமன்ற உறுப்பினர் முத்துராமலிங்கத் தேவர். மற்றவர் முத்துராமலிங்கத் தேவரின் முதுகுளத்தூர் சட்டமன்றத் தொகுதியில், இடைத் தேர்தலில் வென்ற டி.எல்.சசிவர்ணத் தேவர். பணிக்கர், அம்மனூர் அர்ச்சுனத் தேவர், சித்திரமுடி சுப்பிரமணியத் தேவர், முத்து துரைசாமித்தேவர், செம்பூர் கருப்பையாத் தேவர் ஆகிய மற்ற தேவர் தலைவர்களையும் அழைத்திருந்தார்.[4] உள்ளூரின் முக்கியமான தலைவர்களும் கலந்துகொண்டார்கள். சிவகங்கை (டி.சுப்பிரமணிய ராஜ்குமார்) அருப்புக்கோட்டை (எம்.டி.ராமசாமி) திருவாடானை (கே.ஆர்.எம். கரியமாணிக்கம் அம்பலம்) சட்டமன்ற உறுப்பினர்களும், ராமநாதபுரம் ராஜாவின் சகோதரர்களான காசிநாதன் துரை,சிதம்பரநாத துரை ஆகியோரும் வந்திருந்தனர். இது பழைய, மற்றும் புதிய நடைமுறைகளின் கலவையாக இருந்தது. உள்ளூர் பிரதிநிதிகளான பார்வர்ட் பிளாக்கைச் சேர்ந்த ஜில்லா போர்டு உறுப்பினர்கள் (பி.ஆர்.நவசக்தி, டி.முத்துசாமித்தேவர்) கமுதி (எம். எஸ்.சௌந்திரபாண்டியநாடார்) பேரையூர் (வி.எம்.எஸ்.வேலுசாமி நாடார்) முதுகுளத்தூர் (வி.அருணகிரி) ஆகிய பஞ்சாயத்து போர்டு தலைவர்களையும் பணிக்கர் அழைத்திருந்தார். ‘பொது மக்களின்’ பிரதிநிதியாக சீனிவாச ஐயர் என்ற வக்கீல் வந்திருந்தார். இம்மானுவல் சேகரன் (பரமக்குடி) பெருமாள் பீட்டர் (பேரையூர்) வேத மாணிக்கம் (வீராம்பல்) கம்பர் (ஆலங்குடி) ஆகியோரை பள்ளர்களின் பிரதிநிதிகளாக பணிக்கர் அழைத்திருந்தார்.[5]

பணிக்கர் வன்முறையை ‘ஜாதி மோதலாக’ மட்டுமே பார்த்ததால், இந்தியக் கம்யூனிஸ்ட் கட்சியின் ராமநாதபுர மாவட்டச் செயலாளர் எம்.வி.சுந்தரத்தை அழைக்கவில்லை. இக்கூட்டம் ‘ஜாதித் தலைவர்களுக்குத்தான்’ என்றார் பணிக்கர். பரமக்குடியின் சட்டமன்ற உறுப்பினர் கே.ராமச்சந்திரன் முத்துராமலிங்கத் தேவருக்கு நெருக்கமானவர் என்றாலும்கூட அழைக்கப்படவில்லை.[6] நாடார்கள் பள்ளர்களைத் தேவர்களுக்கு எதிராகத் தூண்டிவிடுகிறார்கள்; காவல்துறையும் பள்ளர்களை ஆதரிக்கிறது என்று கூறி 1957 தேர்தலுக்குப் பிறகு புதிய பாராளுமன்ற உறுப்பினரான முத்துராமலிங்கத் தேவர் தனது தொகுதிக்கு வரவில்லை. இருப்பினும் சமாதானப் பேச்சுவார்த்தைக் கூட்டத்தில் கலந்துகொள்ள வந்தார்.[7]

---

4 Madras Legislative Assembly Debates (hereafter MLAD) Vol.V, 1958, p. 260.

5 The Hindu, 16 September 1957; MLAD, p. 260

6 ஜனசக்தி, 17 September 1957.

7. G.O.No.404 (MS) Public (General A) Confidential) Department, 11September 1958.

அனைத்து தரப்பினரும் 'இணக்கத்தோடும், ஒத்திசைவோடும் வாழ வேண்டும்,' என்று பிரதிநிதிகளிடம் பணிக்கர் வேண்டுகோள் விடுத்தார். 'சில உள்நோக்கம் கொண்டவர்களால்' பள்ளர்கள் தூண்டிவிடப்படுவது பற்றி தேவர் குறிப்பிட்டார். தேவர் சமுதாயத்தை அழிக்க அரிஜன்களுக்கும், நாடார்களுக்கும் துப்பாக்கிகள், மூங்கில் கழிகள், தடிகள் தரப்படுவதாக குற்றம் சாட்டினார். பேரையூரின் வி.எம்.எஸ்.வேலுசாமிநாடார் தேவரின் குற்றச்சாட்டுகளை மறுத்து, நாடார் கடைகளைப் புறக்கணிக்க தேவர்கள் திட்டமிடுவதாக புகார் கூறினார். தேவர் இந்தக் குற்றச்சாட்டை மறுத்தார்.[8]

'பள்ளர்கள் தொடர்ந்த வழக்குகளைத் திரும்பப்பெற்றுக் கொள்ளவேண்டும்' என்று தேவர் வலியுறுத்தினார். தேவரின் கருத்தை ஏற்பதாகக் கூறிய இம்மானுவல் சேகரன், 'நீதிமன்றங்களில் பள்ளர்களுக்கு எதிராக உள்ள வழக்குகளைத் திரும்பப் பெற வேண்டும். பாதிக்கப்பட்ட பள்ளர்களுக்கு போதுமான நிதி நிவாரணம் வழங்கப்பட வேண்டும்' என்று கோரினார்.[9] தன்னை தேவர்கள் மற்றும் பள்ளர்களின் ஒரே தலைவராக மாவட்ட நிர்வாகம் அங்கீகரிக்க மறுப்பது பற்றி தேவர் குறை கூறினார். முதுகுளத்தூர் பகுதியின் அனைத்துத் தரப்பினருக்கும் தான் மட்டுமே பிரதிநிதி என்ற அவரது கூற்றை பள்ளர் பிரதிநிதிகள் கேள்விக்குள்ளாக்கியதில் அவரது பெருமை பாதிக்கப்பட்டதாக எண்ணியிருக்க வேண்டும். இம்மானுவல் தனிப்பட்ட முறையில் வந்திருக்கிறாரா அல்லது ஹரிஜன்களின் பிரதிநிதித்துவம் பெற்ற தலைவராக வந்திருக்கிறாரா என்று தேவர் கேட்டார். தான் பள்ளர்களின் பிரதிநிதியாக வந்ததாக சேகரன் பதில் சொன்னதில் கோபமுற்ற தேவர் 'இம்மானுவல் சேகரன் ஒரு அற்பன்' என்று திட்டினார். ஒரு தலைவராக தன்னோடு சரிசமமாக உட்காரும் அவரது துடுக்குத்தனத்தைக் கேள்விக்குள்ளாக்கினார்.[10] தன் அளவிற்கு சமமான தலைவர் என்று சேகரனால் சொல்லிக்கொள்ள முடியுமா? பள்ளர்கள் சார்பாக அவர் தரும் வாக்குறுதிகள் நம்பகமானவைதானா என்று தேவர் தொடர்ந்து கேட்டதாகவும் சொல்லப்படுகிறது. இதற்கு 'தேவர் அளவிற்கு தான் பெரிய தலைவர் என்று சொல்லிக்கொள்ள முடியாவிட்டாலும் தனக்கும் பள்ளர்களிடையே செல்வாக்கு இருக்கிறது' என்று இம்மானுவல் சேகரன் கூறியதாகவும் சொல்லப்படுகிறது.[11]

பணிக்கர் பொதுவான பேச்சுவார்த்தையை முடித்துக் கொள்ள முடிவுசெய்தார். அவர் பல்வேறு பிரிவினர்களுடனும் தனித்தனியாகப்

8. The Hindu, 16 September 1957.
9. MLAD, V. 1958, p. 305.
10. G.O. No. 405 (Ms) Public (General -A) Confidential) Department, 11 September 1958.
11. The Hindu, 13 October 1957.

பேச விரும்பினார். இந்த நிகழ்வு குறித்த அருமையான தொகுப்பை சட்டமன்றத்தில் சசிவர்ணத்தேவர் (பின்னர்) அளித்தார். அது பின்வருமாறு:

> 'எங்களைத்தான் முதலில் அழைத்தார்கள். தேவரும், அவரோடு சென்றிருந்த நாங்களும் இப்பகுதியில் நிகழ்ந்தவற்றைப் பற்றி ஆட்சியரிடம் எடுத்துரைத்தோம். சில ஹரிஜன்கள் பிரச்சனை செய்கிறார்கள் என்று சொல்லி எங்களது பாதுகாப்பிற்கான அவசியம் பற்றி எடுத்துச் சொன்னோம். அவர்களுக்கு ஆயுதங்கள் தரப்படுகின்றன.' மோதல்கள் தூண்டப்படுகின்றன என்றோம். எங்களை அனுப்பிவிட்டு, அவர்கள் (ஆட்சியர் மற்றும் இதர அதிகாரிகள்) காலஞ்சென்ற இம்மானுவல், கம்பர், சாத்தையா மற்றும் ஐவரிடம் ஹரிஜன்களின் குறைகளைக் கேட்டார்கள். நாடார்கள் சார்பாக சௌந்திர (பாண்டிய) நாடார் பேசினார். இப்படி ஒவ்வொரு ஜாதிக் குழுக்களின் பிரதிநிதிகளும் மாவட்ட நிர்வாகத்தோடு தனித்தனியாகப் பேசிய பிறகு, நாங்கள் அனைவருமாக கூட்ட அரங்கில் சந்தித்தோம்.

'ஹரிஜன்களின் பிரதிநிதிகள் ஆட்சியரிடம் தனியாக என்ன குறைகளைச் சொன்னார்கள்?' என்று தேவர் ஆட்சியரிடம் கேட்டார். 'நன்கு உடுத்திய, வசதியாக வாழும் ஹரிஜன்களைத் தமது சமூக அந்தஸ்துக்கு ஆபத்தாக தேவர்கள் கருதுகிறார்கள், அதன் காரணமாக அவர்களைத் துன்புறுத்துகிறார்கள்.' என்பதுதான் ஹரிஜன்களின் குறைகளின் சாராம்சம் என்றார் ஆட்சியர். இதற்குப் பதிலளித்த தேவர், 'நான் 1931ல் ஒரு ஹரிஜன் வீட்டில் சாப்பிட்டிருக்கிறேன். அந்த நாட்களில் நான் தீண்டாமை ஒழிப்பிற்காகப் பாடுபட்டிருக்கிறேன்... ஒரு மறவன் வேறு ஜாதி வீட்டில் சாப்பிட்டால், அவனை ஊரை விட்டு விலக்கிவிடுவார்கள். இப்படிப்பட்ட கட்டுப்பாட்டை மீறி நான் 1934-ல் ஒரு நாடார் வீட்டில் சாப்பிட்டிருக்கிறேன். இந்தப் பகுதியில் எந்த இடத்திலாவது, சமூக அந்தஸ்துக்கு ஆபத்து என்ற காரணத்திற்காக யாரேனும் தாக்கப்பட்டதற்கு ஆதாரம் தர முடியுமா?' என்றார். இம்மானுவல், 'என்னிடம் சொல்லப்பட்டதைத் தான் நான் சொன்னேன்,' என்றார் வெடுக்கென்று. மறவர்கள் நாடார்களிடம் கட்டாயப்படுத்திப் பணம் பறிப்பதாகக் குற்றம் கூறுவதாக ஆட்சியர் தேவரிடம் கூறினார். 'அது கட்டாயப்படுத்தி வாங்குவதல்ல. விருப்பப்பட்டவர்களிடம் மட்டுமே வாங்குவது' என்று தேவர் அதை நியாயப்படுத்தினார். 'பல்வேறு நீதிமன்றங்களிலும் மறவர்களுக்கு எதிராக நடக்கும் பல வழக்குகளை நடத்த வேண்டியிருப்பதால், அது தவிர்க்க முடியாததாகப் போய்விட்டது' என்றார். இப்பிரச்சினையில் தங்களுக்கு எதிராக எழுத்துப்பூர்வமாக குற்றச்சாட்டு எதுவும் இருக்கிறதா என்று அவர் கேட்க, காவல்துறைக் கண்காணிப்பாளர் கனகராஜன் 'இல்லை' என்றார்.[12]

12. MLAD, Vol.VII, pp. 146-148.

அமைதிக்காக ஒரு கூட்டு அறிக்கை வெளியிடலாம் என்று ஆட்சியர் முன்மொழிந்தார். பெரும்பாலான பள்ளர்கள் எழுத்தறிவற்றவர்கள் என்பதால் அச்சிடப்பட்ட வேண்டுகோளால் பயனிருக்காது என்றார் தேவர். இதற்கு, 'ஒரு உண்மையான கணக்கெடுப்பு, எழுத்தறிவின்மை தேவர்களிடம்தான் அதிகம் என்பதைக் காட்டும்' என்றார் இம்மானுவல்.[13] அமைதிக்கான வேண்டுகோள் விடுக்கும் முன்மொழிவிற்கு தேவர் ஒப்புக் கொண்டார். வேண்டுகோளில் யார் யார் கையெழுத்திடுவது என்பதுபற்றி பிரச்சனை வந்தது. 'பாராளுமன்ற உறுப்பினர் என்ற முறையில் நான் கையெழுத்திடுகிறேன். ஹரிஜன்கள் சார்பாக ஹரிஜன் பாராளுமன்ற உறுப்பினர் ஆர்.எஸ்.ஆறுமுகம் கையெழுத்திடட்டும். சட்டமன்ற உறுப்பினராக சசிவர்ணத்தேவரும், ஹரிஜன் பிரதிநிதியாக பெருமாளும் கையெழுத்திடலாம்.' என்று ஆலோசனை கூறினார் தேவர்.[14] ஆட்சியர் இந்த ஆலோசனையை ஏற்றார்.

நாடார்களின் சார்பாக சாத்தூர் சட்டமன்ற உறுப்பினர் எஸ். ராமசாமி நாயுடு கையெழுத்திடலாம் என்றார் வேலுச்சாமி நாடார். "சாத்தூருக்கும், முதுகுளத்தூருக்கும் சம்பந்தமில்லை" என்று தேவர் இதை நிராகரித்தார். 80 சத தலித்துகள் தம்மோடு இருப்பதால், இம்மானுவல் அல்லது கம்பர் அல்லது பீட்டரை தலித்துகளின் பிரதிநிதியாக தம்மால் ஏற்க முடியாது என்று திட்டவட்டமாகக் கூறினார் தேவர். 'இவர்களை ஹரிஜன் பிரதிநிதிகள் என்று ஏற்றால், ஹரிஜன்கள் வருத்தமடைவார்கள்.' என்றார். எனவே, ஆட்சியர் தயாரித்த அறிக்கையில் தேவர் கையெழுத்திட மறுத்துவிட்டார்.[15] 'நாங்கள் எப்படி உங்களை ஹரிஜன்களின் பிரதிநிதியாக ஏற்க முடியும்?' என்று இம்மானுவலிடம் தேவர் நேரடியாகவே கேட்டார். இதற்கு இம்மானுவல், 'உங்கள் அளவிற்கு எனக்கு ஆதரவில்லாவிட்டாலும்கூட, என் கருத்துகளைக் கேட்கவும் ஆட்கள் இருக்கிறார்கள்,' என்று பதிலளித்தார். 'அப்படியானால் தம்பி, நீங்கள் தனியாக கையெழுத்துப் போடுங்கள்' என்றார் தேவர் சுருக்கென்று.[16] தேர்ந்தெடுக்கப்பட்ட பள்ளர் சமூகப் பிரதிநிதியான பெருமாள் இக்கூட்டத்திற்கு வராதது ஒரு வியப்பான விஷயம்.

எனவே, ஆட்சியரின் வேண்டுகோள், சம்பந்தப்பட்டவர்களால் கூட்டாகக் கையெழுத்திடப்படாமல் தனித்தனியாக கையெழுத்திடப்பட்டது. அதன் வாசகம் பின்வருமாறு:

---

13. Judgement Order in Session's Case No. 189 of 1958, 7 January 1959.

14. மேலது.

15. மேலது.

16. மேலது.

பொதுத் தேர்தலும், முதுகுளத்தூர் சட்டமன்றத் தொகுதிக்கு நடந்த இடைத் தேர்தலும் பார்வர்ட்பிளாக் மற்றும் காங்கிரஸ் கட்சிகளுக்கிடையே பெரிய மனக்கசப்பை ஏற்படுத்திவிட்டன. கடந்த இருமாதங்களில் ஒருவர்மேல் ஒருவருக்கு ஏற்பட்ட வெறுப்பின் காரணமாக இரு கட்சிகளுக்கிடையே நிறைய மோதல்கள் ஏற்பட்டுவிட்டன. இதுதான் இந்தத் தாலுகாவில் பதட்டம் உருவாகக் காரணம். வருந்தத்தக்க இந்த நிகழ்வுகளுக்கு முடிவுகட்டக்கூடிய வழிமுறைகளை விவாதிக்கவே இந்த அமைதிக் கூட்டம் கூட்டப்பட்டது. இத்தீர்மானத்தில் கையெழுத்திட்டுள்ள நாங்கள் அனைவரும் இப்பகுதி மக்களை மோதல்களைக் கைவிட்டு, சட்டத்தை மதித்து நடக்கும் மக்களாக வாழுமாறு வேண்டிக் கொள்கிறோம். இப்பகுதியில் இனிமேல் எந்த அசம்பாவிதமும் நடக்காதவாறு மக்கள் பார்த்துக் கொள்ளவேண்டும். கோஷ்டி மோதல், ஒருவரையொருவர் தாக்குதல் போன்ற எந்தவொரு முயற்சியையும் உடனடியாக முறியடிக்க வேண்டும். இப்பகுதி மக்கள் அமைதியாக, இணக்கமாக வாழவேண்டும் என்று ஆவலோடு எதிர்பார்க்கிறோம்.[17]

இந்தக் கூட்டத்தின் முடிவை அறிந்துகொள்ள, அன்று முதுகுளத்தூரில் சுமார் பத்தாயிரம் பேர் கூடியிருந்தார்கள். கூட்டத்தை முடித்துக்கொண்டு கிளம்பும்போது 'இம்மானுவல் போன்ற பள்ளர்கள் எல்லாம் தன்னை எதிர்த்துப் பேசுவதற்கு அனுமதித்துவிட்டதாக' தன் ஆதரவாளர்களை முத்துராமலிங்கத்தேவர் கடிந்துகொண்டதாகச் சொல்லப்படுகிறது.[18] தூவல் உள்ளிட்ட அக்கம்பக்கத்துக் கிராமங்களிலிருந்து அங்கு வந்து கூடியிருந்த தேவர்கள், இம்மானுவல் தமது தலைவரை அவமதித்து விட்டதாக நினைத்தார்கள். இப்படியாக இம்மானுவல் தேவரைச் சீண்டி, தேவர் சமூகத்தின் ஒட்டுமொத்த வெறுப்பையும் சம்பாதித்துவிட்டதாக கருதப்படுகிறது. மதியம் 2 மணிக்குக் கூட்டம் முடிந்ததும் தேவர் கர்ணம் ஆத்மநாத பிள்ளையின் வீட்டில் மதிய உணவை முடித்துக்கொண்டு பசும்பொன்னிற்குச் சென்றார். அன்றே அவர் மதுரைக்குத் திரும்பினார். ஆனால் இம்மானுவல் மீதான அவரது கோபம் அவரது ஆதரவாளர்களை உடனடி நடவடிக்கைக்கு- தேவரின் புதிய எதிரியை ஒழித்துவிட - தூண்டிவிட்டது.

கூட்டம் நடந்தபோது, இம்மானுவல் சேகரன் நின்றுகொண்டே தான் இருந்ததாக டி.எஸ். சொக்கலிங்கம் கூறுகிறார். அறிக்கையில் கையெழுத்திடும் போதுகூட, தேவர் அவரை உட்கார விடவில்லை.[19]

17. K.Bose, Forward Bloc, p. 92; வியப்பூட்டும் விதமாக, பேச்சு வார்த்தையில் கலந்து கொண்டவர்கள் கையெழுத்திட்ட அறிக்கையை ஆட்சியர் வெளியிடவில்லை. முதலமைச்சர் காமராஜரின் தூண்டுதலால்தான் ஆட்சியர் அதை வெளியிடவில்லை என்று பின்னர் சட்டமன்றத்தில் சி.பி.ஐ. தலைவர் எம்.கல்யாணசுந்தரம் குற்றம்சாட்டினார்.

18. The Hindu, 13 October 1957.

19. T.S.Chokkalingam, Horrors of Mudukulathur, P.15. This is translation of Chokkalingam's Mudukulathur Payankaram (Tamil) done by Mylainathan.

சட்டமன்றத்தில் பேசிய தி.மு.கவின் தலித் உறுப்பினரும், திருவண்ணாமலை (ரிசர்வ்) தொகுதி உறுப்பினருமான பி.எஸ்.சந்தானம்- இவர் இம்மானுவல் சேகரன் கொலைகுறித்து பின்னணித் தகவல்களை சேகரிக்க கிழக்கு ராமநாதபுரம் முழுதும் விரிவாகப் பயணம் செய்து சட்டமன்றத்தில் அந்த நிகழ்வுபற்றி விரிவாக எடுத்துரைத்தவர்- சேகரன் நாற்காலியில் அமர்ந்திருந்ததால் தேவர் அமரவில்லை என்று தெரிவித்தார்.[20] இரண்டுமே சரியானவைதான். கூட்டத்திற்கு முத்துராமலிங்கத் தேவர் வந்தபோது, தலித் தலைவர்கள் ஏற்கனவே வந்து அமர்ந்துவிட்டனர். எனவே கோபாவேசமான தேவர் உட்காரவில்லை. ஒவ்வொரு பிரிவுடனும் தனித்தனிக் கூட்டம் முடிந்தபிறகு, ஆட்சியர் அனைவரையும் கூட்டு அறிக்கைக்காக அழைத்தார். தேவரும் அவரது குழுவும் தமது பாராளுமன்ற, சட்டமன்ற உறுப்பினர் அந்தஸ்தைப் பயன்படுத்தி, ஏற்கனவே அமர்ந்துவிட்டனர். பின்னால் வந்த இம்மானுவல் சேகரனின் குழு அந்த முழுக் கூட்டத்திற்கும் நின்றுகொண்டிருக்க நேர்ந்தது.

பேச்சுவார்த்தை முடிந்ததும் பெருமாள் பீட்டரோடு கிளம்பிய இம்மானுவல் சேகரன் செப் 10ஆம் நாள் இரவு பேரையூரில் தங்கினார். மறுநாள் பரமக்குடியில் கூட்டத்தில் பேசிவிட்டு வீடு திரும்பினார். அன்றிரவு கொலை செய்யப்பட்டார்.

இம்மானுவல் சேகரனின் கொடூரக் கொலைக்கு உடனடியாக எதிர்வினை ஏதும் நிகழவில்லை. அது முளைவிட சிறிது காலம் எடுத்தது.

II

அருங்குளம் - பரமக்குடிக்கு பதின்மூன்று கிலோமீட்டர் தள்ளி, பார்த்திபனூர் பக்கம் உள்ள கிராமம். 1957ல் அங்கு சுமார் நூறு பள்ளர் குடும்பங்களும், அறுபது தேவர் குடும்பங்களும் இருந்தன. உள்ளூர் அய்யனார் கோவில் திருவிழாவை இரு சமூகத்தினரும் சேர்ந்துதான் நடத்தியிருக்கிறார்கள். இது அங்கு நிலவிய இணக்கத்தின் அடையாளம். அந்த ஆண்டு திருவிழா செப்டம்பர் 11ம் தேதி நடக்கவிருந்தது. பள்ளர்கள் அதற்காக 400 ரூபாய் வசூலித்திருந்தார்கள். முதுகுளத்தூர் தாலுகாவின் மற்ற இடங்களில் இருந்த பதட்டச் சூழல் எவ்விதத்திலும் இங்கிருந்த இணக்கத்தைப் பாதிக்காதது மாதிரிதான் வெளியாட்களுக்கு தெரிந்தது.[21]

எனினும் அருங்குளத்தில் தேவர்களுக்கும், பள்ளர்களுக்கும் உறவு சுமூகமாக இல்லை. பள்ளர்கள் பலவிதமாக கொடுமைப்

20. MLAD, Vol.VII, 1958, p. 261.

21. G.O. No. 404 (Ms) Public (General -A) Confidential) Department, 11 September 1958.

படுத்தப்பட்டார்கள். அவர்கள் வீட்டில் ஒரு திருமணம் என்றால் தேவர்களுக்கு அரிசியும், கோழிகளும் தரவேண்டும். தைப் பொங்கலுக்கு பள்ளர்கள் கிராமத்திலுள்ள அத்தனை தேவர்களுக்கும் ஒவ்வொரு பூசணிக்காய் தர வேண்டும்.[22] பள்ளர்கள் மீதான வன்முறை சர்வசாதாரணமாக நிகழ்ந்தது. உதாரணமாக அருங்குளத்தின் ராமுத்தேவர், குப்புத்தேவர், அழகர் தேவர், ஆலடித் தேவர், உமா தேவர் ஆகிய ஐவர் மீது மண்டை என்ற பள்ளரைத் தாக்கியதாக வழக்கு இருந்தது. இதில் ராமுத்தேவர் மீது செம்பக் குடும்பன் என்ற பள்ளரது நிலத்தில் தன் கால்நடைகளை மேயவிட்டதாக ஒரு வழக்கு இருந்தது.[23] இந்த செம்பக் குடும்பன் தேவர்களுக்கு எதிரான வன்முறையில் பெரும் பங்காற்றப் போவதை நாம் பின்னர் பார்க்கப் போகிறோம்.

செப்டம்பர் 11 அன்று அய்யனார் கோவில் திருவிழாவில் அரிச்சந்திரா நாடகம் போட மதுரையிலிருந்து ஒரு நாடகக்குழு வந்திருந்தது. பெண்கள் உள்ளிட்ட இரு சமூகத்து ஆட்களும் நாடகம் பார்த்தார்கள். நாடகம் முடியும் தறுவாயில், ஆர்மோனியக்காரர் முத்துராமலிங்கத் தேவரைப் புகழ்ந்து ஒரு பாட்டை பாட ஆரம்பித்தார். கூட்டத்தில் இருந்த பள்ளர்களில் ஒருவர் இதற்கு எதிர்ப்புத் தெரிவித்தார். இதனால் ஏற்பட்ட சண்டையில் நாடகத்தைப் பாதியிலேயே நிறுத்த நேர்ந்தது. விழாக் கமிட்டியார் நாடகம் மீண்டும் மறுநாள் நடத்தப்படும் என்று உத்திரவாதம் கொடுத்தால், கூட்டம் அமைதியாகக் கலைந்தது. அக்கம்பக்கத்துக் கிராமங்களிலிருந்து தேவர்கள் வேல்கம்பு, அரிவாள்களோடு வந்திருந்தார்கள். உள்ளூர் பள்ளர்களின் வேண்டுகோளுக்கு இணங்க, தேவர் சமூகத்துப் பெரியவர்கள், நிகழ்ச்சி முடிந்தபிறகு தருவதாகச் சொல்லி அந்த ஆயுதங்களை வாங்கி வைத்திருந்து பின் நிகழ்ச்சி முடிந்தபின் கூறியபடி திருப்பித் தந்தார்கள். அருங்குளத்திற்கு வெளியேயிருந்து வந்திருந்த தேவர்கள், குறிப்பாக பக்கத்துக் கிராமமான செய்யாமங்கலத்துக்காரர்கள் பள்ளர்களோடு கொஞ்சிக் குலாவுவதாக அருங்குளத்துத் தேவர்களைக் கடிந்துகொண்டார்கள்.[24] மறுநாள் நாடகம் திரும்ப ஆரம்பிக்கும் சமயத்தில் செய்யாமங்கலம், பிச்சப்பனேந்தல், வழிமறிச்சான் ஆகிய கிராமங்களிலிருந்து ஏராளமான தேவர்கள் ஆயுதங்களோடு வந்து கூட்டத்தோடு கலந்து உட்கார்ந்து விட்டார்கள். வெளியூர் தேவர்கள் நிறைய வந்திருப்பதைப் பார்த்த பள்ளர்கள், இவர்களது முரட்டுக்

22. மேலது.

23. P.Maruthiah, Ramanathapuram Jillavil Nadakkum Kalavarangal Jathichandaya allathu Arasiyal Kulappama? (Are the riots taking place in Ramanathapuram district a caste clash or Political turmoil?) p.14.

24. G.O. No. 404 (Ms) Public (General -A) Confidential) Department, (confidential),11 September 1958.

குணத்தால் ஏதேனும் பிரச்சனை வரும் என்று கருதி தமது ஆட்களை நாடகம் பார்க்கப் போகவேண்டாம் என்று தடுத்துவிட்டார்கள். இதனால் அன்றிரவும் நாடகம் நடக்கவில்லை.[25]

மறுநாளான செப்டம்பர் 13 அன்று அதிகாலையிலிருந்தே அருங்குளத்துத் தேவர்களும், அக்கம்பக்கத்துக் கிராமங்களிலிருந்து வந்திருந்த அவர்களது உறவினர்களும் கூட்டமாகத் திரள ஆரம்பித்தார்கள். பள்ளர்களும் தற்காப்பிற்குத் தயாரானார்கள். காலை சுமார் 9.30 மணியளவில், பார்த்திபனூரிலிருந்து ஒரு காவலர் துணைக்கு இரு காவலர்களுடன் அருங்குளம் வந்து இருதரப்பினருக்குமிடையே சமாதானம் ஏற்படுத்த முயன்றார். தேவர்கள் ஒரே குரலில் அமைதியை நிலைநாட்ட ஒப்புக்கொண்டார்கள். அவர்களது வார்த்தையை அப்படியே ஏற்றோ அல்லது கூடுதல் படையோடு திரும்ப வரலாம் என்று நினைத்தோ காவலர்கள் கிராமத்தை விட்டுக் கிளம்பினார்கள்.[26] பதினோரு மணிக்கு தேவர்கள் மீண்டும் கூடி, பள்ளர்கள் பகுதிக்குச் சென்று, அவர்களது வீடுகள்மீது கல்லெறிய ஆரம்பித்தார்கள். பள்ளர்கள் பதிலடி தந்தார்கள். இந்த ரகளையில், அருங்குளத்தின் குப்புத்தேவர் கண்மாயிலிருந்து திரும்பி வந்துகொண்டிருந்த கருப்பன் (த/பெ பெரியவீரன்) என்ற பள்ளரைக் கத்தியால் குத்திவிட்டார். வன்முறை தீவிரமடைந்தது. தேவர்கள் கருப்பு (க/பெ கிழவன்/அருங்குளம்) மூசன் (த/பெ பழனி), சின்னக் கருப்பன் (த/பெ மூரன்பரளி), நெலக்கடவூர் கருப்பையா (த/பெ பெரிய வீரன்), கோடாங்கியான் (த/பெ கோடாங்கி பரளி) ஆகியோரைக் கொன்றார்கள். சுமார் எட்டு பள்ளர்களுக்கு காயம் ஏற்படுத்தப்பட்டிருந்தது. பின்னர் தேவர்கள் பள்ளர் குடிசைகளுக்குத் தீ வைத்து சுமார் 24 குடிசைகளை அழித்ததோடு தேவர்கள் நான்கு பிணங்களை எரியும் தீயில் தூக்கிப் போட்டார்கள்.[27]

இந்தக் கலகத்தின்போது, இதே அளவு மூர்க்கமான ஒரு பள்ளர் கும்பல், அருங்குளத்தின் தேவர் பகுதிக்குச் சென்று டி.உலகுத் தேவர், அவரது மனைவி ராக்கி, வெள்ளையம்மாள் ஆகியோரைக் கொன்றது. இவர்களும் தேவர்களின் வீடுகளைத் தாக்கினார்கள்.

---

25. மேலது.

26. மேலது.

27. சேகரனின் கொலை தேவர்களின் அட்டூழியங்களை நிறுத்தவில்லை. அப்பகுதியில் அவர்களது கொள்ளைகள் தொடர்ந்தன. இம்மானுவல் கொலையுண்ட நாளில்கூட (செப்டம்பர் 11) சாயல்குடியில் ஒரு நாடாரின் இரண்டு ஆடுகள் காணாமல் போயின. மறுநாள் காரைக்குடியில் (கமுதி யூனியன்) ஒரு தலித்தின் 121 செம்மறியாடுகள் களவாடப்பட்டன. செப்டம்பர் 13ம் தேதி, கருப்பையா நாடார் வீட்டை காரைக்கால் குளத்தில் சுமார் 60 தேவர்கள் கொள்ளையடித்து, ரூ.5500 மதிப்புள்ள நகைகளை எடுத்துச் சென்றனர். (cr no 71/57/ sec. 395, 397IPC- கடலாடி ஸ்டேஷன்) செப்டம்பர் 14 அன்று ஊர்குடியில் தேவர்கள் கலகம் செய்ய, அவர்களுக்கும், தலித்துகளுக்கும் நடந்த மோதலில், ஆறு தலித்துகள் காயமடைந்தார்கள். T.S.chockkalingam, Horrors of Mudukkulathur, p.13

அங்கம்மாள் (க/பெ சின்னசாமித் தேவர், அருங்குளம்), முனியம்மாள் (க/பெ முத்தையாத் தேவர், வாகைக் குளம்) என்ற இரு பெண்கள் 1957 செப்டம்பர் 14ம் தேதி ராமநாதபுரம் மாவட்ட தலைமை மருத்துவமனையில் இறந்தார்கள்.[28] அங்கம்மாள் உயிருக்குப் போராடும் நிலையில் காவல்துறையிடம் வாக்குமூலம் தந்தார். பரமக்குடியின் சப்-மாஜிஸ்திரேட் அதைப் பதிவு செய்தார். அது சட்டமன்ற ஆவணங்களிலும் பதிவானது. அது பின்வருமாறு:

> 'எங்கள் வீட்டிற்கு தீ வைத்தார்கள். பின்னர் அவர்கள் (கலகக்காரர்கள்) பானைகளை உடைத்தார்கள். நான் எனது பித்தளைப் பாத்திரங்களை எல்லாம் கொல்லைப்புறத்தில் போட்டுவிட்டு, என் மூன்று குழந்தைகளுடன் உட்கார்ந்திருந்தேன். செம்பக் குடும்பன், அடையாளம் தெரியாத இன்னொரு ஆளுடன் வேகமாக வந்தார். பாதி உள்ளூர் ஆட்கள் திகைத்து நின்றார்கள். மீதம் பாதி ஓடிக்கொண்டிருந்தார்கள். மூன்று குழந்தைகளோடு என்னால் வயலில் வேகமாக ஓட முடியவில்லை. இடுப்பில் வைத்திருந்த குழந்தையோடு தடுமாறி விழுந்தேன். என் அம்மாவும் எங்களோடு வந்தார். பெண்களை எதுவும் செய்ய மாட்டார்கள் என்று நினைத்து நான் இருந்தேன். எங்களைத் துரத்தி வந்தவர்களில், முன்னால் வந்த செம்பக் குடும்பனும், அவரோடு வந்த அடையாளம் தெரியாத ஆளும் என்னை வழிமறித்தார்கள். 'நான் பெண். தயவு செய்துவிட்டுவிடுங்கள்.' என்றேன். செம்பக் குடும்பன், 'இவள்தான் நமது இலக்கு. எல்லோரும் ஓடிவிட்ட பிறகு இவள் புருஷன்தான் நம்மைத் தாக்குவதற்கு முன்னால் நின்றான். எனவே, இவளைக் குத்துங்கள்,' என்று கத்தினார். அவர் என் வயிற்றில் கத்தியால் குத்தினார். நான் மண்டியிட்டு, வெளியே வந்த என் குடலை என் தொடையால் அழுத்தி உள்ளே தள்ளினேன். செம்பக் குடும்பனோடு வந்த ஆளும் என்னைக் குத்தினான். 'என் மகள் செத்துவிட்டாளே' என்று என் அம்மா அலறினார். அவளை இடுப்பில் குத்தினார்கள். அவள் குப்புற விழுந்தாள். திரும்பவும் அவளை இடது கையிலும், தலையிலும், இடுப்பிலும் குத்தினார்கள். அவள் மயங்கிவிட்டாள். கொலைகாரர்கள் நான் வைத்திருந்த 10-15 படி அரிசியை எடுத்துச் சென்றுவிட்டார்கள். உதவிக்கு போலீசும் இல்லை.'[29]

பின்னர் சென்னை சட்டமன்றத்தில் சசிவர்ணத் தேவர் அருங்குளத்தில் வன்முறை செய்தவர்கள் உள்ளூர் பள்ளர்கள் இல்லை என்றார். பரமக்குடியைச் சேர்ந்த கிருஷ்ணக் குடும்பனே தாக்குதலை ஆரம்பித்தவர். அருங்குளத்தில் உயிர்நீத்த பள்ளர்கள் வெளியூர் ஆட்கள் என்று அவர் விளக்கமளித்தார்.[30] அங்கம்மாளின் மரணவாக்குமூலம் செம்பக் குடும்பன் போன்ற அருங்குளத்து ஆட்களும் சம்பந்தப்பட்டிருப்பதைக் காட்டுகிறது.

---

28. மேலது.

29. MLAD, Vol.VII, 1958, p. 298.

30. மேலது., ப. 149.

இந்த வன்முறையின்போது காற்று பலமாக வீசி, நெருப்பு அருங்குளம் முழுக்கப் பரவியதுதான் பெரிய சோகம். 556 தேவர் வீடுகளும், 24 பள்ளர் வீடுகளும் எரிந்துபோனதாக காவல்துறை தெரிவித்தது. தி இந்து ஆங்கில நாளிதழின் செய்தியாளர் 107 வீடுகள் எரிந்து போனதாகக் கணக்கிட்டிருந்தார். இராமநாதபுரம் காவல்துறை கண்காணிப்பாளர் தலைமையில் காவல்துறை அருங்குளம் சென்றபோது, தேவர்கள் ஓடிவிட்டனர். மருத்துவமனையில் காயமடைந்த ஏழு தேவர்களும், இறந்துவிட்ட இரு பெண்களும் இருந்தார்கள்.[31]

இதனிடையே, புகழ்பெற்ற மலபார் போலிசின் ஆய்வாளர் ராய் தலைமையில் ஒரு காவலர் படை சேகரன் கொலை வழக்குக் குற்றவாளிகளைத் தேடிக் கீழத்தூவல் சென்றது.[32] இந்தப் படை தவசியாண்டித் தேவர், ஜகந்நாதத் தேவர், சிவமணித் தேவர், சித்திரவேலுத் தேவர், முத்துமணித் தேவர் என்ற ஐந்து தேவர்களை சுட்டுக் கொன்றது.[33] ராய்தான் சுட உத்தரவு தந்தவர். எதற்காக?

செப்டம்பர் 12-ஆம் தேதி, ராயும், முதுகுளத்தூர் எல்லைக் காவலில் ஈடுபட்டிருந்த நான்கு பிரிவுகளைச் சார்ந்த சிறப்பு ஆயுதப் படையும் (Special Armed Aorce - SAP) கீழத்தூவல் சென்றார்கள். குற்றவாளிகள் அங்குசாமித் தேவரும், பேயன் முனியாண்டித் தேவரும் தங்கள் வீடுகளில் இருப்பார்கள் என்று ராய்க்குத் தகவல் வந்திருந்தது.[34] உண்மையில் அவர்கள் தப்பி ஓடிவிட்டார்கள். சம்பவம்குறித்த ராயின் கூற்று விசாரணை ஆணையத்தின் அறிக்கையில் (எஸ்.வெங்கடேஸ்வரன் ஆணையம்) உள்ளது. அது பின்வருமாறு:

> ‘காவற்படை கீழத்தூவலுக்கு சென்றுகொண்டிருந்தபோது, வேல்கம்பு, அரிவாள் உட்பட்ட மற்ற பயங்கர ஆயுதங்களோடு, ‘வெட்டு,’ ‘குத்து’ என்று கூச்சலிட்டபடி ஒரு கூட்டம் வந்ததைப் பார்த்தது. கூட்டம் செங்கற்கள், கவண்கற்களால் போலீசைத் தாக்கியது. பல காவல்காரர்கள் காயமடைந்தார்கள். உரிய எச்சரிக்கை தந்தபிறகு காவல்துறை சுட்டது. இரண்டு ரவுண்ட் சுட்டபிறகு, நான் மேலும் நான்கு ரவுண்டுகளுக்கு உத்தரவு தருவதற்குமுன், ஓரிருவர் சரிந்து விழுவதைப் பார்த்தேன். இரு சந்தர்ப்பங்களிலுமே நெருக்கமான கூட்டத்தின் மீது தான் சுட்டோம்.

---

31. மேலது. See also The Hindu, 16 September 1957.

32. மாநிலத்தின் ஒட்டுமொத்த சிறப்பு ஆயுதப் படையும், இந்த கலவர நிலமையைச் சமாளிக்க ஆந்திரமாநிலம் அனுப்பிய நான்கு கம்பெனிகளும் முதுகுளத்தூர் பகுதிக்கு அனுப்பப்பட்டன.

33. கீழத்தூவல் கிராமத்தில் கட்டப்பட்டுள்ள நினைவிடத்தில் பதிவு செய்யப்பட்டபடி ஐந்து தேவர்களின் பெயர்கள் தரப்பட்டுள்ளன. மற்ற ஆவணங்களில், புத்தகங்களில் பெயர்கள் லேசாக மாறுபடுகின்றன. உதாரணத்திற்கு ஜகந்நாத தேவர் சில ஆவணங்களில் சிவானந்தத் தேவர் என்றும், சிவமணித் தேவர் என்றும், சிவமணித் தேவர் சிவமுனித் தேவர் என்றும் குறிப்பிடப்பட்டுள்ளார்கள். இதுமாதிரியான சில மாறுபாடுகள் உள்ளன.

34. The Hindu, 25 September 1957.

துப்பாக்கிச் சூட்டில் ஐவர் இறந்தார்கள். இராமநாதபுரத்தின் வருவாய் கோட்டாட்சியர் மரணவிசாரணை நடத்திய பிறகு காவல்துறை கண்மாய்க் கரையில் கிடந்த 24 கம்புகள், ஒரு வேல்கம்பு, ஏழு அரிவாள்கள் நான்கு தொரட்டிக் கம்புகள், ஒரு கோடாரி ஆகியவற்றைக் கைப்பற்றியது.[35]

ராயின் கூற்று காவல்துறை ஐ.ஜி. பணியிலிருந்த வி.ஆர். ராஜரத்தினம் சென்னை அரசாங்கத்தின் உள்துறைச் செயலாளருக்கு அனுப்பிய அறிக்கைக்கு வேண்டிய தகவல்களைத் தந்தது. அது,

> '14-ஆம் தேதி காலையில் இம்மானுவல் கொலை வழக்கில் சம்பந்தப்பட்டவர்களைக் கைது செய்வதற்காக ஆய்வாளர் ராய் தலைமையிலான சிறப்பு ஆயுதப்படை கீழத்தூவல் கிராமத்திற்குச் சென்றது. காவலர்படை கண்மாய்க் கரையோரம் நடந்து சென்றபோது சுமார் 1000 மறவர்கள்- அவர்கள் இதற்காக ஒன்றுகூடியதாகச் சொல்லப்படுகிறது. வேல்கம்பு, அரிவாள்களோடு போலீஸை கிராமத்திற்குள் நுழையவிடாமல் தடுத்தது. போலீசின் மேல் கற்களையும், ஈட்டிகளையும் எறிந்தது. ஒரு ஜமேதாரும் மூன்று காவலர்களும் காயமடைந்தார்கள். நிலைமை மோசமாவதையும், கூட்டம் கட்டுக்கடங்காமல் செல்வதையும் பார்த்த ஆய்வாளர் கூட்டத்தைக் கலைந்து செல்லுமாறும், இல்லாவிடில் துப்பாக்கிச் சூடு நடத்த நேரும் என்றும் எச்சரித்தார். கூட்டம் மேலும் கட்டுக்கடங்காமல் போனபோது, காவலர்களின் உயிருக்கு ஆபத்து என்ற நிலையில் இரண்டு ரவுண்ட் சுட உத்தரவிடப்பட்டது. இதற்குப் பலனில்லாத நிலையில், மேலும் நான்கு ரவுண்டுகள் சுடப்பட்டன. ஐந்து மறவர்கள் இறந்தார்கள். துப்பாக்கிச் சூட்டிற்குப் பிறகு மறவர்கள் கலைந்து, ஓடிவிட்டார்கள்.[36]

காவல்துறை தரப்புக் கூற்று, நேரடி சாட்சிகள் எஸ்.வெங்கடேஸ்வரன் ஆணையத்திடம் அளித்த சாட்சியங்களிலிருந்து மாறுபட்டுள்ளது. கீழத்தூவலைச் சேர்ந்த முத்துசாமித் தேவரின் மனைவி முனியம்மாள் (வயது 43) சம்பவத்தை நேரில் பார்த்தவர் ஆவார். துப்பாக்கிச் சூடு நடந்த இடத்திற்கு அரை ஃபர்லாங் தூரத்தில் இருந்த தனது வயலில் களை பறித்துக்கொண்டிருந்தபோது தன் ஊரைச் சேர்ந்த ஐந்து தேவர்களை காவலர்கள் அழைத்து வருவதைப் பார்த்திருக்கிறார். அந்த மறவர்களின் கைகள் பின்புறமாகக் கட்டப்பட்டிருந்தன. காவலர்கள் கண்மாயின் மேற்குக் கரையில் ஒரு பள்ளத்தில் அவர்களை உட்கார வைத்து, அவர்களது மேலாடையை அவிழ்த்துவிட்டு, கண்களைக் கட்டினர். முனியம்மாள் களை பறிப்பதை நிறுத்திவிட்டு, காவல்துறை என்ன செய்கிறது என்று வேடிக்கை பார்த்திருக்கிறார். கண்மாயின் தென்பகுதியில் சுமார் 20 பேர் நின்றிருந்ததையும்,

35. மேலது 21 மற்றும் 25 செப்டம்பர் 1957. ராய் தெற்குக் கர்நாடகக்காரர். அவரது முழுப்பெயர் கேப்ரியல் ராய். எஸ்.வெங்கடேஸ்வரன் ஆணைய அறிக்கை தி இந்துவில் முழுமையாகப் பிரசுரிக்கப்பட்டது.

36. G.O. No. 404 (Ms) Public (General -A) Department, (confidential),11 September 1958.

அதற்கு வட பகுதி சரிவில் சற்று தள்ளி ஐந்து போலீஸ்காரர்கள் இருந்ததையும் பார்த்திருக்கிறார். போலீஸ்காரர்கள் கையில் துப்பாக்கி வைத்திருந்தனர். அவர் திடீரென்று துப்பாக்கிச் சூட்டின் பலத்த ஓசையைக் கேட்டார். பின்னர் ஆறு காவலர்கள் அவரை நோக்கி ஓடிவந்து, அங்கிருந்து போய்விடச் சொல்லியிருக்கிறார்கள். கண்மாய்க் கரை வழியே வீட்டுக்கு நடந்துசெல்லும் போது, மற்றொரு துப்பாக்கி வெடிக்கும் ஓசை கேட்டது.[37]

வெங்கடேஸ்வரன் ஆணையம் முன்பு சாட்சியம் அளித்த மூன்று சாட்சிகளில் முனியம்மாளும் ஒருவர். மற்றவர் கீழத்தூவலின் செல்லமுத்துத் தேவர். இவரது சாட்சியமும், முனியம்மாளின் சாட்சியத்தை ஒத்திருந்தது. துப்பாக்கிச் சூடு நடந்த அன்று ராமசாமியையும், கருப்பண்ணனையும் காவல்துறை அடிப்பதாக தெருவில் மக்கள் கூச்சல் போட்டதாக செல்லமுத்துத் தேவர் கூறினார்.[38] இவர் என்னவென்று பார்க்கச் சென்றார். போலீஸ் ராமசாமியையும், மற்றவர்களையும் பள்ளிக்கூடக் கட்டிடத்திற்கு அழைத்துச் சென்றது. அங்கு ராமசாமியை ஒரு போலீஸ்காரர் துப்பாக்கியைத் திருப்பி வைத்துக்கொண்டு அடிக்க, மற்ற இருவர் லத்தியால் அடித்தார்கள். இதில் அவரது கை முறிந்தது.[39] தான் உட்பட சுமார் 30-35 தேவர்களை பள்ளிக் கட்டிடத்தில் போலீஸ் அடைத்து வைத்ததாக செல்லமுத்துத் தேவர் கூறினார். பதினைந்து நிமிடங்களுக்குப் பிறகு டம்மென்ற பலத்த ஓசை கேட்டது. அடைத்து வைக்கப்பட்டவர்களும், பள்ளிக்கு அருகில் இருந்த பெண்களும் அழ ஆரம்பித்தார்கள். ‘நீங்கள் அழுதால், உங்களையும் சுட்டுவிடுவோம்’ என்று போலீஸ் எச்சரித்தது. சம்பவத்திற்குப் பிறகு ராய், ‘முத்துராமலிங்கத் தேவரைப் பற்றி மிகவும் கீழ்த்தரமாக பேசியதாகச் சொல்கிறார்கள். போலீஸ் சுட்டுக் கொன்ற ஐந்து தேவர்களுக்கும் அவரால் உயிர் தர முடியுமா?’ என்று சொன்னதாக செல்லமுத்துத் தேவர் கூறினார். சடையாண்டித் தேவர் ‘‘நாங்கள் எந்தத் தவறும் செய்யவில்லை’ என்று இன்ஸ்பெக்டரிடம் கூறினார். அதற்கு ஆய்வாளர், ‘நீதான் இங்கு தலைவனா? தெரிந்திருந்தால், உன்னையும் சுட்டிருப்போமே’ என்றார் வெடுக்கென்று.[40]

கீழத்தூவல் கிராமப் பள்ளிக்கு அருகே வசித்துவந்த மாயாண்டி என்ற பள்ளர் ஆணையத்தில் சாட்சியம் அளித்த மற்றொருவர் ஆவார்.

---

37. Venkatesan Report, The Hindu, 21 September 1957.

38. போலீஸ் முக்கியக் குற்றவாளிகளான அங்குசாமி மற்றும் பேயன் முனியாண்டி பற்றிய தகவல்களைப் பெற அவர்களது உறவினர்களைப் போட்டு அடித்தார்கள். ராமசாமியும், கருப்பணனும்தான் போலீசின் கொடூரத்திற்கு ஆளாக நேர்ந்தது.

39. The Hindu, 22 September 1957.

40. The Hindu, 21 September 1957.

அவர் கருப்பண்ணனையும், மற்றும் சிலரையும் போலீஸ் பள்ளிக் கட்டிடத்திற்குள் அழைத்துச் செல்வதைப் பார்த்தார்.[41] மாயாண்டியின் கூற்றின்படி, முதலில் மற்ற ஜாதி ஆட்களிடமிருந்து தேவர்கள் தனியாகப் பிரிக்கப்பட்டார்கள். பிறகு சேகரனின் கொலையில் சம்பந்தப்பட்டவர்கள் என சந்தேகிக்கப்பட்ட ஐந்து தேவர்கள் மட்டும் போலீசால் அழைத்துச் செல்லப்பட்டார்கள். பிறகு மாயாண்டி இருமுறை துப்பாக்கிக் குண்டுகள் வெடித்ததைக் கேட்டார்.[42]

போலீஸ் நடவடிக்கைக்குப் பிறகு, கீழத்தூவலின் மொத்த தேவர் சமூகமும் கிராமங்களை விட்டு ஓடிப்போய்விட்டது. துப்பாக்கிச் சூட்டில் இறந்த தேவர்களின் சடலங்களைப் பெற்றுக் கொள்ளுமாறு கிராமப் பெரியவர்களை வேண்டிக் கொள்ள ஆட்சியர் தனது சிறப்புத் தூதுவர்களை அனுப்ப நேர்ந்தது. தவசியாண்டித் தேவர், ஜகந்நாத தேவர், சிவமணி (வாத்து) தேவர், சித்திரவேலுத் தேவர், கூழு என்ற முத்துமணித் தேவர் ஆகியோரது சடலங்கள் அப்படியே கிடந்தன.[43] ராயும் அவரது படையும் கிராமத்தினரை அடித்தார்கள். பானைகளையும், வீடுகளின் ஓடுகளையும் உடைத்தார்கள். தேவர்களைக் கட்டிப் போட்டார்கள். பள்ளியின் பூட்டை உடைத்துத் திறந்து அதில் தேவர்களை அடைத்தார்கள். ஐந்து தேவர்களை மட்டும் தனியாகப் பிரித்து கண்களைக் கட்டி சுட்டார்கள் என்று கூறப்பட்டதை போலீசும், அரசாங்கமும் ஏற்க மறுத்தன.[44]

காவல்துறை கீழத்தூவல் கிராமத்தை குற்றங்களின் கூடாரமாகக் கருதியது. அவ்வூர்க்காரர்கள் மீது சிறு குற்றங்களிலிருந்து, கடுமையான குற்றங்கள்வரை பல வழக்குகள் இருந்தன. இக்கிராமத்தின் சோமுத்தேவர், கருப்பணத் தேவர் என்ற இருவர் வெங்கடகுறிச்சியின் (பாப்பாகுடி யூனியன்) பள்ளர்களின் ஆடுகளைத் திருடியதற்காக ஆறுமாதங்கள் சிறை சென்றார்கள்.[45] பக்கத்துக் கிராமமான கண்ணுசேரியின் பள்ளர்கள் பலர் திருச்செந்தூர் சென்றிருந்ததை அறிந்த கீழத்தூவல், மேலத்தூவல் தேவர்கள் அந்தக் கிராமத்திற்குச் சென்று கொள்ளையடித்தார்கள். இக்கொள்ளையின்போது பத்து பள்ளர்கள்

---

41. இந்தப் பள்ளி இருந்த கட்டிடத்தில் இப்போது முத்துராமலிங்கத் தேவருக்கு கோவில் இருக்கிறது. ஆரம்பத்தில் அது ஓராசிரியர் பள்ளியாக இருந்தது. ஆசிரியர் சம்பளத்தை ஊர்க்காரர்கள் தந்தார்கள். இப்போது கிராமத்திலுள்ள முதுகுளத்தூர் யூனியன் பஞ்சாயத்து துவக்கப் பள்ளி 1957 கலவரத்திற்குப் பிறகே ஆரம்பிக்கப்பட்டது என்கிறார்கள் கிராமத்தினர்.

42. The Hindu, 21 September 1957.

43. The Hindu, 27 September 1957. Also see Firing Case Details, Mudukulathur police station.

44. The Hindu, 23 September 1957.

45. பதிலடியாக கீழத்தூவல், மேலத்தூவல் தேவர்கள் இந்த அவமானத்திற்கு வெங்கடகுறிச்சி தலித்துகள்தான் காரணம் என்று அவர்களது வீடுகள், பயிர்களை நாசம் செய்தார்கள். (இராமநாதபுரம் ஜில்லாவில் நடக்கும் கலவரங்கள் ஜாதிச்சண்டையா அல்லது அரசியல் குழப்பமா?)[13]

காயமடைந்தார்கள்.[46] நரியான் கிராமத்தின் ஒரு பள்ளரின் விவசாயக் கருவிகள், சுமார் பத்து கோழிகள் ஆகியவற்றைத் திருடியதாக அங்குசாமித் தேவர்மீது வழக்குப் பதிவு செய்து அபிராமம் காவலர்கள் விசாரித்துக் கொண்டிருந்தனர்.[47] இச்சம்பவம் 1957 செப்டம்பர் 7ம் தேதி அவர் ஆணைசெரியில் கட்டபொம்மன் நாடகம் பார்த்ததற்குப் பிறகு நடந்த சம்பவம். சேகரன் கொலை வழக்கில் கீழத்தூவலின் மற்ற ஏழு தேவர்களுடன் சேர்த்து, அங்குசாமித் தேவர்தான் முதல் குற்றவாளி.

ஊருக்கே இப்படியொரு அவப்பெயர் இருந்ததால், சேகரன் கொலை வழக்கில் போலீஸ் தூவல் தேவர்களை பொய்யாக சேர்த்திருக்க வாய்ப்பு உள்ளது. 2010-இல் நான் கீழத்தூவல், மேலத்தூவல் கிராமங்களுக்குச் சென்றபோது, கிராமத்தினர் இம்மானுவல் சேகரனின் கொலைப் பற்றிப் பெருமையாகப் பேசினார்கள். சேகரன் பற்றி தேவர் கொண்டிருந்த மனவருத்தத்திற்கு அவர்கள் பழிவாங்கிவிட்டார்கள். போலீஸ் ஐந்து தேவர்களை போலீஸ் சுட்டுக் கொன்ற கண்மாய் பக்கத்து இடத்திற்கு கிராமத்தினர் என்னை அழைத்துச் சென்றார்கள். இறந்தவர்களுக்கு நினைவுச் சின்னமாக அங்கு ஐந்து கற்கள் நடப்பட்டிருந்தன. 2010-ல் நான் அங்கு சென்றபோது, சேகரனைக் கொல்ல அங்குச்சாமித் தேவர் மற்றும் பிறரோடு பரமக்குடிக்குச் சென்றவரான முனிசாமித் தேவருக்கு 83 வயது. அவர் துப்பாக்கிச் சூட்டிற்குப் பிறகு நடந்தவற்றை நினைவு கூர்ந்தார். அவர் கூறியதாவது:

> ‘முதுகுளத்தூர் சார்பு ஆய்வாளர் எஸ்.நடராஜன்[48] தந்த பட்டியலை வைத்து, குறி வைக்கப்பட்ட ஆட்களை போலீஸ் தனியாகப் பிரித்தது. மற்றவர்களை பள்ளிக்கூடமாகப் பயன்பட்ட கட்டிடத்தில் அடைத்து வைத்துவிட்டு, ராயும், நடராஜனும், ஜமேதார், லான்ஸ் நாயக் துணையோடு அவர்களைக் கண்மாய்ப் பக்கம் அழைத்துச் சென்றார்கள். பிறகு சில துப்பாக்கி சுடும் சத்தங்கள் கேட்டன. அடுத்தசில நிமிடங்களில் ஆய்வாளர் ராய் பொன்னுச்சாமித் தேவரை ஐந்து பாய்களைக் கொண்டுவரச் சொன்னார். கண்மாய்க்குப் பின்புறம் போலீசிடம் பாய்களைக் கொடுத்துவிட்டு அவர் திரும்பி வந்ததும், குண்டுக் காயங்களோடு ஐந்து தேவர்கள் உயிருக்குப் போராடிக் கொண்டிருக்கும் செய்தி பரவ ஆரம்பித்தது. கிராமத்தினர் கல்லெறிய ஆரம்பித்ததாகவும், அதன்பிறகுதான் போலீஸ் சுட நேர்ந்தது எனக் காட்டுவதற்காக போலீஸ் சாலையிலிருந்து கற்களைக் கொணடு வந்து அந்தப் பகுதி முழுவதும் போட்டனர் என முனிசாமித் தேவர் கூறினார்.

அப்போது 27 வயது இளைஞராக இருந்த முனிசாமித் தேவர், போலீஸ் கிராமத்திற்கு வந்ததும் தப்பி ஓடியவர்களில் ஒருவர். கிராமப்

46. மேலது., பப. 9-11

47. G.O. No. 405 (Ms) Public (General -A) (confidential),11 February 1958.

48. நடராஜன் பிறப்பால் பிராமணர். கண்டிப்பிற்குப் பெயர் போனவர்.

பெரியவர்கள் அவரை ஊருக்கு வந்துவிடுமாறு கெஞ்சியது அவருக்கு நினைவிருக்கிறது. பெரியவர்கள் குற்றவாளிகள் யாரையும் தாங்கள் மறைத்து வைக்கவில்லை என்று போலீசுக்குக் காட்ட விரும்பினார்கள். ஆனால், முனிசாமித் தேவரின் கூற்றுப்படி, ராய் கிராமத்தினர் மனதில் அச்சத்தை ஏற்படுத்த ஒரு சரியான திட்டத்தோடுதான் வந்திருந்தார்.[49]

கீழத்தூவல் துப்பாக்கிச் சூட்டிற்குப் பிறகு, அரசாங்கம் இளஞ்சம்பூரில் கொஞ்சம் பிரச்சனை வரலாம் என்று எதிர்பார்த்திருக்க வேண்டும். இளஞ்சம்பூரில் தேவர்களின் எண்ணிக்கைதான் அதிகம். பக்கத்து வீராம்பல் கிராமத்தில் (முதுகுளத்தூர் தாலுகா) இதே போன்று அதிக எண்ணிக்கையில் பள்ளர்கள் இருந்தார்கள். என்ன காரணமோ தெரியவில்லை. இடைத் தேர்தலுக்குப் பின் அதற்கு முந்தைய 10 நாட்களாக அங்கிருந்த போலீஸ் குழுக்களை செப்டம்பர் 14ம் தேதி அரசாங்கம் திரும்பப் பெற்றது. கலவரப் பகுதிகளைப் பார்வையிட்ட காவல்துறை ஐ.ஜி. ராஜரத்தினம், 'செப்டம்பர் 15-ஆம் தேதி, பதட்டமான இடங்களிலெல்லாம் போதுமான போலீஸ் பாதுகாப்பு போடப்பட்டுள்ளது' என்று பத்திரிகைச் செய்தி வெளியிட்டார்.[50] ஆனால் செப்டம்பர் 16-ஆம் தேதி காலை சுமார் 6 மணியளவில் வீராம்பலிலிருந்து ஒரு பள்ளர் கோஷ்டி இளஞ்சம்பூரை (ஒரு தேவர் கிராமம்) தாக்க சென்று கொண்டிருப்பதாக செய்தி வந்தது. அவர்கள் ஒரு தேவர் வீட்டிற்குள் நுழைந்து, நான்கு பேரைக் கொலை செய்து, சடலங்களை தீக்குள் வீசி எறிந்தார்கள்.[51]

தேவர்களும், பள்ளர்களும் வாழும் வீராம்பல் கிராமத்தில் பள்ளர்கள் எண்ணிக்கையில் அதிகம். அவர்களுக்கு சொந்த நிலங்கள் இருந்தன. தேவர்களுக்கும் நிலங்கள் இருந்தன. 1961-64-ல் அமெரிக்காவில் ஓஹியோ மாநிலத்தில் உள்ள ஒபர்லின் கல்லூரியின் ஆய்வு மாணவர் சார்லஸ். ஏ. ரையர்சன் 1963-ல் ராமநாதபுரத்தில் கலவரத்தால் பாதிக்கப்பட்ட இடங்களைச் சென்று பார்த்தார். வீராம்பலில் ஜாதி ஒடுக்குமுறைக்கு எதிராக பள்ளர்கள் கிளர்ச்சி செய்ய பல்வேறு விஷயங்கள் காரணமாக இருந்ததைக் கண்டறிந்தார். தனது நாட்குறிப்பில், அவர் கலவரத்தின் பின்னணி பற்றி கூறியதாவது:

> 'அரசியல் மற்றும் பாராளுமன்ற ஜனநாயகத்தின் அழுத்தங்கள் விழிப்புணர்வு வளர உதவின. சிலர் பிரிட்டிஷ் ஆட்சியில் ராணுவத்தில் பணிபுரிந்து, புதிய கருத்துகளோடு ஊர் திரும்பியிருந்தார்கள். சிலர் மலேயா போய் சம்பாதித்து, மாறிய கண்ணோட்டத்தோடு கிராமத்திற்குத் திரும்பி வந்திருந்தார்கள். ஆனால் புரட்சியில் மிக முக்கியமான அம்சம்

49. முனிசாமித் தேவரோடு 2012 ஆகஸ்ட் 13 அன்று நேர்காணல்

50. ஐஜியின் அறிக்கை வருவதற்கு முந்தைய நாள்தான் ஊர்குடியில் தலித்துகளுக்கும், தேவர்களுக்கும் மோதல் நடந்தது. இதில் நான்கு தலித்துகள் காயமடைந்திருந்தார்கள்.

51. தினகரன், முதுகுளத்தூர் கலவரம் (மதுரை,1958), ப. 49.

கிறிஸ்துவத்தின் தாக்கம்தான். இப்பகுதியில் கடந்த நூற்றாண்டில் பணிசெய்த மிஷனரிகள் (SPG-Society for the Propagation of the Gospel) உண்மையான புரட்சிக்கான விதைகளை விதைத்தார்கள். கல்வியின் மீது அவர்களுக்கு இருந்த நம்பிக்கை காரணமாக, விரைவில் வீராம்பாலில் சின்ன குடிசைப் பள்ளி தோன்றியது. தாழ்த்தப்பட்ட சிறுவர், சிறுமிகள் அதில் எழுதப் படிக்கக் கற்றார்கள். அதே சமயம் அவர்களது தேவரின சகோதரர்கள் இந்த புதிய முயற்சியில் அக்கறை காட்டவில்லை'[52] .

இரு சமூகங்களுக்கிடையிலான மோதல் 1949-லிலேயே இருந்திருக்கிறது. அப்போது ஞானமுத்து என்ற பள்ளர் கிறிஸ்துவருக்கும், ஒரு தேவருக்கும் நிலத் தகராறு ஏற்பட்டது. பின்னவருக்கு இளஞ்சம்பூர் தேவர்களின் ஆதரவு இருந்ததால், தகராறுக்கு ஜாதிச் சாயம் கொடுக்கப்பட்டது.[53] நிலத்தகராறைத் தீர்க்க 1949 ஆம் ஆண்டு அக்டோபர் 23-ம் நாளன்று நடந்த கட்டப்பஞ்சாயத்து,ஆயுதமேந்திய சுமார் நூறு தேவர்கள், ஐம்பது பள்ளர்களின் மோதலுக்கு இட்டுச் சென்றது. ஞானமுத்துக்கு ஆதரவாக ஞானமுத்துதாசன், ஆப்ரகாம், திரவியம் ஆகிய ஊர்ப் பெரியவர்கள் பேச்சுவார்த்தையில் ஈடுபட்டார்கள். பேச்சுவார்த்தை நடக்கும் போதே, இளஞ்சம்பூரைச் சேர்ந்த சுமார் 500 தேவர்கள் வீராம்பல் பஞ்சாயத்தாரை 'பயங்கர ஆயுதங்களால்' தாக்கினார்கள். நான்கு பள்ளர்களும் சம்பவ இடத்திலேயே உயிரிழந்தார்கள்.[54] பள்ளர்களின் எதிர்தாக்குதலில், ஒரு தேவர் கொல்லப்பட்டார். பதினேழு தேவர்கள் மீது வழக்கு நடந்து 1950 ஆம் ஆண்டு அக்டோபர் 26 அன்று மாவட்ட செசன்ஸ் நீதிபதி அவர்களுக்கு பல்வேறு ஆண்டுகள் சிறைத் தண்டனை விதித்தார்.[55]

இந்தச் சம்பவத்திலிருந்தே இப்பகுதி எப்போதுமே பதட்டமான பகுதியாகக் கருதப்பட்டது. இளஞ்சம்பூர் பகுதியில் காவலர் பாதுகாப்பு திரும்பப் பெறப்பட்ட பிறகு, செப்டம்பர் 16 இளஞ்சம்பூர் தேவர்கள் மீது தாக்குதல் நடத்திய வீராம்பல் பள்ளர்கள் 'மறவர்களின் பதிலடியை' எதிர்பார்த்து பதட்டமாக இருந்தார்கள். செப்டம்பர் 20ம் தேதி தாக்கப்படுவோம் என்று எதிர்பார்த்த அவர்கள், காலை 6 மணிக்கு உள்ளூர் செயிண்ட் பால் தேவாலயத்தில் அடைக்கலம் புகுந்தார்கள். தேவாலய கதவுகள், ஜன்னல்களையெல்லாம் அடைத்துவிட்டார்கள். ஒரு தேவர் கும்பல் ஜன்னல்களை உடைத்துக்கொண்டு, பள்ளர்கள் மேல் கண்மூடித்தனமாகச் சுட்டதில் இருவர் (மோசை, முத்து) சம்பவ

52. Charles A. Ryerson, *Encounter in South India,* Washington, DC: Overseas Mission Society, 1965, vol.3, p.55

53. The Hindu, 27 October 1957.

54. *இராமநாதபுரம் ஜில்லாவில் நடக்கும் கலவரங்கள் ஜாதிச்சண்டையா அல்லது அரசியல் குழப்பமா? ப. 7*

55. Cited in G.O. No. 404 (Ms) Public (General -A) (confidential) Department,11 September 1958.

இடத்திலேயே உயிரிழக்க, 23 ஆண்கள், 10 பெண்கள், 3 குழந்தைகள் காயமடைந்தார்கள். தேவாலயக் கதவுகளுக்குத் தீ வைத்தார்கள். முதுகுளத்தூர் மருத்துவமனைக்குச் சிகிச்சைக்காக அனுப்பப்பட்ட காயம்பட்ட ஒருவர் மறுநாள் இறந்தார். எல்லாக் காயங்களுமே துப்பாக்கிக் குண்டுகளால் ஏற்பட்டவை என்று நம்பப்படுகிறது. பள்ளர் பகுதியில் 40 குடிசைகள் தீயிட்டுக் கொளுத்தப்பட்டன.[56]

இறந்தவர் எண்ணிக்கை சொத்து சேதம் பற்றி காவல்துறை துல்லியமான தகவல்கள் தரவில்லை. பின்னர், சட்டமன்றத்தில் இப்பிரச்சனை எழுப்பப்பட்டபோது, உள்துறை அமைச்சர், கலவரத்தில் 12 நபர்கள் இறந்ததாகக் கூறினார். இதில் ஏழு பேர் பள்ளர்கள். ஐவர் தேவர்கள். சேதமடைந்த சொத்துகள் பற்றி கூறுகையில் அமைச்சர், ஹரிஜன்களின் இழப்பு ரூ. 20000/- என்றும், பாதிக்கப்பட்ட 70 நபர்களுக்கு அரசாங்கம் தலா ரூ.30/- மற்றும் சிறிது தானியங்களும் நிவாரணமாக அளித்ததாகக் கூறினார்.[57] முதுகுளத்தூர் காவல் நிலையத்தில் இந்திய தண்டனைச் சட்டத்தின் பல்வேறு பிரிவுகளின் கீழ் 61 நபர்கள் மீது வழக்கு பதிவு செய்யப்பட்டது. 1959 ஆம் ஆண்டு மார்ச் 6ம் தேதி குற்றவாளிகளில் 7 பேருக்கு ஆயுள் தண்டனை தரப்பட்டது. அவர்கள் பழனித் தேவர், கஜேந்திரத் தேவர், குழந்தைசாமித் தேவர் (இளஞ்சம்பூர்), அப்பனூரின் அர்ச்சுனத் தேவர், ஏனாதியின் அழகிரிசாமித் தேவர், கிடத்திருக்கையின் ரத்தினவேல் தேவர் ஆகியோர் உள்ளிட்ட 51 குற்றவாளிகள் விடுதலை பெற்றார்கள்.[58]

சம்பவம் முடிந்து ஒரு வாரத்திற்குப் பிறகு தலித் தலைவர்களின் ஒரு குழு அப்பகுதியைப் பார்வையிட்டது. இக்குழுவில் பி.எஸ். மூர்த்தி (காக்கிநாடா, ஆந்திரப் பிரதேசம்) ஆர்.எஸ்.ஆறுமுகம் (கங்கை கொண்டான்) ஆகிய பாராளுமன்ற உறுப்பினர்களும் இருந்தார்கள். மத்திய ஹரிஜன் ஆலோசனை போர்டு உறுப்பினரான மூர்த்தி, பத்திரிகையாளர்களிடம் கூறுகையில், 'முதுகுளத்தூர் தாலுகாவின் வீராம்பல் செயிண்ட் பால் தேவாலய சம்பவங்கள் மனிதக் கொடூரத்தின் உச்சமாகும். இந்த தனிமையான தேவாலயத்தையும் துப்பாக்கிச்சூட்டிற்கும் தீக்கும் ஆளானவர்களின் நிலையையும் பார்க்கும்போது ஜாலியன்வாலாபாக் சம்பவம், கல்கத்தாவின் பிளாக் ஹோல் சம்பவம் எல்லாம் ஒன்றுமேயில்லை. இந்த கொடூரத்தைச் செய்தவர்கள் யாராக இருந்தாலும் சரி; இச்சம்பவம் மோசமான ஜாதிவெறியைக் காட்டும் தென்னிந்தியாவின் பெரிய அவமானகரமான சம்பவமாகும்,' என்றார்.[59]

---

56. Cited in G.O. No. 404 (Ms) Public (General -A) Department,11 September 1958.the Hindu, 21 September 1957.
57. G.O. No. 210 (Ms) Public (General -A) Department (confidential),25.1. 1958.
58. Firing Case Details, 1957, Mudukulathur police station.
59. The Hindu, 28 September 1957.

பள்ளர்களின் பதிலடி பல இடங்களில் நடக்க இருந்தது. இளஞ்சம்பூர் தேவர்களைத் தாக்குவதற்கான ஒரு முயற்சியை காவல்துறை முறியடித்தது.[60] தலித்துகள் ஒரு முக்கியமான தேவரின் வீட்டை சூறையாடினார்கள். இளஞ்சம்பூர் ரத்தினவேல்சாமித் தேவரின் பணியாளான் நாகுத்தேவர், செப்டம்பர் 20ஆம் தேதி இளஞ்சம்பூரின் அனைத்து வீடுகளும், தானியங்களும், பொருட்களும் காவல்துறையினரால் தீயிட்டுக் கொளுத்தப்பட்டதாக மாவட்டக் ஆட்சியருக்கு தந்தி அனுப்பினார். ஆட்சியர் நாகுத் தேவரையும், மற்றொரு புகார்தாரரான வெள்ளைச்சாமித் தேவரையும் இது பற்றி விசாரித்தபோது, பள்ளர்கள் காவல்துறையின் துணையோடு ஒரு தேவர் வீட்டுக்குத் தீ வைத்ததாகச் சொல்லப்பட்டது- 'செப்டம்பர் 20ம் தேதி காலை சுமார் 10 மணிக்கு, நான் கிராமத்தில் முதலாளி வீட்டில் இருந்தபோது, போலீசும், பள்ளர்களும் கிராமத்தில் நுழைந்து, கஜேந்திரத் தேவர் வீட்டிற்குத் தீ வைத்ததைப் பார்த்தேன். பள்ளர்கள் அந்த வீட்டிலிருந்த தானியங்களைக் கொள்ளையடித்தார்கள். என் முதலாளி அப்போது முதுகுளத்தூரில் இருந்ததால், நான் முதுகுளத்தூருக்கு விரைந்து சென்று அவரிடம் நடந்தவற்றைக் கூறி, தந்தி அடித்தேன்.' என்றார் நாகுத் தேவர்.[61] காலை சுமார் 10 மணியளவில் ஐம்பது பள்ளர்களும், ஐம்பது போலீஸ்காரர்களும் கிராமத்திற்குள் நுழைந்ததை இரண்டு ஃபர்லாங் தூரத்திலிருந்து தான் பார்த்ததாக வெள்ளைச்சாமித் தேவர் கூறினார். அவர்கள் கஜேந்திரனின் வீட்டிற்குத் தீ வைத்ததை அவர் பார்த்திருக்கிறார். அதே போல எல்லா வீட்டுக்காரர்களும் அவரது வீடு கொளுத்தப்பட்டதையும், தானியங்கள் கொள்ளையடிக்கப்பட்டதையும் பார்த்திருக்கிறார்கள்.[62]

அதே நாளில் இருளாண்டிப்பட்டி, சேந்தகோட்டை கிராமங்களில் ஆயுதமேந்திய ஒரு தேவர் கும்பல் சுமார் அறுபது பள்ளர் வீடுகளைக் கொளுத்தியது. இதில் ஒரு பெண் உட்பட மூன்று பள்ளர்கள் இறந்தார்கள். மற்றொரு தலித் பெண் காயங்கள் காரணமாக பின்னர் இறந்தார்.[63] காக்கூரில் ஒரு தேவர் கும்பல் ஒரு போலீஸ் ரோந்துக்

---

60. மேலது, 23 September 1957. கள்ளத்திகுளம், குண்டுகுளம், கொரக்குளம், கோவிலாங்குளம் கிராமங்களில் (அனைத்தும் அருப்புக்கோட்டை தாலுகா) செப்டம்பர் 23 வரை தேவர்களின் வன்முறை வெறியாட்டம் தொடர்ந்தது. பின்னர் திருமங்கலம் தாலுகா தொட்டப்ப நாயக்கனூரில் தீவைப்பு சம்பவம் நடந்ததாகக் கூறப்படுகிறது. செப்டம்பர் 23 இரவு நடந்த சம்பவத்தில் 38 தலித் வீடுகள் அழிந்தன. இக்காலகட்டத்தில் விருநகரைக் கொள்ளையடிக்க திருமங்கலம் தாலுகா தேவர்கள் போட்ட திட்டம் சிவகாசியில் இருந்த காவல் உதவி கண்காணிப்பாளரின் எச்சரிக்கையால் தடுக்கப்பட்டது. The Hindu, 23, 26 sep 1957

61. G.O. No. 2442 (Ms) Public (General -A) Department (confidential),8.September 1958.

62. மேலது.

63. The Hindu, 18 September 1957.

குழுவைத் தாக்கியது. 'தற்காப்பிற்காக' போலீஸ் ஐந்து ரவுண்ட் சுட்டது. இதில் யாருக்கும் ஏற்படவில்லை.[64]

III

வீராம்பலில் அந்தக் கொடூர சம்பவம் நடந்த அன்று, முத்துராமலிங்கத் தேவர் வடக்கம்பட்டியில் ஒரு பொதுக்கூட்டத்தில் பேசினார்.[65] முதுகுளத்தூர் மற்றும் அதன் சுற்றுவட்டாரத்தில் காவல் துறையினரின் செய்த கைது நடவடிக்கைகள் பற்றிக் குறிப்பிடும் போது, தேவர் "எனது சொந்தக் கிராமத்தில் எனது சமையல்காரர் மற்றும் சில உறவினர்கள் உள்ளிட்ட தேவர்களைக் கைது செய்திருப்பது என்னை சண்டைக்கு இழுப்பதாகும்." என்றார். முதுகுளத்தூர், பரமக்குடி தாலுகாக்களில் கொந்தளித்துக் கொண்டிருக்கும் ஜாதி மோதல்கள் பற்றி சுட்டிக் காட்டிய அவர், "காங்கிரஸ் போர் தொடுக்க ஒரு தவறான இடத்தைத் தேர்ந்தெடுத்து விட்டது. இப்பகுதியில் உள்ளவர்கள் வீரம்மிக்கவர்கள். பிரிட்டிஷ் ஆட்சிக் காலத்திலேயே துப்பாக்கிகளையும், குண்டுகளையும் சந்தித்தவர்கள்," என்றார். தமது மக்களின் பழைய வரலாற்றை வைத்துப் பார்த்தால், அவர்கள் போலீசுக்கோ, சிறப்பு ஆயுதப் படைக்கோ அல்லது ராணுவத்திற்கோ அஞ்சமாட்டார்கள். பலத்தால் நிலைமையைக் கட்டுப்படுத்த முயற்சி செய்தால் பலத்தைப் பலத்தால் சந்திப்போம். தமது மக்களும் துப்பாக்கிகளைப் பயன்படுத்துவார்கள். நாட்டில் 'தர்மத்தை' நிலைநாட்ட உள்நாட்டுப் போர் நடத்தப்படும் என்றார்.[66] தேவரின் பேச்சு பரமக்குடி மற்றும் அதனைச் சார்ந்த பகுதிகளின் தேவர்களை தூண்டிவிட்டது போல் ஆனது.

கீராந்தை (முதுகுளத்தூர் தாலுகா) பள்ளர்கள் தேவர்கள் தங்களை எந்த நேரமும் தாக்குவார்கள் என்று அஞ்சினார்கள். ஆறுவாரங்களுக்கு முன் (ஜூலை 24) 500 பள்ளர்கள் கீராந்தையில் கூடினார்கள். தேவர்கள் இந்தக் கூட்டத்தைத் தமக்கு ஆபத்தானதாகக் கருதினார்கள். பள்ளர்கள் தாக்குதல் நடத்தத் திட்டமிடுகிறார்களோ? என எண்ணியதால் பதிலுக்கு தேவர்களும் ஜூலை 28ம் தேதி அதே கிராமத்தில் பெரிய கூட்டத்தைக் கூட்டினார்கள். இதுபற்றிக் கேள்விப்பட்ட காவல்துறை, துரிதமாக செயல்பட்டு நடக்கவிருந்ததோர் மோதலைத் தவிர்த்துவிட்டது.[67] காவல்துறையின் கூற்றுப்படி, தேவரின் கோபமூட்டும் பேச்சைத் தொடர்ந்து, செப்டம்பர் 17ம் தேதி மாலை பக்கத்து பள்ளர் கிராமங்களைத் தாக்குவதற்காக கீராந்தையில் சுமார் 1000 ஆயுதமேந்திய தேவர்கள் திரண்டார்கள். இந்தக் கூட்டம் துப்பாக்கி உள்ளிட்ட- 'பயங்கர ஆயுதங்களோடு'- சிறப்பு ஆயுதப் படையை நோக்கி வந்தது.

---

64. Firing Case Details, 1957, Mudukulathur police station.

65. மதுரையிலிருந்து சுமார் 28 கி.மீ. தூரத்தில் கருமாத்தூர் அருகே உள்ள கிராமம்.

66. The Hindu, 27 October 1957.

67. No.405 (Ms) Public (General -A) (confidential) Department, 11.February 1958.

போலீஸ் துப்பாக்கிச் சூடு நடத்தி நான்கு பேரைக் கொன்றது. தப்பிச் செல்ல முயன்ற சௌமியன், செல்வராஜ் மற்றும் எண்பத்தியாறு பேர் கைது செய்யப்பட்டு, அவர்கள்மேல் கடலாடி காவல் நிலையத்தில் வழக்கு பதிவு செய்யப்பட்டது.[68]

சசிவர்ணத்தேவர், தமது பங்கிற்கு, கீரந்தை இறப்புகளுக்கு காவல்துறை மீது பழி சுமத்தினார். 'மெட்ராஸ் சட்டமன்றத்தில் நம்பிக்கையில்லாத் தீர்மானத்தில் பேசும்போது அவர் "கீரந்தையில் கிளர்ச்சியே நடக்கவில்லை" என்றார். வன்முறை குறித்த சசிவர்ணத்தேவரின் மதிப்பீடு, அரசாங்கத்தின் மதிப்பீட்டிலிருந்து மாறுபட்டிருந்தது. "தேவர்களுக்கும், பள்ளர்களுக்கும் இடையில் மோதல் இல்லை, செப்டம்பர் 17 அன்று மாலை கடலாடியின் சார்பு ஆய்வாளர் வந்ததாகவும், அவர் வானத்தைப் பார்த்து சுட ஆரம்பித்ததால் தேவர்கள் இரவு உணவுகூட சாப்பிடாமல் பயத்தில் ஓட ஆரம்பித்தனர். துப்பாக்கிச் சூட்டில் ஏழு பேர் இறந்தார்கள். இதில் ஒருவர் குடிசைக்குள் வைத்து சுடப்பட்டார். மத்திய உள்துறை விவசாய அமைச்சர் பல்வந்த்ராவ் தாதரும், மதராஸ் மாகாண உள்துறை அமைச்சர் பி.கக்கனும் இப்பகுதியைப் பார்வையிட்டபோது, அவர்களின் ரத்தக்கறைகளைப் பார்த்தார்கள்" என்பது அவரது கூற்று.[69] முதல்நாளின் பள்ளர்கள் கூட்டத்திற்கு எதிர்வினையாக பள்ளர்களைத் தாக்கும் நோக்கத்தோடு தேவர்கள் பெரிய எண்ணிக்கையில் செப்டம்பர் 17ஆம் தேதி காலை கீரந்தையில் கூடினார்கள் என்ற உண்மையை சசிவர்ணத் தேவரின் கூற்று மறைக்கிறது.

கீரந்தை வன்முறை பற்றிய ஒரு காவல்துறை அறிக்கை புத்தாம்பலில் பள்ளர் வீடுகளைச் சூறையாடிய கும்பல் மஞ்சள் நீர் தெளித்த ஆடைகளை அணிந்து சென்றதாகக் கூறுகிறது.[70] போருக்குத் தயாராகும் போது, உடைகளில் மஞ்சள் நீரைத் தெளிப்பது மறவர்களின் வழக்கம்.[71] பள்ளர்களும் போருக்குத் தயாராக இருந்தார்கள். இராமநாதபுரம் சர்க்கிள் இன்ஸ்பெக்டர் முத்துகிருஷ்ணன் தலைமையிலான ஒரு போலீஸ்படை, கீரந்தை தேவர்களைத் தாக்க ஆயுதம் ஏந்திச் சென்ற 120 பள்ளர்களைக் கைது செய்தது.[72] ஏராளமான அரிவாள்களும் மற்ற பயங்கர ஆயுதங்களும் கைப்பற்றப்பட்டன. 'பயங்கர ஆயுதங்களோடு சட்டவிரோதமாகக் கூடியதாக' அவர்கள் மீது ராமநாதபுரம் ஆய்வாளர்

68. இவ்வழக்கு 1958 மே 28 அன்று புதுக்கோட்டை முதல் வகுப்பு மாஜிஸ்திரேட் நீதிமன்றத்தில் விடுதலையில் முடிந்தது. cr No 74/57 u/s 147, 148, 149, 352 and 307 1 pc. 1957 Firing Case Details, Mudukulathur Poilice station.

69. MLAD, vol. V, 1957, p.178.

70. G.O. No. 1280 (Ms) Public (General -A) Department, 8 April 1958.

71. மஞ்சள் நீர் தெளித்த ஆடை 'உறுதியையும்', தியாகத்தையும் குறிப்பிடுவதாகும். The Hindu, 20 september 1957. செப்டம்பர் 18 அன்று மாலை சுமார் 4 மணிக்கு ஒரு தேவர் கும்பல் தாத்தாங்குடி கிராமத்தில் (சிக்கல் போலீஸ் எல்லையைச் சார்ந்தது) தலித் வீடுகளுக்குத் தீ வைத்தார்கள்.

72. The Hindu, 18 September 1957.

வழக்கு பதிவு செய்தார்.[73] 1957 செப்டம்பர் 20 அன்று மதராஸ் ஆளுனரிடம் சமர்ப்பித்த மனுவில் முத்துராமலிங்கத் தேவரும், சசிவர்ணத் தேவரும் சிறப்பு ஆயுதப்படை கீராந்தையில் ஏழு பேரை சுட்டுக் கொன்றதாகக் குறிப்பிட்டனர். அதில் மூவர் உள்ளூர்வாசிகள், நால்வர் 'யதேச்சையாகக்' கீராந்தை வந்தவர்கள் என்றனர். துப்பாக்கிச் சூட்டில் மூவர் மட்டுமே இறந்ததாக 'இந்து பத்திரிக்கை' செய்தி வெளியிட்டது.[74] காவல்துறை ஆவணங்கள் துப்பாக்கிச் சூட்டில் நால்வர் இறந்ததாகக் காட்டுகின்றன.[75]

செப்டம்பர் 18ம் தேதி முத்துராமலிங்கத் தேவர் மதுரை திலகர் திடலில் ஒரு மாபெரும் பொதுக்கூட்டத்தில் பேசினார். நடந்த சம்பவங்களைத் தனது கண்ணோட்டத்தின்படி தேவர் கூறியதைக் கொட்டும் மழையில் நின்றபடி, ஆயிரக்கணக்கான தேவர்கள் கேட்டார்கள். கீழத்தூவல் துப்பாக்கிச் சூடு உட்பட அனைத்து சம்பவங்களுக்கும் தேவர் நீதி விசாரணை கோரினார்.[76]

அதேநாள் மாலையில் பரமக்குடியில், இந்தியக் கம்யூனிஸ்ட் கட்சியின் பரமக்குடி கிளை ஊர்வலம் ஒன்றை நடத்தியது. கம்யூனிஸ்ட் கட்சி 'ஜாதி மோதல்களால் யாருக்கும் வெற்றி கிட்டாது' என்றது.[77] உள்ளூர் பெருமாள் கோவில் அருகே பொதுக் கூட்டம் நடத்தியது. இராமநாதபுரம் மாவட்டச் செயலாளர் எம்.வி. சுந்தரம் தலைமை தாங்கினார். பேச்சாளர்கள் காங்கிரஸ் மந்திரிசபையை விமர்சித்தார்கள். கட்சி முதலமைச்சர் காமராஜர் ராஜினாமா செய்ய வேண்டும் என்று அவருக்குத் தந்தி அனுப்பப்பட்டது.[78]

கம்யூனிஸ்டுகள் பேச்சிற்கு செவி சாய்க்காமல், மக்கள் தேவரின் பேச்சுக்கு செவி சாய்த்ததுதான் சோகம். அவரது ஆவேசப் பேச்சு இதுவரை முதுகுளத்தூர், பரமக்குடி தாலுகாக்களைத்தான் பாதித்திருந்தது. ஆனால் அவரது மதுரைப் பொதுக் கூட்டத்திற்குப் பிறகு வன்முறை மாவட்டம் முழுக்கப் பரவிவிட்டது. திருப்புவனத்திற்கு அருகே சுமார் 50 வீடுகள் கொளுத்தப்பட்டன. வாடியிலும், பிரமனூரிலும் இது போன்ற தீவைப்புகள் நடந்தன. மானாமதுரை, அருப்புக்கோட்டை போன்ற எட்டு இடங்களில் தீவைப்பு சம்பவங்கள்

73. G.O. 211. (Ms) Public (General -A) Department, 1 January 1958.

74. The Hindu, 22 September 1957.

75. 1957 Firing Case Details, Mudukulathur police station.

76. The Hindu, 20 September 1957.

77. முன்னதாக, சி.பி.ஐ.யின் ராமநாதபுரம் மாவட்டச் செயலாளர் சுந்தரம் மாவட்டக் ஆட்சியர் கூட்டிய அமைதிக் கூட்டத்தில் கலந்துகொள்ள விரும்பினார். ஆனால் 'ஜாதித் தலைவர்கள்' மட்டும்தான் அழைக்கப்பட்டுள்ளனர் என்ற காரணத்தால் அவர் அனுமதிக்கப்படவில்லை.

78. The Hindu, 20 September 1957.

நடந்ததால், போலீஸ் தடையுத்தரவு போட்டது.[79] சிவகங்கை தாலுகாவில் மிக மோசமான வன்முறை நிகழ்ந்தது. செப்டம்பர் 19, 20 ஆகிய இரு தேதிகளிலும் மதுரை-ராமநாதபுரம் சாலையின் இருபுறங்களிலும், சிவகங்கைத் தாலுகாவின் எல்லைகளிலும் நூற்றுக்கணக்கான பள்ளர் வீடுகள், 'பயங்கர ஆயுதமேந்திய' கும்பல்களால் தீக்கிரையாக்கப்பட்டன.[80] சிவகங்கைத் தாலுகாவில் செப்டம்பர் 19 அன்று மட்டும் தேவர்கள் சுமார் இருபத்தொன்பது தீ வைப்புச் சம்பவங்கள் நடத்தியிருந்தார்கள்.[81]

அன்று, பயங்கர ஆயுதங்களேந்திய சுமார் 300 தேவர்கள் பெரம்பாச்சேரி (சிவகங்கை தாலுகா) சென்று அங்கிருந்த பள்ளர் வீடுகளுக்குத் தீ வைத்தார்கள். வீடுகள் பற்றியெறிவதைக் கண்ட காவல்துறை, கூட்டத்தைக் கலைக்க ஒன்பது முறை சுட்டது. உயிர் சேதம் எதுவுமில்லை.[82] பெரம்பாச்சேரியின் கர்ணம் தீ வைப்பை தனது வீட்டு மாடியிலிருந்து பார்த்ததாகப் பின்னர் தெரிவித்தார். காவலர்கள் பாட்டரி லைட் வெளிச்சத்தை கூட்டத்தின் மீது பாய்ச்சியபோது, கூட்டத்தினர், தைரியமிருந்தால் ஜீப்பிலிருந்து இறங்கிவந்து மோதிப் பார் என்று சவால் விட்டார்களாம். பின்னர் அவர் ஏழு அல்லது எட்டு துப்பாக்கி வெடிக்கும் ஓசைகளைக் கேட்டிருக்கிறார். கூட்டம், குளம், வயல்களை நோக்கி ஓடியதைப் பார்த்திருக்கிறார். கர்ணத்தின் கூற்றின்படி யாரும் காயமடையவில்லை. ஆனால் தீயில் 110 பள்ளர் வீடுகள் முற்றிலும் சேதமாகியிருந்தன. விசாரணை நடத்திய கோட்டாட்சியர் செப்டம்பர் 19ஆம் தேதி இரவு போலீஸ் நடத்திய துப்பாக்கிச் சூடு முற்றிலும் நியாயமானது என்றார்.[83]

ஆற்றுக்கு அக்கரையில் இருந்த மழவராயனேந்தலில் (சிவகங்கை தாலுகா) தேவர்கள் தாக்குவார்கள் என்று பயந்த பள்ளர்கள் தம் வீடுகளை விட்டுவிட்டு, தங்கள் கிராமத்தில் ஜாதி இந்துக்கள் வீட்டில் தஞ்சம் புகுந்தார்கள். மறுநாள் காலை வீடு திரும்பியபோது, அவரங்காடு, மாரநாடு, வெள்ளிக் குறிஞ்சி மற்றும் சில பக்கத்துக் கிராமங்களின் தேவர்கள் தமது குடியிருப்புகள் தீயிட்டுக் கொளுத்தப்பட ஏற்பாடு செய்யப்பட்டு வருவதை அறிந்தார்கள். அவர்களது பிரதிநிதிகள் செப்டம்பர் 20ம் தேதி திருப்பாச்சேத்தி காவல் நிலையம் சென்று, தங்களது அச்சத்தைத் தெரிவித்தார்கள்.

---

79. The Hindu, 19 September 1957.

80. G.O.No. 1479. (Ms) Public (General -A) Department (confidential) 13.May 1958.

81. G.O.No. 404. (Ms) Public (General -A) (confidential) Department. September 1958.

82. மேலது.

83. G.O.No. 737. (Ms) Public (General -A) Department (confidential), 2.May 1958.

மானாமதுரை சர்க்கிள் இன்ஸ்பெக்டர், சிவகங்கை தாசில்தார் (தாலுகா மாஜிஸ்திரேட்) சிறப்பு ஆயுதப்படையின் ஜமேதார் ஆகியோர் ஒரு காவலர் படையோடு விரைந்தார்கள். காவலர்கள் வருவதற்கு முன்பே ஆயுதமேந்திய கும்பல் கிராமத்திற்குத் தீ வைத்துவிட்டது. மழவராயனேந்தலின் பள்ளர்கள் பயந்துபோய் பக்கத்துக் கரும்புத் தோட்டங்களில் ஒளிந்துகொண்டிருந்தார்கள். போலீசைப் பார்த்த பிறகுதான் வெளியே வந்தார்கள். கிராமத்தினரால் மற்ற வீடுகள் தீயில் சேதமாகாமல் காப்பாற்ற முடிந்தது. எனினும், பத்து வீடுகள் ஏற்கனவே சாம்பலாகியிருந்தன.[84]

கிராமம் கிராமமாகச் சென்று தீ வைத்துக்கொண்டிருந்த கோபாவேசமான முரட்டுக் கூட்டத்தின் வேகத்திற்கு காவல்துறையால் ஈடுகொடுக்க முடியவில்லை. கும்பல் பச்சேரி, கல்லூரணி மற்றும் சில கிராமங்களுக்குத் தீ வைத்து விட்டு, காலையில் சரியாக தீ வைக்க முடியாமல் போனதால் மீண்டும் மழவராயனேந்தலுக்கு வரப்போவதாக மானாமதுரை சர்க்கிள் இன்ஸ்பெக்டருக்கு தகவல் வந்தது.[85] மாலை சுமார் 4.30 மணியளவில் போலீசும், வருவாய்துறை அதிகாரிகளும் 18 சிறப்பு ஆயுதப் படையினருடன் மழவராயனேந்தல் சென்றார்கள். தலித் வீடுகளிலிருந்து கொள்ளையடிக்கப்பட்ட பொருட்களை தலைச்சுமையாகத் தூக்கிக் கொண்டு சுமார் 500 பேர் கொண்ட ஆயுத மேந்திய கும்பலொன்று வருவதைப் பார்த்ததும், தமது வாகனத்தை நிறுத்தினார்கள். சிவகங்கை தாலுகா மாஜிஸ்திரேட் தலைமையில் வந்த போலீஸ்படை ஆற்றைக் (வைகை) கடந்து கூட்டத்திற்குமுன் நேருக்கு நேர் வந்தது.[86] மாஜிஸ்திரேட் கூட்டத்தைப் பார்த்து ஆயுதங்களைக் கீழே போடச் சொன்னார். அடங்காத கூட்டம் போலீசைத் தாக்க முயன்றபோது, மாஜிஸ்திரேட் அச்சட்டவிரோதமான கும்பலை கலைந்து போகுமாறு எச்சரித்தார். வெறிபிடித்த கும்பல் வேல் கம்புகள், அரிவாள்களை எறிய ஆரம்பித்ததும், மாஜிஸ்திரேட் காவலர்களுக்குச் சுட உத்தரவிட்டார். முதலில் மூன்று முறை சுடப்பட்டது. கூட்டம் அடங்காததால், மேலும் மூன்று முறை சுடப்பட்டது. கூட்டத்தில் ஒருவருக்கு குண்டடி பட்டவுடன் கூட்டம் கொள்ளையடித்த பொருட்களில், தானியங்கள், பலசரக்குச் சாமான்கள், பல்வேறு பாத்திரங்கள், கோழிகள், தங்களது ஆயுதங்கள் ஆகியவற்றில்

84. G.O.No. 1479. (Ms) Public (General -A) Department (confidential), 13.May 1958.

85. மேலது.

86. மேலது.

சிலவற்றை அங்கேயே போட்டுவிட்டு ஓட ஆரம்பித்தது.[87] வன்முறை பற்றித் தகவல் அறிந்ததும், தேவகோட்டையின் கோட்டாட்சியரான எஃப் அகமது சம்பவ இடத்திற்கு விரைந்து வந்து, காயமுற்றவரை விசாரித்தார். காயமடைந்தவர் தன் பெயர் முத்துராமன் என்றும், மாரநாட்டைச் சேர்ந்த முத்துக்குடும்பன் மகன் என்றும் தெரிவித்தார். கோட்டாட்சியர் முத்துராமனை ஒரு லாரியில் ஏற்றி திருப்புவனம் மருத்துவமனைக்கு அனுப்பினார். ஆனால் அவர் வழியிலேயே இறந்துவிட்டார்.[88]

வியப்பூட்டும் விதமாக, தனது பெயரை முத்துராமன் என்று சரியாகத் தகவல் தந்த காயமடைந்தவர், தான் ஒரு பள்ளரான முத்துக்குடும்பன் மகன் என்று சொல்லிவிட்டார். செப்டம்பர் 21ம் தேதி, திருப்புவனத்தில் கோட்டாட்சியர் மரணவிசாரணை நடத்தும்போது இறந்தவரை அவரது தந்தையான மாரநாட்டின் முகிலி என்ற முத்தையா சேர்வை அடையாளம் காட்டினார். முத்தையா சேர்வை இறந்த தனது மகனின் பெயர் முத்துராமன் சேர்வை என்றார். இவ்வாறாக இறந்தவர் பள்ளர் அல்ல, சேர்வை என்று தெரிந்தது.[89] தனது விசாரணை மூலம் கோட்டாட்சியர் மாரநாடு, வள்ளிக்குறிச்சி, அரவங்காடு மற்றும் அக்கம்பக்கத்துக் கிராமங்களின் (அனைத்தும் சிவகங்கை தாலுகாவைச் சேர்ந்தவை) சேர்வைகள் பல குழுக்களாகப் பிரிந்து, பள்ளர் வீடுகளைத் தீயிட்டு, கொள்ளையடித்ததை உறுதி செய்தார். எனவே கோட்டாட்சியர் மழவராயனேந்தலில் அடங்காத, கோபாவேசமான கும்பல் மீது போலீஸ் சுட்டது 'மிகவும் அவசியமானது, முற்றிலும் நியாயமானது, அத்துமீறியதல்ல' என்று முடிவு செய்தார்.[90] மழவராயனேந்தலில் பாதிக்கப்பட்ட பள்ளர்களுக்கு அரசாங்கம் தலா ரூ.30-ம், கேழ்வரகும் நிவாரணமாகத் தந்தது.[91]

முத்துராமலிங்கத் தேவரின் விசுவாசிகளான அகமுடையார்கள் அதிகம் வாழும் மானாமதுரை, அருப்புக்கோட்டைத் தாலுகாக்களில் இக்காலகட்டத்தில் வன்முறை அதிகமாக இருந்தது. திருப்புவனம், திருப்பாச்சேத்தி ஆகிய இடங்களில் தாலுகா அலுவலகங்களுக்குத்

87. மேலது.

88. மேலது, முத்துராமன் அரவங்காட்டின் ராமநாதன் சேர்வை, கருப்பையா, பொன்னுசாமி, பழனிச்சாமி, பொன்னையா, மஹாதேவன், செல்லையா, வீரபத்திரன், கருப்பு, அலங்காரம், தொந்தி ஆகியோர் தன்னை அடித்ததாகக் கூறினார். தான் அந்த கும்பலோடு சென்றதாகச் சொன்னார். பாதி கும்பல் பறைச்சேரிக்கு தீ வைத்துவிட்டு துணிகளையும், பணத்தையும் கொள்ளையடித்தார்கள். அவற்றைக் கரும்புத் தோட்டங்களில் விட்டுச் சென்றார்கள்.

89. சேர்வை அல்லது சேர்வைக்காரர் என்பது அகமுடையாரைக் குறிக்கும்.

90. *The Hindu* 22 September 1957.

91. G.O.No. 210. (Ms) Public (General -A) Department (confidential), 25.1.1958.

தீ வைக்கப்பட்டன. திருப்பாச்சேத்தியில் 70 பள்ளர் வீடுகள் தீக்கிரையாக்கப்பட்டன. நூற்றுக்கும் மேற்பட்ட குடும்பங்கள் வீடுகளை இழந்தன. ரூ.5000/- மதிப்புள்ள சொத்துகள் நாசம் செய்யப்பட்டன.[92] கம்பிகுடி, காரியாபட்டிக்கு அருகில் உள்ள தாரகனேந்தல், நரிக்குடியின் காம்புலி முதலிய இடங்களிலும் தேவர்கள் வீடுகளுக்குத் தீவைத்ததாக தகவல்கள் வந்தன. அதே நாளில் திருச்சுழி காவல் நிலையத்திற்குட்பட்ட கள்ளத்திகுளம், குண்டுகுளம், நரிக்குடி காவல்நிலையம் எல்லைக்குட்பட்ட கொரக்குளம் ஆகிய ஊர்களில் உள்ள பள்ளர் வீடுகளுக்கு செம்பனேரியைச் சேர்ந்த தேவர்கள் தீ வைத்தார்கள்.[93]

செப்டம்பர் 20ம் தேதி அருப்புக்கோட்டை தாலுகாவின் உளுத்திமடையில் போலீஸ் நடத்திய துப்பாக்கிச் சூட்டில் நான்கு தேவர்கள் கொல்லப்பட்டார்கள். கீராந்தையைப் போலவே இந்த சம்பவம் பற்றியும் இரு மாறுபட்ட விதங்களில் சொல்லப்படுகிறது.

நரிக்குடி பகுதியில் செப்டம்பர் 19ம் தேதி இரவு சுமார் 10 கிராமங்களில் பள்ளர் வீடுகளை சுமார் 100 பேர் இருந்த ஒரு கும்பல் கொள்ளையடித்து, தீ வைத்தது என்பது காவல்துறை தரப்புக் கூற்று. மறுநாள், காலை 10 மணியளவில் கமுதி சப்-இன்ஸ்பெக்டரின் போலீஸ் படை உளுத்திமடையில் அந்த தேவர் கும்பலை எதிர்கொண்டது. ஆயுதங்களை வீசியபடி போலீஸைத் தாக்க வந்தது. போலீஸ் சுட்டதில் நான்கு தேவர்கள் மரணமடைந்தார்கள்.[94]

எனினும், மக்கள் கூற்று இதிலிருந்து மாறுபடுகிறது. இந்த முரண்பாடுகள் இந்து பத்திரிகையிலும் வெளிவந்தன. செப்டம்பர் 19ம் தேதி மக்கள் தூங்கிக்கொண்டிருந்தபோது கிராமத்திற்கு வந்த காவலர்கள், பழுதடைந்து நின்றுவிட்ட ஒரு காவலர்கள் வேனைத் தள்ளிவிடச் சொல்லி மக்களை அழைத்தார்கள். உதவிசெய்ய கிராமத்தினர் வெளியே வந்ததும், காவலர்கள் அவர்களை லத்தியால் தாக்கினர். பின்னர் பள்ளர்களையும், தேவர்களையும் தனித்தனியாகப் பிரித்தனர். 14 அகமுடையார்களை வேனில் ஏற்றினர். பிறகு காவலர்களை வேறு இரண்டு கிராமங்களுக்குச் சென்று மேலும் 6 பேரைக் கைது செய்தனர். செப்டம்பர் 20ம் தேதி அதிகாலையில் காவலர் படை உளுத்திமடைக்குத் திரும்பி வந்து கைது செய்யப்பட்டவர்களில் ஐவரைத் தேர்ந்தெடுத்தது. அவர்களை பக்கத்திலிருந்த பாசனக்

92. The Hindu, 22 September 1957.

93. மேலது.

94. மேலது. காக்கூரில் தேவர்கள் என்று சந்தேகப்படக்கூடிய, அடையாளம் தெரியாத ஆயுதமேந்திய கும்பல் போலீசை நோக்கிச் சுட்டதாகவும், தற்காப்பிற்காக போலீஸ் ஐந்து ரவுண்டுகள் சுட்டதாகவும் கூறப்படுகிறது. Firing Case Details, 1957, Mudukulathur police statin.

கால்வாய்க்கு அழைத்துச் சென்றது. அதில் ஒருவர் சிறப்பு ஆயுதப்படை வீரர் ஒருவரின் தயவால் விடுவிக்கப்பட்டார். மற்றவர்களை பாசனக் கால்வாய் அருகே வைத்து, ஓடிப்போய்விடச் சொன்னார்கள். அவர்கள் ஓட ஆரம்பிக்கும்போது, காவல்துறையினர் துப்பாக்கி சூட்டில் மூவர் இறந்தார்கள். ஒருவருக்கு காயம் ஏற்பட்டது. தான் ஒரு 'மரியாதைக்குரிய குடும்பத்தைச்' சார்ந்தவன் என்ற அவரது கெஞ்சுதலையும் மீறி திரும்பவும் அவரைச் சுட்டுக் கொன்றார்கள்.[95]

வன்முறை மதுரை மாவட்டத்திற்கும் பரவியது. திருமங்கலம் தாலுகாவின் தொட்டப்பநாயக்கனூரில் தீவைப்பு சம்பவம் நடந்தது. செப்டம்பர் 23ம் தேதி இரவு நடந்த அச்சம்பவத்தில் அக்கிராமத்தின் 38 பள்ளர் வீடுகள் அழிந்தன. மதுரை மாவட்டத்தின் கள்ளிக்குடி போலீஸ் எல்லையில் உள்ள கிருஷ்ணாபுரம் கிராமத்தின் பள்ளர் வீடுகளை 20 தேவர்கள் தாக்கினார்கள். ஒரு மாட்டுவண்டி, இரண்டு காளைகள், 25 ஆடுகளை தூக்கிச் சென்றார்கள். ஆனால் உள்ளூர் தேவர்களின் தலையீட்டால், இவை மீட்கப்பட்டன.[96]சிவகாசியின் உதவி காவல் கண்காணிப்பாளரின் எச்சரிக்கை காரணமாக செல்வந்த நாடார் வியாபாரிகள் வாழ்ந்த விருதுநகரைத் தாக்க திருமங்கலம் தாலுகா தேவர்கள் போட்டிருந்த திட்டம் முறியடிக்கப்பட்டது.[97]

செப்டம்பர் 26 அன்று போலீஸ் முதுகுளத்தூர், பரமக்குடி பகுதியில் சுமார் 450 பேரைக் கைது செய்திருந்தது.[98] செப்டம்பர் 28ம் தேதி முத்துராமலிங்கத் தேவர் கைதுசெய்யப்பட்டது அவரையும், அவரது ஆதரவாளர்களையும் திகைக்க வைத்தது. அதன்பிறகு பெரிய அசம்பாவிதச் சம்பவங்கள் எதுவும் நடக்கவில்லை. அக்டோபர் 9ம் தேதி ஒரு வன்முறைச் சம்பவம் மட்டும் போலீசில் பதிவானது. முதுகுளத்தூர் அருகே ஆண்டிக் குடும்பன் என்பவர் தேவர்களால் தாக்கப்பட்டு, கத்தியால் குத்தப்பட்டார்.

அருங்குளம், கீராந்தை, இளஞ்சம்பூர் ஆகிய இடங்களில் பள்ளர்கள் தேவர்களைத் தாக்கிய சம்பவங்கள் நடந்தன. உத்தரகோசமங்கை அருகே கன்னிச்சேரி கிராமத்தில் தேவர்களைத் தாக்க பள்ளர்கள் செய்த முயற்சியை காவல் துறையினர் முறியடித்தனர்.[99] பரமக்குடியருகே தெளிச்சாத்த நல்லூரில் ஒரு வீட்டிற்குத் தீ வைத்ததற்காக இரண்டு பள்ளர்களை காவல் துறையினர் கைது செய்தனர்.[100] செப்டம்பர் 15 அன்று ஊர்குடியில் தம் பலத்தைக் காட்டுவதற்காக தலித்துக்கள்

95. The Hindu, 30 October 1957.

96. மேலது, 26 September 1957.

97. The Hindu, 23,26 September 1957.

98. மேலது, 26 September 1957.

99. MLAD., vol.V.1957, p.318.

100. மேலது, September 25, 1957.

தேவர்களோடு மோதினார்கள். போலீஸ் தலையிட்டு அமைதியை நிலைநாட்டியது.[101] ஆனைக்குறுந்தானைச் சேர்ந்த தவசித்தேவரைப் பிடிக்க ஐந்தாறு பள்ளர் இளைஞர்கள் முயன்றார்கள். அவர்களிடமிருந்து தவசித்தேவரைக் காப்பாற்றிய வேலுச்சாமித் தேவர் காயமடைந்தார்.[102] செப்டம்பர் 30ம் தேதி காலை 7 மணிக்கு சொக்கானையில் (சிக்கல் காவல் நிலையத்திற்குட்பட்ட பகுதி) ஒரு தேவருக்குச் சொந்தமான யாருமற்ற ஒரு குடிசை தீ வைத்துக் கொளுத்தப்பட்டது. உயிர்ச்சேதம் எதுவுமில்லை. இச்சம்பவத்தில் பேய்க்குளத்தின் பள்ளர்கள் மீது சந்தேகம் விழுந்தது. அதே நாள் இரவு 8 மணிக்கு தொட்டியபட்டியில் யாருமற்ற ஒரு குடிசை கொளுத்தப்பட்டது. இதில் ஐயாகுளம் பள்ளர்கள் சம்பந்தப்பட்டிருந்தனர். இதில் உயிர்சேதம் இல்லை.[103] அக்டோபர் 2ம் தேதி கோவிலாங்குளத்திற்கு வடகிழக்கே ஐந்து கிமீ தள்ளி உள்ள நெருஞ்சிப்பேட்டை கிராமத்தில் முத்துக்குடும்பன் என்ற பள்ளருக்குச் சொந்தமான காலி குடிசையில் ஒரு நாட்டு வெடிகுண்டு வெடித்தது. செய்தி கேள்விப்பட்ட காவலர் ரோந்துப் படை அங்கு சென்று, சுவரில் மறைத்து வைக்கப்பட்டிருந்த 12 நாட்டு வெடிகுண்டுகளைக் கைப்பற்றியது. உள்ளே இருந்த கண்ணாயிரம், சீனி என்ற இரு பள்ளர்கள் கைது செய்யப்பட்டார்கள். தேவர்கள் தாக்கினால் பயன்படுத்துவதற்காக பள்ளர்கள் வெடிகுண்டுகளை வாங்கி வைத்திருந்தது தெரியவந்தது.[104] அக்டோபர் 9ம் தேதி மாலை, சிக்கலுக்கு அருகேயுள்ள புத்தாம்பல் கிராமத்தில் முத்துசாமித் தேவர் ஒரு பள்ளர் கும்பலால் தாக்கப்பட்டுக் காயமடைந்தார்.[105] இந்த சம்பவத்தோடு பள்ளர்களின் தாக்குதலும் நின்றுபோனதால், இம்மானுவல் சேகரனின் கொலை நடந்த ஒரு மாதத்திற்குள் கிழக்கு ராமநாதபுரத்தில் இயல்பு நிலை திரும்பிவிட்டது என்று நம்மால் கூறமுடியும்.

IV

இம்மானுவல் சேகரனின் கொலை பள்ளர்களைத் தூண்டிவிட்டது என்றால், கீழத்தூவல் துப்பாக்கிச் சூட்டில் ஐந்து தேவர்களை காவல்துறையினர் கொன்றது தேவர்களைத் தூண்டிவிட்டது. கிழக்கு ராமநாதபுரத்துக் கலவரத்தின் போது காவல்துறையினர் ஏழு இடங்களில் துப்பாக்கிச் சூடு நடத்த நேர்ந்தது. போலீசை தேவர்கள் ஆயுதங்களால் தாக்கியதால் துப்பாக்கிச் சூடு நடத்த நேர்ந்தது என்று அரசாங்கம் அவற்றை நியாயப்படுத்தியது. பெரம்பாச்சேரி, காக்கூர், வீராம்பல் ஆகிய மூன்று இடங்களில் துப்பாக்கிச் சூட்டில் உயிரிழப்பு

101. தினகரன், *முதுகுளத்தூர் கலவரம்*, பப. 48-49.

102. மேலது, ப. 48.

103. G.O.no. 404. (Ms) Public (General -A) Department (confidential), 11.September.1958.

104. மேலது.

105. மேலது.

நேரவில்லை என்று அரசாங்கம் கூறியது. ஆனால், உள்ளூர் தேவர்களை மேற்கோள் காட்டி இந்து பத்திரிகை நான்கு தேவர்கள் இறந்ததாகச் செய்தி வெளியிட்டது. மற்ற நான்கு இடங்களில் ‘பயங்கர ஆயுதங்கள் ஏந்திய கும்பலை விரட்ட, தற்காப்பிற்காக’ காவல்துறை துப்பாக்கிச் சூடு நடத்தி நிறைய மக்களைக் கொன்றது. கீழத்தூவலில் ஐந்து, கீராந்தையில் நான்கு உளுத்திமடையில் நான்கு, மழவராயனேந்தலில் ஒன்று என காவல்துறையினர் ஆவணங்களின்படி துப்பாக்கிச் சூட்டில் இறந்தவர்கள் எண்ணிக்கை 14.[106] இந்த 14 பேரில் 13 பேர் தேவர்கள் ஆவர். ஒருவர் முத்துராமலிங்கத் தேவரின் ஆதரவாளரான ஒரு பள்ளர்.

மொத்தத்தில் துப்பாக்கிச் சூடு, மோதல்கள், கலவரங்களில் 40 பேர் கொல்லப்பட்டனர். சுமார் 100 பேர் காயமடைந்தனர். மாவட்ட ஆட்சியரின் கூற்றுப்படி மோதல், கலவரங்களில் 26 பேர் கொல்லப்பட்டனர். இதில் 18 பேர் பள்ளர்கள். 8 பேர் தேவர்கள்.[107] அரசு அறிவிப்பின்படி, தீக்கிரையான வீடுகளில் 2735 வீடுகள் பள்ளர்களுக்கும், 107 வீடுகள் தேவர்களுக்கும் சொந்தமானவை.[108] தாலுகா வாரியான அரசாங்கக் கணக்கின்படி, பயிர்கள், வீட்டுச்சாமான்கள், நகைகள், மற்ற பொருட்களின் மொத்த சேதம் ரூ.3,73,703.00 ஆகும். (பரமக்குடி- ரூ.11,000, முதுகுளத்தூர் ரூ.25,000, சிவகங்கை ரூ. 2,51,353.00 அருப்புக்கோட்டை ரூ.86,350)[109]

106. G.O.no. 739. (Ms) Public (General -A) Department (confidential), 6 March.1958.

107. The Hindu, 9 October 1957

108. The Hindu, 27 October 1957

109. மேலது.

படுகொலைக்கு முன்

1957ல் சென்னை மாகாண நலக்குழு உறுப்பினரும், மதுரை மாவட்ட ஒடுக்கப்பட்டோர் கழகத்தின் செயலாளருமான பி.மருதையா, பல மக்கள் பிரதிநிதிகளுக்கு ஒரு மனுவை அனுப்பினார்.[1] அதில் 1940, 50களில் கிழக்கு ராமநாதபுரத்தில் பள்ளர்களுக்கும், தேவர்களுக்கும் இடையிலான பகைமைக்கான காரணங்கள், அதன் விளைவாக ஏற்பட்ட மோதல்கள் பற்றி அவர் விரிவாகக் கூறியிருந்தார். நீண்ட இப்பட்டியல் பள்ளர்கள் மேல் தேவர்களுக்கு பல்வேறு விதங்களில் இருந்த வருத்தங்களை உள்ளடக்கியிருந்தது. இக்குற்றச்சாட்டுகள் என்னென்ன?

பள்ளர்கள் நவீன ஆடை அணிகிறார்கள்.

பள்ளர்கள் சமூக சமநிலை கோருகிறார்கள்.

பள்ளர்கள் நவீன கல்வியில் முன்னேறுகிறார்கள்.

பள்ளர்கள் சங்கங்கள் அமைத்து, தீண்டாமை ஒழிப்பு உள்ளிட்ட சுயமரியாதைக்காக பிரச்சாரம் செய்கிறார்கள்.

கோவில், உணவகம் போன்ற பொது இடங்களில் ஒரே மாதிரியாக நடத்தப்பட வேண்டும் என்கிறார்கள்.

கிராமச் சாலைகளில் நடக்கும்போது பள்ளர்கள் செருப்பு அணிகிறார்கள்.

பள்ளர்கள் குடையைப் பயன்படுத்துகிறார்கள்.

பள்ளர்கள் தெருக்களில் கட்டிலில் உட்காருகிறார்கள்.

பள்ளர்கள் இலவசமாக உழைக்க மறுக்கிறார்கள்.

அரசாங்க நிதியில் வெட்டப்பட்ட கிணறுகளில் நீர் எடுக்கும் தங்கள் உரிமையை வலியுறுத்துகிறார்கள்.

பள்ளர் பெண்கள் தண்ணீர்க் குடத்தைத் தலையில் சுமக்காமல், இடுப்பில் சுமக்கிறார்கள்.

இராமநாதபுரத்தில் பள்ளர்கள் காங்கிரஸிற்கு ஆதரவாக வாக்களிக்கிறார்கள்.

---

1. இராமநாதபுரம் ஜில்லாவில் நடக்கும் கலவரங்கள் ஜாதிச்சண்டையா அல்லது அரசியல் குழப்பமா? பப. 15-16.

காங்கிரஸ் கட்சிக்குப் பிரச்சாரம் செய்ய பள்ளர்கள் பொதுக்கூட்டங்கள் நடத்துகிறார்கள்.

பள்ளர்கள் பொருளாதார ரீதியாக முன்னேற முயற்சி செய்கிறார்கள்.

பள்ளர்கள் சிறிய கடைகளைத் திறந்திருக்கிறார்கள்.

தனது மனுவில், மருதையா நடைமுறையிலிருந்த பள்ளர்கள் மீதான சமூக ஒடுக்குமுறைகள், தேவர்கள் செய்யும் கொடுமைகள் ஆகியவற்றை ஆவணப்படுத்தியிருந்தார். சம்பவங்களுக்குத் தேதி குறிப்பிடப்படாவிட்டாலும்கூட, அவற்றில் பெரும்பாலானவை 1940-களின் இறுதியில், 1950-களின் துவக்கத்தில் நடந்திருக்கும் என நாம் ஊகிக்க முடியும். (மருதையா 'பத்தாண்டுகளுக்கு முன்பு' சில வருடங்களுக்கு முன்பு, 'இரண்டு வருடங்களுக்கு முன்பு' போன்ற வார்த்தைகளைப் பயன்படுத்தியிருக்கிறார்) இந்த அத்தியாயத்தின் முதல் பகுதியில் மருதையா வர்ணிக்கும் தேவர்களின் கொடூரச் செயல்கள் சில தரப்பட்டுள்ளன. இரண்டாவது பகுதியில் பள்ளர்களுக்கும், தேவர்களுக்கும் இடையில் நடந்த மோதல்கள் விவரிக்கப்படுகின்றன. இந்த மோதல்கள் பள்ளர்களின் பிரச்சனைகளுக்காகப் போராடிய இம்மானுவல் சேகரனின் ஒடுக்கப்பட்டோர் கழகத்திற்கு எதிராக நடந்தனவா என்ற நோக்கில் ஆராயப்படுகின்றன. அத்தியாயத்தின் இறுதிப் பகுதி மாநில அரசியலில் மற்றும் சமூக வாழ்வில் அதன் பிரதிபலிப்பு பற்றி விவாதிக்கிறது.

I

மருதையாவின் மனு மிக விரிவானது. வாசிப்பதற்கு சிரமமானதாக இருக்கும். தேவர்களின் வன்முறை பெரும்பாலும் பள்ளர் தம் உரிமையை நிலைநாட்டுவதற்கான எதிர்வினையாகவே வருகிறது. கொண்டுலாவி கிராமத்தில் (முதுகுளத்தூர் தாலுகா) பள்ளர்கள் உரிமைகளைக் கேட்கும்போது, தேவர்கள் அவர்களது கிணறுகளில் மண்ணெண்ணெயை ஊற்றினார்கள். கிராமத்தில் பள்ளர்கள் புதுக் கிணறு வெட்டினால் தேவர்கள் அதில் நரகலைப் போட்டார்கள். குமாரக்குறிச்சியில் (முகுகுளத்தூர் தாலுகா) தேவர்கள் பள்ளர்களை இடுகாட்டிற்கு அனுமதிக்கவில்லை. அற்பக் காரணங்களுக்காக அவர்களது கிணறுகளில் குப்பைகளைப் போட்டார்கள்.[2] ஆடு மேய்க்கும் 25 வயது பள்ளர் ஒருவரை அரிவாளால் தாக்கி, 25 ஆடுகளை எடுத்துச் சென்றதாக குமரக்குறிச்சி தேவர்கள் மேல் ஒரு வழக்கு பதிவு செய்யப்பட்டது.[3] கருச்சுத்தியின் (இளையான்குடி

2. மேலது, ப. 13

3. மேலது, பப. 2-9.

யூனியன்) பள்ளர்கள் தமது பசுவை விற்கச் சென்ற போது அந்த ஊரின் தேவர்களும், குமரக்குறிச்சி தேவர்களும், மாட்டை அபகரித்துச் சென்றார்கள். (மாட்டிற்காக ரூ.40 மட்டும் வாங்கிக்கொள்ளக் கட்டாயப்படுத்தினார்கள்)[4]

தேவர்கள் பள்ளர்களது உடைமைகளைக் கொள்ளையடிப்பது சர்வசாதாரணமாக நடந்தது. மருதையாவின் மனு பல சம்பவங்களை ஆவணப்படுத்தியிருந்தது. பள்ளர்கள் ஆடு, கோழிகளை அன்பளிப்பாகத் தரவேண்டும் என்று மறவர்கள் வற்புறுத்தினார்கள். பள்ளர்கள் மறுத்தால், அவற்றைத் தூக்கிச் சென்றார்கள். காவல் நிலையத்திற்க்குப் போனால், வீடுகளுக்குத் தீ வைத்தார்கள். இப்படித்தான் கனவூரில் (பரமக்குடி அருகில்)[5] ஒரு பள்ளர் வீட்டுக்குத் தீ வைக்கப்பட்டது. கிழக்கு ராமநாதபுரத்தில், திருடர்கள் கால்நடைகளைத் திருடிச் செல்வார்கள். பிறகு துப்புக் கூலி (திருடிய பொருளை திருப்பித் தருவதற்கான கூலி) கேட்பார்கள். விக்கிரம பாண்டிய புரத்தின் (முதுகுளத்தூர் தாலுகா) தேவர்கள், கால்நடை மற்றும் இதர பொருட்களைத் திருட அடிக்கடி காட்டுப்பாப்பான் குடி (பரமக்குடி யூனியன்) பள்ளர்கள் பகுதிக்குச் சென்றார்கள். துப்புக் கூலி கிடைத்ததும், திருடிய பொருளைத் திருப்பித் தந்துவிடுவார்கள். மணக்குளத்தின் தேவர்கள் காவனூரின் ஒரு பள்ளரின் காளையைத் திருடிவிட்டு, துப்புக் கூலியாகரூ.250.00 கேட்டார்கள்.[6] காளையின் விலையே ரூ.140/-தான் என்று மாட்டுக்காரரர் தரமறுத்தபோது, அவரைத் திட்டி அடித்தார்கள்.[7] பறையன்குளம் கிராமத்தில் (கமுதி யூனியன்) தேவர்கள் திருடப்பட்ட கால்நடைகளை இறைச்சிக்கு விற்றார்கள். இப்படியொரு வேலை செய்துகொண்டிருந்தபோது, வெங்கடக்குறிச்சியின் முத்துசாமித் தேவர், கீரனூரின் (முதுகுளத்தூர் தாலுகா) இருளாண்டித் தேவர், பண்ணைக் குளத்தின் (கடலாடியூனியன்) சின்னக்கண்ணுத் தேவர் ஆகியோரை முதுகுளத்தூர் சப்இன்ஸ்பெக்டர் கையும் களவுமாகப் பிடித்து, கால்நடைகளை அவற்றின் உரிமையாளர்களிடம் ஒப்படைத்தார்.[8]

பள்ளர் பெண்கள்மீதான வன்முறை சர்வசாதாரணமாக நடந்தது. காவனூர், காடமங்கலம் (கமுதி யூனியன்) போன்ற இடங்களில் தேவர்கள் கன்னிப் பெண்களைக் கடத்தி, பாலியல் பலாத்காரம் செய்தது பற்றி மருதையா தமது மனுவில் விவரிக்கிறார். பாண்டிக் கண்மாய் கருத்தனேந்தலில் திருமணமான பெண்களை தம்

4. மேலது, ப. 9
5. மேலது.
6. மேலது, ப. 13
7. மேலது, ப. 12.
8. மேலது, ப. 11

கணவரைப் பிரிந்து, தம்மோடு வைப்பாட்டியாக இருக்க தேவர்கள் கட்டாயப்படுத்திய சம்பவங்களைக் கூறியுள்ளார். பேரையூர் யூனியன் பிள்ளைக் குளத்தில் பள்ளர் பெண்களை மொச்சிகுளம் தேவர்கள் கற்பழித்துக் கொன்றதாக குற்றம் சாற்றியுள்ளார். கருத்தனேந்தலில் ஒரு மறவர், திருமணமான பள்ளர் பெண் ஒருத்தியைத் தன்னோடு படுக்க அழைத்ததாகவும் (இதில் தலையிட்ட அவளது உறவினர் ஒருவரின் கை வெட்டப்பட்ட சம்பவத்தை குறிப்பிட்டிருந்தார்.[9]

மண்டலமாணிக்கத்திலும், நந்தகுளத்திலும் (முதுகுளத்தூர் தாலுகா) தேவர்கள் பள்ளர்களை அடிமைகளாக வைத்திருந்தனர். தலித் ஆண்கள் முழங்காலுக்குக் கீழ் தொங்கும்படி ஆடை அணியக்கூடாது, பள்ளர் பெண்கள் தமது மார்பகங்களை மறைக்கக் கூடாது என்றும் வற்புறுத்தினர். இதை மீறுபவர்களுக்கு அபராதம் விதிக்கப்பட்டது. நாலுக்குறிச்சியில் (முதுகுளத்தூர் தாலுகா) தண்ணீர் எடுக்க தேவர்கள் தெருவழியாகச் சென்ற நான்கு பள்ளர் பெண்கள் வசைமொழிக்கு ஆளானார்கள். அவர்களது பானைகள் உடைக்கப்பட்டன.[10]புதிதாய் திருமணமான பள்ளர் ஜோடி மணஉடையில் முதலூருக்குள் (பரமக்குடி தாலுகா) நுழைந்தபோது, அவர்கள் துரத்தியூர் தேவர்களால் அவமதிக்கப்பட்டார்கள். இதை எதிர்த்து துரத்தியூர் பள்ளர்கள் தகராறு செய்தார்கள். காவல்துறை, வருவாய்த்துறை அதிகாரிகளும் தலையிட்ட பிறகுதான் அவர்களது போராட்டம் திரும்பப் பெறப்பட்டது. இளையாங்குடியின் மேலமடையில் ஒரு பள்ளர் தம்பதி தமது மணஉடையில் தேவர் தெருக்களில் சென்றதற்காக விளக்குக் கம்பத்தில் கட்டி வைத்து அடிக்கப்பட்டார்கள். நவீன உடை அணிந்ததற்காக மூளிக்கருப்பன் என்ற பள்ளர் சமூகத்தைச் சேர்ந்த ஒருவர் இளமனூர் மற்றும் அருங்குளத்தின் தேவர்களுக்கு ரூ.50/- அபராதம் கட்ட நேர்ந்தது. புதுக்குடியில் (பரமக்குடி யூனியன்) ஒரு பள்ளர் தோளில் துண்டு போட்டதற்காக அந்த ஊரின் தேவர்கள் அவரை அடித்து, அபராதம் விதித்தார்கள்.[11]

தமது சுயமரியாதையை மதித்த, தைரியமான சுதந்திரமான பள்ளர் இளைஞர்களைக் கண்டால் தேவர்களுக்குப் பொறுக்கவில்லை. இவர்கள் தேவர்களின் கோபத்திற்கு இலக்கானார்கள். சிக்கல் கிராமத்தில் வீரம்பொருந்திய கருங்கல் என்பவரும் முதுகுளத்தூர் தாலுகாவின் சிலம்பு வாத்தியாரும், தம்மை ஒடுக்குவோரின் கோபத்துக்கு ஆளானதால் உயிரைவிட நேர்ந்தது. பாண்டிக்கண்மாயின் (போகலூர் யூனியன்) மாப்பிளைச்சாமித் தேவர் தனது நிலத்தைக் கூலி

9. மேலது, பப. 2,- 8, 10-12.

10. மேலது.

11. மேலது, பப. 11-12

இல்லாமல் உழ மறுத்த ஒரு பள்ளரை அடித்தே கொன்றுவிட்டார். சாத்தான்குடிக்கு அருகே உள்ள கீழசெல்லனூர் கிராமத்தில் அடங்க மறுத்த ஏழு பள்ளர்களை தேவர்கள் வேல்கம்பு, அரிவாள்களால் தாக்கினார்கள். நரிக்குடி யூனியனின் குரையறைவாசித்தான் கிராமத்தில் வசித்த ஒப்பீட்டளவில் ஓரளவு வசதிபடைத்த பள்ளர் தனது விட்டுக் கொடுக்காத தன்மைக்காக, அக்கம்பக்கத்துக் கிராமங்களின் பொறாமை கொண்ட தேவர்களால் தாக்கப்பட்டார். அவரது நிலங்கள் நாசம் செய்யப்பட்டன. 300 ஆடுமாடுகள் உட்பட அவரது பொருட்கள் திருடப்பட்டன.[12] செய்யாமங்கலத்தின் (முதுகுளத்தூர் தாலுகா) தேவர்கள், தமது கிராமத்தில் பள்ளர்கள் தமது வீடுகளுக்கு ஓடு வேய்ந்ததற்காக, அவர்களது வீடுகளை இடித்தார்கள். அப்பனேந்தலில், (முதுகுளத்தூர் தாலுகா) பள்ளர்கள் கிராமத்தின் குளத்தில் மீன் பிடித்ததற்காக, அவர்களை ஒரு தேவர் தாக்கினார். தண்டனை தருவதாகக் கூறி, அவர்களது உடைமைகளை அந்தத் தேவர் திருடிச் சென்றார்.[13]

II

கிழக்கு ராமநாதபுரத்தின் ஜாதிமோதல் வரலாற்றில் 1955 மிக முக்கியமான ஆண்டாகும். அந்த ஆண்டில் அதுவரை கண்டிராத அளவு ஜாதி மோதல்கள் வெடித்தன. இராமநாதபுர மாவட்டத்து நலிவடைந்தோர் கழகம் சவாலை ஏற்று, பல இடங்களிலும் தேவர்களை தீவிரமாக எதிர்த்தது. முதலூர் கிராமத்தில் (பரமக்குடி தாலுகா) தேவர்கள் பள்ளர்களை அடிமைநிலையில் வைத்திருந்தார்கள். தேவர் தெருக்களில் பள்ளர்கள் செருப்பணிந்து நடக்கக்கூடாது. குடைபிடிக்கக் கூடாது. பள்ளர்கள் பயன்படுத்தக்கூடாது என்று முதலூர் தேவர்கள் தடைவிதித்திருந்த ஒரு நல்ல தண்ணீர்க் குளத்தில் கீழஞ்சனை கிராமத்தின் (மங்கலம் பஞ்சாயத்து, கடலாடி யூனியன்) பள்ளர் இளைஞர் ஒருவர் குளித்துவிட்டார். முதலூரின் சுந்தரசாமித் தேவர் அவரைத் தாக்கினார்.[14] ஆனால் இச்சமயத்தில் நலிவடைந்தோர் கழகத்தின் தலைமையில் திரண்டிருந்த பள்ளர்கள் இதுபோன்ற அவமானத்தை சகித்துக் கொள்ளக்கூடாது என முடிவு செய்தனர். முதலூரின் தேவர்களின் தெருக்களில், பள்ளர்கள் செருப்பணிந்து நடக்கவும், குடை பிடிக்கவும் தடை செய்யப்பட்ட அந்தத் தெருக்களில் ஊர்வலம் செல்லப் போவதாக துண்டறிக்கைகள் அச்சிட்டு விநியோகித்தார்கள்.[15]

---

12. மேலது, பப. 7-8, 11.

13. மேலது, பப. 8-9

14. G.O.No. 2277. (Ms) Public (General -A) Department 20.July.1955.

15. மேலது.

1955ஆம் ஆண்டு ஏப்ரல் 17ம் தேதி பள்ளர்களைத் தாக்க அரிவாள், வேல்கம்புகளோடு ஏராளமான தேவர்கள் முதலூர் கிராமத்தில் கூடினார்கள். நிலமையைச் சந்திக்க, ஆயுதமேந்திய பள்ளர்களும் பக்கத்து கிராமத்தில் கூடினார்கள். மோதல் வரப்போவது பற்றித் தகவலறிந்த ராமநாதபுரத்தின் போலீஸ் உதவி கண்காணிப்பாளர் உள்ளூர் வருவாய்த்துறை அதிகாரியுடன் முதலூருக்கு விரைந்து வந்து, இருதரப்பையும் அமைதியாகக் கலைந்துபோகச் செய்தார். எனினும், இந்தக் கூட்டங்கள் பற்றிய மிகைப்படுத்தப்பட்ட, திரித்துக் கூறப்பட்ட வதந்திகள் காரணமாக ஆங்காங்கே சில வன்முறைச் சம்பவங்கள் நடந்தன.[16] மறுநாள் (18.4.1955) பனையூரில் (நைனார்கோயில் யூனியன்) ஆறுமுக சேர்வையும், மற்ற நான்கு அகமுடையார்களும் உள்ளூர் பள்ளர்களைத் தாக்கினார்கள். காவல்துறை முன்னெச்சரிக்கை நடவடிக்கைகள் எடுத்து சம்பவங்கள் மேற்கொண்டு நடக்காமல் தடுத்தது. ஜாதிக்கலவரம் முழுவீச்சில் வெடித்துவிடாமல் தடுத்தது.[17]

பள்ளர்கள் பெரும்பான்மையாக இருந்த இடங்களிலெல்லாம், தேவர்களைக் கட்டுக்குள் வைத்திருந்தார்கள். பனையூரில் பள்ளர்கள் மீது தாக்குதல் நடந்த அதே நாளில் (18-4-1955) தேவர்கள் சிறுபான்மையாக இருந்த குளத்தூர் கிராமத்தில் ஆண்டிக் குடும்பன் தலைமையில் 13 பள்ளர்கள் தேவர்களைத் தாக்கினார்கள். இத்தாக்குதலுக்காக பின்னாளில் அவர்கள் கடுங்காவல் சிறைத் தண்டனை பெற்றார்கள்.[18] பரமக்குடி, ராமநாதபுரம் தாலுகாக்களின் பல கிராமங்களில் நெடுங் காலமாக நிலவிவந்த கட்டாய அடிமைத்தனத்தால் வெறுப்புற்ற ஒடுக்கப்பட்டோர் இளைஞர் கழகத்தின் தலைவர் எஸ்.எம். காசிநாதனும், செயலாளர் எஸ்.கே.சாமிக்கண்ணுவும் 1955 ஏப்ரல் 23ம் தேதி 'ஜாதியால் ஒடுக்கப்பட்டோருக்கு ஒரு வேண்டுகோள்' என்ற தலைப்பில் ஒரு துண்டுப்பிரசுரம் வெளியிட்டார்கள். அதன் முன்னுரையில் அவர்கள் இந்துமதத்தை 'ஒடுக்குமுறை நிறைந்த மதம்', 'அஹிம்சையை வெறுத்த மதம்', 'சத்தியாக்கிரகத்தின் பொருளை அறியாத மதம்', 'மனிதனை மனிதனாக மதிக்காத மதம்', 'குறைகள் நிறைந்த மதம்' என்று தாக்கினார்கள். மதமாற்றத்தை முன்வைத்த அந்த இரு பள்ளர் தலைவர்களும், 'அறிவார்ந்தவர்கள் சிந்திக்க வேண்டும்' என்ற வேண்டுகோளோடு, இந்துமதத்தில் தாம் நம்பிக்கை இழந்ததற்கான வாதங்களை முன்வைத்தார்கள். கிழக்கு ராமநாதபுரத்தின் பள்ளர்கள்

16. G.O.No. 2277. (Ms) Public (General -A) Department 20.July.1955.

17. மேலது.

18. மேலது. யூத்லீக் என்பது டிப்ரஸ்ட் கிளாஸஸ் லீகின் இளைஞரணி. இதன் தலைவர் இம்மானுவல் ஆவார்.

எந்த அளவு புண்பட்டிருந்தார்கள் என்பதை விளக்கும் வகையில் அந்தத் துண்டறிக்கை கீழே முழுமையாகத் தரப்படுகிறது.[19]

> 'கடவுள் ஜாதியைப் படைக்கவில்லை. பிராமணர்கள்தான் ஜாதியை உருவாக்கினார்கள் என்று நீங்கள் மேடைகளில் முழங்குகிறீர்கள். அதை ஒழிப்பதுபற்றி பத்திரிகைகளில் அழகாக எழுதுகிறீர்கள். ஆனால் நீங்கள் அதை பிராமணர்கள் சரிசெய்த அளவுகூட ஏன் சரிசெய்யவில்லை? செருப்பு அணிந்தால் அடி. கையில் குடை வைத்திருந்தால் சூரிக்கத்திக் குத்து. தோளில் துண்டு போட்டால் துப்பாக்கியால் சுடுவது. கிணற்றில் தண்ணீர் குடித்தால், குளத்தில் குளித்தால், ஆட்களைக் கூட்டி கலவரம். இது நேர்மையா? தர்மமா? இவை எல்லாம் சரியான செயல்களா? ஹே! ஒடுக்கப்பட்ட மக்களே, போதும் இந்த புண்பட்ட வாழ்வு.
>
> 'ஒடுக்கப்பட்ட மக்களை உயர்த்தி விடுவதற்காகவே அரசு எடுக்கும் அத்தனை சட்டபூர்வ நடவடிக்கைகளும் ஜாதி இந்துக்களால் மீறப்படுகின்றன. பட்டியலின ஜாதியினரை ஒடுக்க இவர்கள் வன்முறையைப் பயன்படுத்துகிறார்கள். இச்சட்டங்கள் காகிதங்களில் தான் உள்ளன. நடைமுறையில் இல்லை. அவை ஒன்றும்செய்ய இயலாமல் இருக்கின்றன. நம்மிடையே உள்ள கட்சிகளின் வாக்குறுதிகள், தேர்தல் அறிக்கைகள் எல்லாம் அவர்களது சுயநலன்களுக்காகவே என்பது நன்கு தெரிகிறது. எனவே, நமது சுதந்திரத்தை விட்டுவிட்டு ஜாதி இந்துக்களின் பிடியில் வாழ்வதற்குப் பதிலாக நாம் இஸ்லாமைத் தழுவவேண்டும் என்று நமது இளைஞர் கழகத்தில் முடிவுசெய்யப்பட்டுள்ளது- இஸ்லாம் மதத்தில் ஜாதியத்தின் எந்தத் தீமையும் இல்லை. நீங்கள் சமமாக நடத்தப்பட விரும்பினால், எவ்விதத் தயக்கமுமின்றி மதம் மாறத் தயாராகுங்கள்.'

பள்ளர்கள் தம் உரிமைபற்றி விழிப்புணர்வு கொள்ளும் சமயங்களிலெல்லாம், கிறிஸ்துவத்திற்கு இல்லாமல், இஸ்லாமிற்கு மாறப்போவதாக இதுபோன்ற மிரட்டல் விட்டார்கள். பல சமயங்களில் இந்த மிரட்டல் செயல்படுத்தப்பட்டும் இருக்கிறது. திருநெல்வேலி மாவட்டத்தில் சீதைக்குறிச்சி கிராமத்தில் ஜாதியத்திற்கு எதிராக கணிசமான பள்ளர்கள் கத்தோலிக்கத்தைத் தழுவினார்கள். இது அவர்களுக்கு சுயமரியாதையை ஈட்டுத் தரவில்லை என்பதால், எஞ்சிய பள்ளர்களின் பெரும்பாலானோர் ஊத்துமலை ஜமீனின் தேவர்களின் ஜாதி ஒடுக்குமுறையை எதிர்த்து 1944ல் இஸ்லாமுக்கு மாறினார்கள். ஆரிய சமாஜின் ஆதரவோடு தேவர்கள், சீதைக்குறிச்சி

---

19. இராமநாதபுரம் தாலுகா ஒடுக்கப்பட்டோர் இளைஞர் கழகம் தமிழில் போட்ட துண்டுப்பிரசுரத்தை காவல்துறை ஆங்கிலத்தில் மொழிபெயர்த்திருக்கக்கூடும். அது Go No 405 (MS) Public (General-A) confidential) Department, 11 February *1958* என்ற ஆவணத்தில் உள்ளது. தேர்தல் தொடர்பான வன்முறைகள் குறித்து போலீஸ் ஐ.ஜி. தயாரித்த ஆவணங்கள் **GO** எண் *404, 405* என்ற சென்னை அரசாங்கத்தின் பப்ளிக் டிபார்ட்மெண்ட்டின் இரு கோப்புகளில் உள்ளன.

பள்ளர்கள்மேல் வன்முறையைக் கட்டவிழ்த்து விட்டார்கள். ஆனாலும் வன்முறையால் மனம் தளராது, சீதைக்குறிச்சி பள்ளர்கள் முஸ்லீம்களாகவே இருந்தார்கள். இதே போலத்தான் 1980களின் துவக்கத்தில் தேவர்களின் ஆணவப் போக்கை தடுத்து நிறுத்த முடியாத அரசின் இயலாமையை எதிர்த்து திருநெல்வேலி மாவட்டம் தென்காசி தாலுகாவில் மீனாட்சிபுரத்தின் பள்ளர்கள் இஸ்லாமுக்கு மாறினார்கள். அவர்களும் இஸ்லாமில் உறுதியாக இருந்தார்கள்.[20] (தென் தமிழகத்தில் 1995ல் ஜாதிக்கலவரம் நடந்தபோது, தூத்துக்குடி மாவட்டத்தின் கொடியங்குளத்தில் போலீஸ் அட்டூழியங்கள், பள்ளர்களை மிரட்டல் விடத் தூண்டியது)

வலுவான அமைப்புகள் மற்றும் அவர்களது நலன்களைக் காக்க வலுவான உறுதிமிக்க தலைமை இல்லாத சூழலில், பொதுவாக இப்பகுதியில் தலித் சமூகங்களிடமிருந்து மதமாற்றம் குறித்த மிரட்டல்கள் வந்தன.

III

1952ஆம் ஆண்டு பொதுத் தேர்தலுக்கு முன்பாக முத்துராமலிங்கத் தேவர் காங்கிரஸ் கட்சியிலிருந்து விலகி பார்வர்ட் பிளாக் கட்சியில் சேர்ந்தார். அவர் அருப்புக்கோட்டை பாராளுமன்றத் தொகுதியிலும், முதுகுளத்தூர் சட்டமன்றத் தொகுதியிலும் போட்டியிட்டார். இரண்டிலும் வென்றார். அவர் தனது பாராளுமன்றப் பதவியை ராஜினாமா செய்து, சட்டமன்ற உறுப்பினராக இருந்தார். அருப்புக்கோட்டை பாராளுமன்ற இடைத்தேர்தலில் தேவரின் ஆதரவாளர் ராமசாமி செட்டியார் ஜெயித்தார். காங்கிரஸ் முதலமைச்சர் சி.ராஜகோபாலாச்சாரியை தேவர் எதிர்க்கவில்லை. முதலமைச்சர் ராஜாஜி பதவி விலகி, காமராஜர் முதலமைச்சரானதும், அரசாங்கத்திற்கும், தேவருக்குமான உறவு மாறியது. காமராஜர் தேவர்கள் 'பிரச்சனையை' தீர்க்க முயன்றார். போலீஸ் ஐ.ஜியாக இருந்த ராஜரத்தினம் தலைமைச் செயலாளருக்கு எழுதிய ஒரு கடிதம் காமராஜரின் கொள்கையை வெளிப்படுத்துகிறது. 'தங்களது தலைவர்களின் தவறான வழிகாட்டுதலில் மறவர்கள் மேற்கொள்ளும் முரட்டுத்தனமான நடவடிக்கைகள் கண்டுகொள்ளப்படாமல் விடப்படும் என்று அவர்கள் நினைப்பதுபோல் தெரிகிறது'... 'இந்த எண்ணத்தை அவர்கள் மனதிலிருந்து நீக்க வேண்டும். தாமும் சட்டத்தை மதித்து நடக்கவேண்டும் என்பதை அவர்கள் உணரச் செய்திட வேண்டும்,' என எழுதினார்.[21] 1957-இல் அருப்புக்கோட்டை

---

20. கா.அ.மணிக்குமார், நவீன தமிழகத்தின் சமூக வன்முறைகள் (மனோரமா ஆண்டு புத்தகம், 2002).

21. மேலது. சென்னை எழும்பூர் போலீஸ் ஸ்டேடியத்திற்கு இவர் பெயர்தான் வைக்கப்பட்டுள்ளது.

மற்றும் ஸ்ரீவில்லிபுத்தூர் தொகுதியின் வாக்காளர் எண்ணிக்கை 3,39,344. அருப்புக்கோட்டையுடன் இணைத்த பிறகு, தொகுதியின் வாக்காளர் எண்ணிக்கை 8,76,837. இத்தனை பெரிய தொகுதி என்றால் தேவரைத் தோற்கடித்து விடலாம் என்று காமராஜர் எண்ணினார். 1952-இல் பார்வர்ட் பிளாக்கிற்கு சிங்கம் சின்னமாக வழங்கப்பட்டிருந்தது. 1957-இல் பார்வர்ட் பிளாக்கின் தேர்தல் சின்னம் யானையாக மாற்றப்பட்டிருந்தது. மேலும் வெறுப்பேற்ற, 1957 தேர்தலில் டி.எல்.சசிவர்ணத் தேவரை எதிர்த்து நின்ற நாடார் சமூகத்தைச் சேர்ந்த சுயேச்சை வேட்பாளர் சந்திரபாலுக்கு சிங்கச் சின்னம் தரப்பட்டது. இது முத்துராமலிங்கத்தேவருக்கு கூடுதலாக ஆத்திரமூட்டியது.[22]

1957 சட்டமன்றத் தேர்தலில் தென் தமிழ்நாட்டில் கடுமையான போட்டி நிலவியது. போட்டியின் மையம், காமராஜர் மீண்டும் ஜெயிப்பதற்காக நின்ற சாத்தூர் தொகுதி. இங்கு முத்துராமலிங்கத் தேவர் காங்கிரஸ் சீர்திருத்த குழு (Congress Reform Committee - CRC) வேட்பாளர் ஜெயராம ரெட்டியாரை ஆதரித்தார். காங்கிரஸ் சீர்திருத்தக் குழு 1957 ஆம் ஆண்டு பொதுத் தேர்தலுக்கு முன்பு தமிழ்நாடு காங்கிரஸ் கமிட்டியின் ஒரு அதிருப்தியாளர்கள் கோஷ்டியால் ஆரம்பிக்கப்பட்டதாகும். தமிழ்நாடு காங்கிரஸ் கமிட்டி தலைமைப் பொறுப்பில் முன்னாள் முதலமைச்சர் ராஜாஜி காமராஜரால் ஓரம்கட்டப்பட்டதால், ராஜாஜி ஆதரவாளர்கள் காங்கிரஸ் சீர்திருத்தக் குழுவைத் துவக்கினர்.[23] இக்குழுவிற்க்கும், தேவரின் பார்வர்ட் பிளாக்கிற்கும் ஒரு உடன்பாடு ஏற்பட்டது. 12 அம்ச கோரிக்கைகளின் அடிப்படையில் இக்கூட்டணி சட்டமன்றத் தேர்தலில் 59 இடங்களில் போட்டியிட்டது. (ஐம்பத்து நான்கு இடங்களில் சி.ஆர்.சி. ஐந்தில் பார்வர்ட் பிளாக்).[24]

1955-ல் வெடித்த ஜாதி மோதல்கள் ஓரளவு தணிந்திருந்தாலும், இப்போதும் புகைந்து கொண்டுதான் இருந்தது. 1957 தேர்தல்

22. தமிழவேல், சமூக உரிமைப் போராளி இமானுவல் தேவேந்திரர் (சென்னை, 2003), ப. 118.

23. காமராஜர் திராவிடர் கழகத்தைச் சேர்ந்த ஓரிரு தலைவர்களையும் தனது மந்திரிசபையில் சேர்த்துக்கொள்ள விரும்பினார். இதை எதிர்த்து ராஜாஜி தனது ஆதரவாளர்களோடு வெளியேறியதாகவும் ஒரு கருத்து நிலவுகிறது.

24. Bose, Forward Bloc. CRC 14 இடங்களிலும், பார்வர்ட் பிளாக் மூன்று இடங்களிலும் வென்றன. திமுக பிரதான எதிர்கட்சி அந்தஸ்து கோருவதைத் தடுக்க ஐந்து சுயேச்சை உறுப்பினர்களை CRC எதிர்கட்சிக் குழுவில் சேர வைத்தார்கள். அதன் தலைவராக வி.கே.ராமசாமி முதலியார் தேர்ந்தெடுக்கப்பட்டார். 1957 செப்டம்பர் 28-29ல் நடந்த மாநில மாநாட்டில் CRC தன் பெயரை இந்தியன் நேஷனல் டெமாக்ரடிக் காங்கிரஸ் (INDC) என்று மாற்றிக் கொண்டது. பின்னர் தமிழக அரசியலில் ஒரு புதிய அணியை உருவாக்க சிபிஐ. திமுகவுடன் இணைந்தது. இது காங்கிரஸ் ஜனநாயகக் கூட்டணி- Congress Democratic Alliance என்று அழைக்கப்பட்டது. 1959ல் ராஜாஜி சுதந்திரா கட்சியை ஆரம்பித்தபோது INDC அதோடு இணைந்ததால், இக்கூட்டணி முடிவிற்குவந்தது.

அறிவிப்பு வந்ததும் அது பற்றி எரிந்தது. காங்கிரஸ் ஆதரவாளர்கள் என்று கருதப்பட்டவர்கள் எந்த ஜாதியைச் சேர்ந்தவர்கள் என்றாலும், தாக்குதலுக்கு ஆளானார்கள். ஆனைக்குறுந்தான் கிராமத்தில் பிள்ளை சமூகத்தைச் சேர்ந்த ஒருவர் ஒரு தேவர் கோஷ்டியால் கொலை செய்யப்பட்டார். இது அவரது பக்கத்து வீட்டுக்காரரான தவசியாண்டித் தேவரின் தூண்டுதலால் நடந்தது. இந்த தவசியாண்டித் தேவர் பின்னாளில் இம்மானுவல் சேகரனின் கொலை வழக்கிலும் சிக்கினார்.[25] தினகரன் தேவர் என்பவர் மதுரையிலிருந்து வெளிவந்த தினகரன் என்ற தமிழ் செய்தி வாரப் பத்திரிகையின் உரிமையாளர். இவர் கமுதி யூனியனின் முஷ்டக்குறிச்சி கிராமத்தைச் சேர்ந்தவர். பெயரில் உள்ளபடி இவர் மறவர் ஆவார். ஆனாலும் இவர், காவல்துறை குறிப்பிட்டபடி, ‘முத்துராமலிங்கத்தேவரை அப்பகுதியின் கொள்கையற்ற கொடுங்கோலராகச் சித்தரிக்கும் கடுமையான கட்டுரைகளை வெளியிட்டு வந்தார்.’[26] இது தேவரின் ஆதரவாளர்களுக்கு ஆத்திரமூட்டியது. 1957 பிப்ரவரி 28ம் தேதி ஒரு கும்பல் தினகரன் தேவரின் வீட்டைத் தாக்கி, கற்களை வீசி வீட்டின் ஓடுகளை நாசப்படுத்தியது. கும்பல் தேர்தல் சுவரொட்டிகளைக் கிழித்து, தினகரனின் சகோதரியையும் தாக்கியது. தேவர் சமூகத்தைச் சேர்ந்த 22 பேர் மீது அருப்புக்கோட்டை சப்-மாஜிஸ்திரேட் நீதிமன்றத்தில் வழக்கு நடந்து, அவர்கள் தண்டிக்கப்பட்டார்கள்.[27]

இந்த காலகட்டத்தில் நாடார்களுக்கு எதிரான தேவர்களின் பகைமை வளர ஆரம்பித்தது. காங்கிரஸ் வேட்பாளர்களுக்காக தேர்தல் பணி செய்த மாராந்தையின் (கடலாடி யூனியன்) காளிமுத்து நாடார் 1957 மார்ச் 5ம் தேதி தேவர்களின் கோபத்துக்கு ஆளானார். மாரந்தையின் பாண்டித் தேவர் ஒரு கும்பலோடு சென்று காளிமுத்து நாடாரின் வயல்களை அழித்து, அவரது பொருட்களைக் கொள்ளையடித்தார். 20 குற்றவாளிகளில் 15 பேர் மேல் குற்றம் சாட்டப்பட்டு, தண்டிக்கப்பட்டார்கள். இச்சம்பவத்தில் சம்பந்தப்பட்டவரான தங்கமணித் தேவர் மார்ச் 7ம் தேதி காளிமுத்து நாடாரைக் கொல்ல முயன்றதாக குற்றம் சாட்டப்பட்டு மூன்றுமாத கடுங்காவல் தண்டனை பெற்றார்.[28]

25. இவர் கீழத்தூவலில் துப்பாக்கிச் சூட்டில் இறந்தவர் அல்ல.

26. G.O.No. 405. (Ms) Public (General -A) (Confidential) Department 11.February.1958.

27. மேலது. 1958ல் முத்துராமலிங்கத்தேவர் சிறையில் இருந்தபோது தினகரன் தேவர் தமது ‘முதுகுளத்தூர் கலவரம்’ என்ற நூலில் தேவரைப் பற்றி கடுமையாக எழுதியிருந்தார். இதற்காக அவர் தேவரின் ஆதரவாளர்களால் கொலை செய்யப்பட்டதாகச் சொல்லப்படுகிறது. தினகரன் தேவரின் மரணத்திற்குப் பிறகு, அவரது குடும்பம் சொந்தக் கிராமமான முஷ்டக்குறிச்சியைவிட்டு வெளியேற நேர்ந்தது. வேறெங்கோ வறிய நிலையில் வாழ்ந்தார்கள் என அறிகிறோம்.

28. மேலது.

இச்சம்பவத்தைத் தொடர்ந்து மார்ச் 10ம் தேதி கமுதியில் நாடார்களுக்குச் சொந்தமான இரண்டுவீடுகள், ஒருஷெட், வைக்கோல் போர் ஆகியவற்றிற்குத் தீ வைக்கப்பட்டது.[29] ரிசர்வ் தொகுதி காங்கிரஸ் வேட்பாளருக்கு பேரையூரின் வேலுச்சாமி நாடார் என்பவர் தேர்தல் ஏஜண்ட்டாக இருந்தார். தேர்தலன்று நிலைமையை ஆராய அவர் இளஞ்சம்பூர் சென்றார். அங்கு கஜேந்திரத் தேவரும், கண்டிலான் கிராமத்தின் (கடலாடி யூனியன்) தலையாரியும், கஜேந்திரத் தேவரின் சகோதரருமான கந்தசாமியும் வேலுச்சாமி நாடாரைத் தாக்கினார்கள். குற்றவாளிகளுக்கு 100 ரூபாய் அபராதமும், ஓராண்டு சிறைத் தண்டனையும் விதிக்கப்பட்டது.[30]

தேவர்களின் வெறித் தாக்குதல் முழுவதும் பள்ளர் சமூகத்தின் மேல்தான் கட்டவிழ்த்து விடப்பட்டது. 1957 மார்ச் 14ஆம் தேதி கட்டார் மங்கலத்தைச் சேர்ந்த சுமார் 15 தேவர்கள் வேல்கம்பு, அரிவாள்களோடு கொக்கோதரங்கோட்டையின் (கடலாடி யூனியன்) தலித் தெருக்களில் நுழைந்தார்கள். அங்கிருந்த காங்கிரஸ் சுவரொட்டிகளைக் கிழித்து, அராஜகம் செய்தார்கள். இவர்களின் மேல் குற்றப் பத்திரிக்கை தாக்கல் செய்யப்பட்டது. ஆனால் சாட்சி கூற யாரும் முன்வரவில்லை. வழக்கு இவர்களின் விடுதலையில் முடிந்தது.[31] மறுநாள், வேப்பங்குளத்தின் வீரபத்திரத் தேவர் (கமுதி யூனியன்) பெருநாழி (கமுதி யூனியன்) எல்லையில் வைத்து தலித்துகளைத் தேவருக்கு எதிராக வாக்களித்ததற்காக, தாக்கினார். வீரபத்திரத் தேவருக்கு அபராதம் விதித்து தண்டனை வழங்கப்பட்டது.[32]

1957ஆம் ஆண்டு தேர்தலில் முத்துராமலிங்கத் தேவர் ஸ்ரீவில்லிபுத்தூர் பாராளுமன்றத் தொகுதி, முதுகுளத்தூர் சட்டமன்றத் தொகுதி ஆகிய இரண்டிலும் போட்டியிட்டார். அவருக்கு எதிராக காங்கிரஸ் சட்டமன்றத்திற்கு சின்னையா என்பவரையும், பாராளுமன்றத்திற்கு எஸ்.எஸ்.நடராஜன் என்பவரையும் நிறுத்தியது. தேவர் சட்டமன்றத் தேர்தலில் பிரச்சாரம் செய்யாவிட்டாலும்கூட, 23,000 வாக்கு வித்தியாசத்தில் எளிதாக ஜெயித்தார். ஆனாலும், காங்கிரஸ் வாக்காளர்களைத் தண்டிப்பதற்காக, தேவரின் ஆதரவாளர்கள் சமூக விரோத செயல்களில் ஈடுபட்டனர். அவர்கள் சிறுகுடியில் (முதுகுளத்தூர் தாலுகா) வாழைத்தோப்புகளையும், மாரந்தையில்

29. மேலது.

30. GO No 405 (Ms) Public (General- A) (confidential) Deportment 11 February 1958. கிராமங்களை அடையாளம் காட்ட இந்நூலில் அடைப்புக் குறிகளில் தரப்பட்டுள்ள பஞ்சாயத்து யூனியன், தாலுகா விவரங்கள் இப்போதைய ஏற்பாட்டின் அடிப்படையிலானவை.

31. மேலது.

32. மேலது.

மிளகாய்த் தோட்டங்களையும், கடலாடியில் நெல் வயல்களையும், கோதண்டராமபட்டி, கொண்டுலாவியில் பருத்தித் தோட்டங்களையும் அழிந்தார்கள். இவை அனைத்தும் காங்கிரஸ் ஆதரவாளர்களுக்குச் சொந்தமானவை. கொண்டுலாவியில் சுமார் 100 தேவர்கள் கூட்டமாகக் கிளம்பி பள்ளர்கள் தம் கிணறுகளில் நீர் எடுப்பதைத் தடுத்தார்கள். மேலும் அவர்கள் பயன்படுத்திய கிணறுகளில் மண்ணெண்ணெயை ஊற்றினார்கள். அவற்றில் எருக்கு போன்ற விஷச்செடிகளைப் போட்டார்கள். முதுகுளத்தூர் தாலுகாவில் பல கிராமங்களில் மிளகாய் கொள்ளையடிக்கப்பட்டது. பள்ளர்களின் ஆடுகள் திருடப்பட்டன. தேவருக்கு வாக்களிக்காத கிராமங்களில் இருந்த புளியமரங்கள், பனைமரங்களை வெட்டிச் சாய்த்தார்கள். புல்வாய்க் கிளியேந்தலில் (கமுதி யூனியன்) பள்ளர் வீட்டு ஓடுகள் தூக்கிச் செல்லப்பட்டன.[33] வலயப்பங்குளத்திலும், பொந்தம் புளியிலும் (இரண்டும் கமுதி யூனியன்) இரு பள்ளர்கள் மீது கொலை முயற்சி நடந்தது.

அப்பனேந்தல், பள்ளந்தை, கண்டிலான் (முதுகுளத்தூர் தாலுகா) ஆகிய இடங்களில் காங்கிரஸ் ஆதரவு பள்ளர்கள் தாக்கப்பட்டார்கள். காக்குடி, கீழராமநதி, கூடல்குளம், கமுதியூனியனின் நகரத்தா குறிச்சி ஆகிய இடங்களில் தேவர்கள் வைக்கோல் போர்களுக்குத் தீ வைத்தார்கள். சில இடங்களில் தம் இனப் பெண்களை மார்பகங்களை துணியால் மூட அனுமதித்ததற்காக தலித்துகளுக்கு அபராதம் விதித்தார்கள். ஆதனக்குறிச்சியில் (முதுகுளத்தூர் தாலுகா) பருவமெய்திய ஒரு பள்ளர் பெண் கடத்தப்பட்டாள். காவல்துறையால் அவளைக் கண்டுபிடிக்க முடியவில்லை. சித்திரங்குடியில் (கடலாடி யூனியன்) பள்ளர் பெண்கள் தண்ணீர் எடுப்பதைத் தடுக்க தெருக்களில் தடுப்புகள் போடப்பட்டன. இதற்குமுன்பே, சித்திரங்குடியில் ஆசிரியையாக இருந்த ஒரு பள்ளர் பெண் செருப்பு அணிந்ததற்காகவும், குடை கொண்டு சென்றதற்காகவும் மிரட்டப்பட்டார். செவல்பட்டியில் (கடலாடி யூனியன்) பள்ளர்கள் வீடுகளுக்குத் தீ வைக்கப்பட்டது.[34]

முத்துராமலிங்கத் தேவர் பாராளுமன்றம், சட்டமன்றம் இரண்டிலும் வெற்றி பெற்றிருந்ததால், அவற்றில் ஒன்றை அவர் ராஜினாமா செய்ய நேர்ந்தது. அவர் சட்டமன்றப் பதவியை ராஜினாமா செய்ய முடிவெடுத்தார். இதனால் சட்டமன்ற இடைத்தேர்தல் வந்தது. 1957 ஜூலை 1ஆம் தேதி நடக்கவிருந்த இடைத்தேர்தலில் தேவர் டி.எல்.சசிவர்ணத் தேவரை நிறுத்தினார்.[35] இதற்குள் மற்ற அனைத்து தொகுதிகளிலும் தேர்தல் முடிந்துவிட்டதால், காங்கிரஸ் வேட்பாளர்

---

33. T.S.Chokkalingam, Horrors of Mudukulathur, 8.

34. மேலது.

35. The Hindu, 6 October 1957

பி.எம்.பாஸ்கரன் சேர்வைக்கு ஆதரவாக தமிழ்நாட்டின் காங்கிரஸ் கட்சியின் மொத்தக் கவனத்தையும் இங்கு குவிக்க முடிந்தது.[36] தலித்துகள் வெளிப்படையாக காங்கிரஸுக்கு ஆதரவு தெரிவித்து, காங்கிரஸ் வேட்பாளரை ஆதரித்து பொதுக் கூட்டங்கள் நடத்தியதில் நிலைமை மேலும் சூடுபிடித்தது. இந்த மாற்றங்களால் தேவர் பதட்டமானார். காங்கிரஸ், காமராஜர், மற்றும் நாடார்களைக் கடுமையாகத் தாக்க ஆரம்பித்தார்.

1957 ஜுன் 13 அன்று கர்ணம் ஆத்மநாத பிள்ளை தலைமையில் நடந்த ஒரு பொதுக் கூட்டத்தில் முத்துராமலிங்கத்தேவர், 'மறவர்கள் தான் இந்த நாட்டை ஆண்டவர்கள். அவர்களுக்கு மட்டுமே இந்த நாட்டை ஆள உரிமை உண்டு,' என்று வெளிப்படையாகவே அறிவித்தார். தொகுதியில் உள்ள பிற ஜாதிகளைச் சேர்ந்த காங்கிரஸ் வாக்காளர்களை அச்சுறுத்தி, தேர்தல் அன்று அவர்கள் வாக்களிக்க முடியாதபடி தடுக்கும்படி தனது ஜாதியினரை அவர் தூண்டியதாகக் கூறப்படுகிறது.[37] மற்ற பேச்சாளர்கள் தமது வெறியூட்டும் பேச்சுகளில், பொதுத் தேர்தலில் காங்கிரஸ் வேட்பாளர் சின்னையாவிற்கு வேலை பார்த்தவர்களது உயிருக்கும், உடைமைகளுக்கும் என்ன ஆனது என்பதை நினைவூட்டி, மற்ற ஜாதிக்காரர்கள் அதிலிருந்து பாடம் கற்றிருப்பார்கள் என்று நம்பிக்கை தெரிவித்தார்கள். இப்போதும் மக்கள் காங்கிரஸ் வேட்பாளருக்கு ஆதரவு தருவதாகப் பிடிவாதம் பிடித்தால், அதே போன்ற விளைவுகளை அவர்கள் சந்திக்க நேரும் என்று எச்சரித்தார்கள். ஆப்பநாடு (மறவர் நாடு) மறவர்களால் மட்டுமே ஆளப்பட வேண்டும் என்றும், வேறு ஜாதிக்காரர்கள் எவரேனும் காங்கிரஸ் வேட்பாளரை ஆதரித்தால், அவர்களது முடிவிற்கான பின்விளைவுகள் பற்றி அவர்களை உணரச் செய்ய வேண்டும் என்று தம் சொந்த இன மக்களை (மறவர்கள்) வேண்டினார்கள். பேச்சாளர்கள், தமது ஆதரவாளர்கள் இந்த செய்தியை தொகுதியின் மூலை முடுக்குகளுக்கெல்லாம் கொண்டு செல்லவேண்டும் என்றும், இங்கு சொல்லப்பட்டவற்றை எல்லா வாக்காளர்களும் அறியச் செய்ய வேண்டும் என்றும் கூறினார்கள். இறுதியில் 1957 ஜுன் 28 அன்று தேவர் சமூகத்தினர் அனைவரும் தங்களது பாரம்பரிய ஆயுதங்களுடன் பேரையூரில் மீண்டும் கூடவேண்டும் என்று வேண்டுகோள் விடுத்தார்கள்.[38]

---

36. கொண்டையன் கோட்டை மறவர் என்ற உயர்ந்த தேவர் இனப் பிரிவினரிடமிருந்து அகமுடையார்களின் வாக்குகளைப் பிரிப்பது காங்கிரஸின் தந்திரமாக இருந்தது.

37. Police Report in G.O.No. 405. (Ms) Public (General -A) (Confidential) 11 February, 1958.

38. St. George Gazette, Part V, Government of Madras, 1957 in G.O.No. 405. (Ms) Public (General -A) (Confidential) 11 February, 1958.

தேவரின் அறைகூவலைத் தொடர்ந்து, அச்சடித்த துண்டுப்பிரசுரங்கள், மூலமும் ஒலிபெருக்கிகள் மூலமும் மறவர்களை 28 ஜூன் அன்று ஆயுதங்களுடன் பேரையூரில் கூடும்படி பார்வர்ட் பிளாக் கேட்டுக்கொண்டது. அதன்படி சுமார் 7000 பேர் வேல்கம்பு, அரிவாள்களோடு பேரையூரில் கூடினார்கள். அங்கு தேவர் அடுத்த கந்தசஷ்டிக்குள் நேதாஜி சுபாஷ் சந்திரபோஸ் வந்துவிடுவார் என்றும், மத்திய அரசாங்கத்தைக் கைப்பற்றிவிடுவார் என்றும், தன்னை (தேவரை) மறவநாட்டின் ஒரே ஆட்சியாளராக நியமிப்பார் என்றும் கூறினார். இந்தியாவில் பிரதமமந்திரி நேரு உட்பட யாருக்கும் அஞ்சவேண்டாம் என்று தன் ஆதரவாளர்களுக்கு அறிவுரை கூறினார். ''யாராவது மறவர்கள் மேல் கை வைத்தால், நான் அணுகுண்டுகளைப் பயன்படுத்தவும் தயங்கப் போவதில்லை, அவை என்னிடம் உள்ளன,'' என்றார்.[39]

இதனிடையே 1957 ஜூன் 26-ஆம் தேதி, முதுகுளத்தூர் தேர்தலுக்கு நான்கு நாட்களுக்குமுன், பார்வர்ட் பிளாக் கட்சியினர், 'பொதுத் தேர்தலில் நீ காங்கிரஸ் வேட்பாளரை ஆதரித்தாய். இப்போதும் காங்கிரஸ் வேட்பாளருக்குத்தான் வேலை பார்க்கிறாய். உன் விதி இதுதான்,'' என்று கூறி காட மங்கலம் கிராமத்தின் முத்துக்குடும்பன் என்பவரை வேல்கம்புகளால் குத்தியதாக பெருநாழி காவல் நிலையத்திற்கு ஒரு புகார் வந்தது.[40] 1957 ஜூன் 27ஆம் தேதி காங்கிரஸ்காரர்கள் புன்னவாசல் கிராமத்தில் (கடலாடி யூனியன்) சுவரொட்டி ஒட்டிக்கொண்டிருந்தபோது, சசிவர்ணத் தேவரின் ஆதரவாளர்கள் அவர்களைக் கடுமையாக அடித்தார்கள். அபிராமம் காவல் நிலையத்தில் புகார் செய்யப்பட்டது. அதே நாள் தேரிருவேலியில் (முதுகுளத்தூர் தாலுகா) சசிவர்ணத் தேவரின் ஆதரவாளரான குழந்தைசாமித் தேவர் ஒரு தேவர் கும்பலை அழைத்துச்சென்று, வாக்களிக்கக் கூடாது என்று முஸ்லிம் மற்றும் தலித் வாக்காளர்களை மிரட்டினார்.[41]

போதுமான போலீஸ் படையை அப்பகுதிகளில் நிறுத்தியிருந்தாக அரசாங்கம் பின்னால் கூறியது. போலீஸ் வட்டாரங்களின் படி ஐ.பி.எஸ் அதிகாரியான சி.வி.நரசிம்மன் பாதுகாப்பு ஏற்பாடுகளை வகுத்திருந்தார். 1957 கலவரத்தின்போது ராமநாதபுரத்தின் கண்காணிப்பாளராக இருந்த கனகராஜனுக்கு முன்பு இவர்தான் அப்பதவியில் இருந்தார். நரசிம்மனின் விரிவான பாதுகாப்பு ஏற்பாடுகளைத்தான் பின்னாளில் தமிழ்நாடு அரசாங்கம் மற்ற மாவட்டங்களிலும் கடைபிடித்தது. ஆனால் இந்த பாதுகாப்பு ஏற்பாட்டால் தேவரின் ஆதரவாளர்கள்

39. மேலது.

40. G.O.No. 405. (Ms) Public (General -A) (Confidential) Department, 11 February, 1958.

41. மேலது.

வாக்காளர்களை அச்சுறுத்துவதைத் தடுக்க முடியவில்லை. தேர்தல் அதிகாரிகள், போலீஸ் ஆகியோரின் கண்ணெதிரிலேயே, ஜூன் 29 அன்று சசிவர்ணத் தேவரின் ஏஜெண்ட் நவசக்தி (இவர் ஜில்லா போர்டு உறுப்பினர்) மற்றும் அவரது ஆட்கள் அலங்கானூரைச் சேர்ந்த ஸ்ரீநாயுடு என்பவரை எந்தக் காரணமும் இல்லாமல் தாக்கினார்கள். நாயுடு அப்போது காங்கிரஸ் வேட்பாளர் பாஸ்கரன் சேர்வைக்காக வாக்காளர் பட்டியல் நகல் ஒன்றை தயாரித்துக் கொண்டிருந்தார். அவருக்கு காதில் அடிபட்டது. நவசக்தி கைதுசெய்யப்பட்டார். அவரது கைதால் அப்பகுதியில் பதட்டம் நிலவியது.[42]

தேர்தலன்று (1957 ஜூலை 1) அபிராமம் கிராமத்தில் (முதுகுளத்தூர் தாலுகா) முஸ்லிம் பெண் வாக்காளர்கள் வாக்குச்சாவடிக்கு வாக்களிக்கச் சென்றபோது, பிரதான சாலையிலேயே முத்துராமலிங்கத் தேவரின் ஆதரவாளர்கள் அவர்களைத் தடுத்து வண்டிகளிலிருந்து இறக்கி, அங்கேயே நிறுத்திவைத்தார்கள்.[43] காங்கிரஸ் தொண்டர்கள் தலைமலைச்சாமியும், சோணமுத்துவும் தலையிட்டபோது, அவர்களுக்கு அடி விழுந்தது. அபிராமம் போலீஸ் ஸ்டேஷனில் புகார் தரப்பட்டது. இதுபோன்ற அச்சுறுத்தல்களால், அபிராமம், நத்தம் வாக்குச் சாவடிகளில் பெரும்பாலான முஸ்லிம் பெண்கள் வாக்களிக்க வரவில்லை.[44]

தலித் வாக்காளர்களும் இதுபோலவே நடத்தப்பட்டார்கள். நெருஞ்சிப்பட்டியில் சுமார் 350 பள்ளர்கள் காங்கிரஸ் தொண்டர் என்.கே.வேலுவுடன் வாக்குச் சாவடிக்குச் செல்லும் வழியில், தேவர்களால் தடுத்து நிறுத்தப்பட்டார்கள்.[45] கோதண்டராம பட்டணம், அப்பனேந்தல் கிராமங்களின் பள்ளர்கள் பெருநாகரணைக்கு வாக்களிக்கச் சென்றபோது, மணலூர் தலையாரி அருணாசலத்தேவர், அங்குச்சாமித்தேவர் (பின்னர் இம்மானுவல் சேகரன் வழக்கில் குற்றவாளி) மற்றும் கீழக்குளம் தேவர்களால் தடுத்து நிறுத்தப்பட்டார்கள். முதுகுளத்தூர் காவல் அதிகாரிகளிடம் புகார் செய்ததன் விளைவாக தலையாரி அருணாசலத் தேவர் உடனடியாகக் கைது செய்யப்பட்டார்.[46]

காங்கிரஸ் வேட்பாளர் பாஸ்கரன் சேர்வையின் தேர்தல் ஏஜெண்டுகளும் தப்பிக்க முடியவில்லை. பொம்மனேந்தல் (கமுதி யூனியன்) காவல் நிலையத்தில் பதிவான ஒரு புகார் தேர்தலன்று காலை சுமார் 11 மணியளவில் பொம்மனேந்தல் வாக்குச் சாவடியில் காங்கிரஸ் ஏஜெண்டுகளை முத்துராமலிங்கத் தேவரின் ஆதரவாளர்களால்

42. மேலது.

43. மேலது.

44. மேலது.

45. T.S. Chokkalingam, Horrors of Mudukulathur, p. 9.

46. மேலது.

தாக்கப்பட்டதாகக் காட்டுகிறது. தேர்தல் ஏஜெண்டுகளை போலீஸ் வேனில் ஏற்றிக் கமுதிக்கு அனுப்பியதன் மூலம்தான் போலீசால் அவர்களைக் காப்பாற்ற முடிந்தது. தேர்தலின்போது காங்கிரஸ் வேட்பாளரின் ஏஜெண்டுகளை வாக்குச் சாவடியில் நுழையக்கூட தேவரின் ஆட்கள் அனுமதிக்கவில்லை.[47] அதே நாளில், தினகரன் பத்திரிகையின் மதுரைப் பதிப்பு ஆசிரியரும், காங்கிரஸ் தொண்டருமான தினகரன் தேவர், தன் சக ஊழியர்களுடன் பொம்மனேந்தலில் நடந்து சென்றபோது தாக்கப்பட்டதில், கடுமையாக காயமடைந்தார்.[48]

1957 மார்ச் பொதுத் தேர்தலின்போது, காங்கிரஸின் தீவிர பிரச்சாரம் காரணமாக அப்பகுதியின் பெரும்பாலான பள்ளர்கள், தேவர்களின் அச்சுறுத்தல்களை மீறி காங்கிரஸிற்கு வாக்களித்திருந்தார்கள். கோபமுற்ற தேவர்கள் தீ வைப்புகள் மூலம் பதிலடி தந்தார்கள். முத்துராமலிங்கத் தேவரின் ஆவேசப் பேச்சுகள் காரணமாக பல அட்டூழியங்கள் நடந்ததாக மாநில அரசாங்கத்திற்கு ஏராளமான மனுக்கள் வந்திருந்தன. இடைத்தேர்தல் நெருங்கும் வேளையில், பள்ளர்கள் வாக்களிப்பதைத் தடுக்க தேவர்கள் திட்டமிட்டு முயற்சி மேற்கொள்ளப்போவதாக அரசாங்கத்திற்கு தகவல்கள் வந்தன. முத்துராமலிங்கத் தேவரும், அவரது ஆட்களும், மத்திய, மாநில அமைச்சர்கள், உள்ளூர் அதிகாரிகள் பற்றி மிகத் தரக்குறைவாக, கடுமையாகப் பேசி வந்தார்கள்.[49] பிரச்சனை வரும் என்று உணர்ந்த உள்ளூர் அதிகாரிகள் இடைத்தேர்தலின் போது சட்டம் - ஒழுங்கைப் பராமரிக்க பல இடங்களிலும் நிறுத்தி வைக்க கூடுதலாக ஆயுத ரிசர்வ் படைகள் வேண்டும் என்று கோரினார்கள்.

தாம் அச்சமின்றி வாக்களிக்க வேண்டும் என்றால், தேவர்களின் பழிவாங்கல் நடவடிக்கைகளிலிருந்து தப்ப, போதுமான பாதுகாப்பை அரசாங்கம் வழங்க வேண்டும் என்று அப்பகுதியின் பள்ளர்கள் வேண்டுகோள் விடுத்தனர். அவர்களது கோரிக்கைக்கு இணங்க, சிறப்பு ஆயுதப்படை கம்பெனிகளும், மலபார் சிறப்புப் போலீஸ் படை ஒன்றும் முதுகுளத்தூர் பகுதிக்கு அனுப்பப்பட்டன. தைரியமடைந்த பள்ளர்கள் ஊர்வலமாகச் சென்று, காங்கிரஸிற்குத் தங்கள் ஆதரவை வெளிப்படையாகத் தெரிவித்தார்கள். இம்மானுவல் சேகரனும், வேறு சில பள்ளர் தலைவர்களும் வெளிப்படையாகவே காங்கிரஸ் வேட்பாளர் பாஸ்கரன் சேர்வைக்காக வேலை பார்த்தார்கள். இது தேவரின் ஆதரவாளர்களின் மிரட்டலையும் மீறி காங்கிரஸிற்கு வாக்களிக்க பள்ளர்களுக்குத் தைரியமளித்தது.[50]

---

47. மேலது.

48. T.S. Chokkalingam, Horrors of Mudukulathur, p. 9.

49. Home Minister's Statement, The Hindu, 27 October 1957.

50. மேலது.

இடைத் தேர்தல் அமைதியாக முடிந்தது. காங்கிரஸ் தலைவர்கள் அமைச்சர்களின் ஒருங்கிணைந்த முயற்சிகளையும் மீறி, காங்கிரஸ் வேட்பாளர் பாஸ்கரன் சேர்வை 24,000 வாக்குகளுக்கும் அதிகமான வித்தியாசத்தில் தோற்றார்.[51] தேர்தல் ஒரு கசப்புணர்வை விட்டுச் சென்றது. சுயேச்சையாகப் போட்டியிட்டு, வேட்பு மனு பரிசீலனை முடிந்தபிறகு களத்திலிருந்து விலகிய வி. அருணகிரி என்ற வேட்பாளர் தேர்தல் கமிஷனிடம் ஒரு மனுவை அளித்தார். (மனு எண் 480/1957) மக்கள் பிரதிநிதித்துவச் சட்டம் 1951ன் பிரிவு 81ன் கீழ் டி.எல். சசிவர்ணத் தேவர் தேர்ந்தெடுக்கப்பட்டதை அவர் எதிர்த்தார். தனது மனுவில் தேர்தல் நாளன்று வாக்காளர்கள் எவ்வாறு சுதந்திரமாக வாக்களிக்க முடியாதவாறு தடுக்கப்பட்டார்கள் என்பதை அவர் விளக்கினார். 1957ஆம் ஆண்டு ஜூலை 1ம் தேதி நடந்த அந்தத் தேர்தலில் சசிவர்ணத்தேவர் (பார்வர்ட் பிளாக்) ஏ.சந்திரபால் (சுயேச்சை- நாடார் சமூகத்தவர்) பி.எம்.பாஸ்கரன் சேர்வை (காங்கிரஸ்) ஆகிய மூன்று வேட்பாளர்கள் களத்தில் இருந்தனர். ‘முதல் எதிரி (சசிவர்ணத் தேவர்) அவரது இசைவோடு அவரது ஏஜெண்டுகள், ஆதரவாளர்கள் ஆகியோரது தவறான நடவடிக்கைகளால் (அதாவது அவர்களது தகாத செல்வாக்கு போன்றவற்றால்) தேர்தல் முற்றிலுமாக பாதிக்கப்பட்டது என்றார் மனுதாரர். தொகுதியில் சுதந்திரமான அல்லது நியாயமான தேர்தல் நடக்கவில்லை என்று வாதிட்ட அவர், தேர்ந்தெடுக்கப்பட்ட வேட்பாளர் 123(2), 123(3), 123(7) ஆகிய பிரிவுகளின்படி தவறிழைத்திருப்பதால், மக்கள் பிரதிநிதிகள் சட்டத்தின் 100 மற்றும் 123 பிரிவுகளின் கீழ் இத்தேர்தல் செல்லாது என்று அறிவிக்க வேண்டும் என்று கோரினார்.[52]

இங்கு விவரிக்கப்பட்ட சம்பவங்கள் போக, சசிவர்ணத்தேவர் மற்றும் அவரது ஆதரவாளர்கள் செய்த கீழ்கண்ட தவறுகளையும் அருணகிரி சுட்டிக்காட்டினார். 1957 ஜுன் 29 அன்று சசிவர்ணத் தேவரின் ஆட்கள் காடமங்கலம் கிராமத்தின் (பெருநாழி சரகக் காவல் நிலையத்திற்கு உட்பட்ட) வேதமுத்து என்ற காங்கிரஸ்காரர் வீட்டுக்குத் தீ வைத்தார்கள். அவர் காங்கிரஸ் வேட்பாளருக்கு வேலை பார்ப்பதைத் தடுக்கவும், அந்தக் கிராமத்தினரை அச்சுறுத்தவும் இதைச் செய்தார்கள். மறுநாள் (ஜுன் 30) அருணகிரி கொடுமனூரில் காங்கிரஸ் வேட்பாளருக்கு ஆதரவாக துண்டுப்பிரசுரங்களை விநியோகித்துக் கொண்டிருந்த போது, சசிவர்ணத் தேவரின் ஆட்கள் அவரைத் துரத்தி, அவர்மீது சாணம், சகதி ஆகியவற்றை எறிந்தார்கள்.

---

51. *The Hindu*, 6 October 1957.

52. The petition of Arunagiri, ‘aged 36 yrs, Hindu Vellala residing at door No. 11 in Ward No. Mudukulathur Panchayat’, cited in G.O.No. 404. (Ms) Public (General -A) (Confidential) Department. 11, February, 1958.

'சசிவர்ணத் தேவரின் வெற்றியில் ஆர்வம் கொண்ட ஆட்களால்' தூண்டப்பட்ட 'பயங்கர ஆயுதங்கள் வைத்திருந்த' கிராம முன்சீப், 'கடுமையான விளைவுகள் ஏற்படும்' என்று அவரை மிரட்டினார்.[53] தன் தேர்தல் வெற்றிக்காக சசிவர்ணத்தேவரால் எவ்வாறு அதிகாரிகளின் உதவியைப் பெற முடிந்தது என்பதையும் தேர்தல் கமிஷனுக்கு அருணகிரி விளக்கினார். தங்கசாமித்தேவர் (வருவாய்த்துறை ஆய்வாளர், கடலாடி), பழனிச்சாமித் தேவர் (போஸ்ட் மாஸ்டர், முதுகுளத்தூர்) செல்லச்சாமித் தேவர் (தலையாரி[54], முஷ்டக்குறிச்சி) கந்தசாமி (முன்சீப், கண்டிலான் வகையறா கிராமங்கள்) ராமச்சந்திரன் (தலையாரி, பேரையூர்) கொசவக்குடியில் வசித்த அலங்கானூர் முன்சீப், கடலாடியின் கர்ணம்[55] ஆகிய அதிகாரிகள் சசிவர்ணத் தேவரின் கூட்டாளிகள் என்றார். இவர்கள் சசிவர்ணத் தேவருக்காக பிரச்சாரம் செய்ததோடு மட்டுமில்லாமல், பல வாக்காளர்களை அவருக்கு வாக்களிக்கக் கட்டாயப்படுத்தவும் செய்தனர் என்று குற்றம் சாட்டினார். தாம் வெற்றிபெற முடியாத இடங்களில் வாக்காளர்களை வாக்குச்சாவடிக்குச் செல்ல விடாமல் தடுத்தார்கள். இந்த சட்டவிரோத நடவடிக்கைகள் முத்துராமலிங்கத் தேவரின் தூண்டுதலால் நடந்தன என்று அருணகிரி கூறினார்.[56]

அருணகிரியின் மனு, காளைக்கு முன்பு காட்டப்பட்ட சிவப்புத் துண்டு போன்றதாகியது. தேவர் ஏற்கனவே தமது வார்த்தைகளை பள்ளர்கள் மதிக்கவில்லை என்ற கோபத்தில் இருந்தார். பள்ளர்கள் பெரும்பான்மையாக இருந்த இடங்களில் அவர்கள் பதிலடி தந்தது பற்றிய செய்திகளால் அவர் கோபம் மேலும் அதிகரித்தது. காங்கிரஸ் கட்சியும், அமைச்சர்களும் தோல்வியை சகஜமாக ஏற்றுக்கொள்ளாமல், அதை தமது தனிப்பட்ட தோல்வியாகக் கருதினார்கள்.[57] தேவரோ தமது தலைமைப்பதவிக்கே ஆபத்து வந்துவிட்டதாக நினைத்தார். இதனால் பொதுத்தேர்தல் முடிந்தபிறகு ஏற்பட்ட பதட்டத்திற்கு மாறாக, இடைத்தேர்தல் நேரத்து புதிய மோதல்கள் மிக மோசமாக இருந்தன. தேர்தல் முடிவு அறிவிக்கப்பட்ட ஜூலை 4ஆம்தேதியிலிருந்து, அமைதிப் பேச்சு வார்த்தை நடந்த செப்டம்பர் 10ம் தேதி வரை கலவரங்கள்,

---

53 மேலது.

54. தலையாரிதான் கிராமத்தின் பாரம்பரிய காவல்காரர். முன்சீப் கிராமத்தின் தலைவர். தற்போது கிராம நிர்வாக அதிகாரி.

55. கர்ணம் என்பவர் பாரம்பரியமாக கிராமத்தில் வரி வசூல் செய்பவர்.

56. The petition of Arunagiri, 'aged 36 yrs, Hindu Vellala residing at door No. 11 in Ward No.1, Mudukulathur Panchayat', cited in G.O.No. 404. (Ms) Public (General -A) (Confidential) Department. 11, February, 1958.

57. மேலது.

கொள்ளைகள், சொத்துகளுக்கு சேதம் போன்ற சம்பவங்கள் ஏராளமாக நடந்தன. அவற்றைப் பற்றி நாம் இப்போது பார்க்கலாம்.[58]

IV

மேலே குறிப்பிட்ட அட்டூழியங்கள் போக, சாயல்குடி யூனியன் கிராமங்களிலும் இதே போன்ற சம்பவங்கள் நடந்தன. காடமங்கலம் கிராமத்தில் தேவர்கள் பெரும்பான்மையாகவும், பள்ளர்கள் சிறுபான்மையாகவும் இருந்தார்கள். பொதுத் தேர்தலிலும், இடைத் தேர்தலிலும் பள்ளர்கள் காங்கிரஸை ஆதரித்ததால், இரு சமூகங்களுக்கு இடையிலான உறவு சுமூகமாக இல்லை. 1957 ஜூலை 18 ஆம் நாள், காலையில் காடமங்கலத்தின் பத்து பள்ளர்கள் செல்லையாக் குடும்பன் நிலத்தில்உழுதுகொண்டிருந்தபோது, அதே கிராமத்தின் சுமார் 50 தேவர்கள், அவர்களில் ஒன்பது பேரைப் பிடித்து, பலவந்தமாக பக்கத்து கிராமமான பொந்தம்புளிக்கு இழுத்துச் சென்றார்கள். அங்கு அவர்கள் மேல் ஒரு பொய்யான கொள்ளை வழக்குப் போடச் செய்த முயற்சி தோற்றதும், அவர்கள் அடுத்த கிராமமான பொம்மனேந்தலுக்குச் சென்றார்கள். அந்த கிராம முன்சீப், கர்ணம் ஆகியோர் உதவியுடன், காடமங்கலத்தின் காளிமுத்துத் தேவர் என்பவரிடம் ஒரு பொய்ப் புகார் வாங்கி, இவர்கள் மேல் ஆடுகள் திருடியதாக வழக்கு போட்டார்கள். திருடப்பட்டவை என்று சொல்லப்பட்ட ஐந்து ஆடுகளுடன் அவர்களை கோவிலாங்குளம் காவல் நிலையத்தில் ஒப்படைத்தார்கள். பின்னர் அவர்கள் காவலில் வைக்கப்பட்டார்கள்.[59]

ஜூலை 27 அன்று வேலாங்குளத்தில், திருநெல்வேலியில் தெற்கு ரயில்வே பணியில் இருந்த காடமங்கலத்தைச் சேர்ந்த தலித்தான முத்துவிடம் முத்துசாமித்தேவர், அவரது சகோதரர் மற்றும் ஒரு உறவினர் ஆகியோர் வழிப்பறிசெய்தார்கள். இவர்கள் முத்துவின் கைகளைக் கட்டிப் போட்டார்கள். மேற்கொண்டு அசம்பாவிதம் நடப்பதற்குமுன், வேலாங்குளத்தின் தேவர்கள் சிலர் அவர்களிடம் முத்துவை விட்டுவிடும்படி கேட்டுக் கொண்டார்கள். எனினும், முத்து இது குறித்து பெருநாழி போலீஸ் ஸ்டேஷனில் புகார் செய்ய, வழக்கு பதிவுசெய்யப்பட்டது.[60]

தேவர்களின் பழிவாங்கல் இதோடு நிற்கவில்லை ஒரு வாரத்திற்குப் பிறகு காடமங்கலத்தில் அழகுப்பிள்ளை என்ற 17 வயது பள்ளர் பெண் கற்பழிக்கப்பட்டதாக செய்தி வந்தது. ஆகஸ்ட் 28ம் தேதி அவள் கிராமத்துக்கு வெளியே சாணி பொறுக்கிக் கொண்டிருந்தபோது

58. The Hindu, 27 October, 1957.

59. மேலது.

60. மேலது.

கிருஷ்ணத்தேவரும், அவரது சகோதரர் சின்னமுத்துத் தேவரும் அவளைக் கற்பழிக்க முயற்சி செய்தார்கள். சரியான நேரத்தில் அவளது தாய் வந்ததால் அந்தப் பெண் தப்பித்தாள். தேவர்கள் இருவரும் ஓடிவிட்டார்கள். எனினும், அப்பெண்ணைப் பரிசோதித்த மருத்துவர் 'கன்னித்திரை கிழிந்திருந்ததையும், பெண்ணுறுப்பில் ரத்தம் இருந்ததையும்' கவனித்தார். கற்பழிக்கப்பட்டிருக்கலாம் என்று தெரிவித்தார்.[61]

சாயல்குடியின் தேவர்கள், தேர்தல் பகையை மனதில் வைத்து நாடார்களுக்கு தமது கட்டிடங்களை வாடகைக்கு விட்டிருந்த ஆறு செட்டியார்களை நிர்பந்தம் செய்து, நாடார்களை கட்டிடங்களைக் காலி செய்யச் சொன்னார்கள். நாடார்கள் மறுத்தபோது, ஆகஸ்ட் 19 அன்று அந்தக் கடைகள் நாசம் செய்யப்பட்டன. மறுநாள் பழனி நாடாரின் நெற்போர் கொளுத்தப்பட்டது.[62]

பொந்தம்புளியைச் சேர்ந்த பள்ளர்களான கமுதி சிறப்புப் போலீஸ் படையின் கான்ஸ்டபிள் ஒருவரும், மதுரையிலிருந்த ராமநாதபுரம் ஆட்சியர் அலுவலக குமாஸ்தா ஒருவரும் 1957 ஆகஸ்ட் 30 அன்று விடுப்பு எடுத்துக்கொண்டு தம் கிராமத்துக்கு வந்துகொண்டிருந்தனர். தெரி மற்றும் நொச்சிகுளத்தைச் சேர்ந்த ஆயுதமேந்திய சுமார் 50 பேர் கொண்ட ஒரு தேவர் கும்பலை வழியில் எதிர்கொண்டனர். இந்தக் கூட்டம் மேலச்சக்குளம் வழியாக பக்கத்து கிராமமான இளஞ்சம்பூருக்குப் போய்க் கெண்டிருந்தது. பயந்து போன பள்ளர்கள் இருவரும் ஒரு தேவர் வீட்டில் தஞ்சம் புகுந்தனர். இதைப் பார்த்த தேவர் கும்பல், அந்த வீட்டைச் சூழ்ந்து, இருவரையும் வீட்டிலிருந்து இழுத்து, வலுக்கட்டாயமாக நான்கு மைல் தள்ளியிருந்த கீழக்குளம் கிராமத்துக்குத் தூக்கிச் சென்றது. வழியிலேயே போலீஸ் கான்ஸ்டபிள் வேதமாணிக்கத்தைத் தாக்க அவருக்கு தலையிலும், கால்களிலும் கடுமையான காயங்கள் ஏற்பட்டன. கூட்டம் அவரது கைக்கடிகாரத்தையும், தங்கச் சங்கிலியையும் பறித்துக்கொண்டது. ஆட்சியர் அலுவலக குமாஸ்தா பால்ராஜின் கைக்கடிகாரத்தைப் பறித்தபோது ஏற்பட்ட தள்ளுமுள்ளில் அவருக்கும் லேசான காயம் ஏற்பட்டது. பிறகு-கும்பல் இரு பள்ளர்களையும் விட்டுவிட்டுச் சென்றது.[63]

---

61. மேலது.

62 மேலது.

63. மேலது. செப்டம்பர் 9ம் தேதி கருங்காலக்குறிச்சியின் ஆண்டிக் குடும்பனை செல்லச்சாமித் தேவரும், மற்ற 22 பேர்களும் தாக்கியதில் ஆண்டிக் குடும்பனுக்கு வலது கையிலும், நெற்றியிலும் கத்திக்குத்து விழுந்தது. செப்டம்பர் 10ம் தேதி ஆட்சியர் அலுவலகத்தில் அமைதிப் பேச்சுவார்த்தை நடந்து கொண்டிருந்தபோது, பெருநாழி சோலையப்ப நாடாரது துத்திநத்தத்திலிருந்த பட்டியிலிருந்து 95

பல இடங்களில் பள்ளர்களும் தேவர்கள்மீது தாக்குதல் தொடுத்தார்கள். இக்காலகட்டத்தில் போலீஸ் அறிக்கைகள் கீழ்கண்ட சம்பவங்களை முக்கியமாகக் குறிப்பிடுகின்றன. தர்மக்கண்ணூர் கிராமத்தின் பொன்னையாதேவர், சிறைக்குளம் கிராமத்தின் பள்ளர் ஒருவரின் காளை தனது வயலில் மேய்ந்தது என்று சொல்லி காளையை பிடித்து அடைத்து வைத்துவிட்டார். 1957 ஆகஸ்ட் 27 அன்று மற்ற இருவர் துணையோடு காளையை சிக்கலுக்கு இழுத்துச் சென்றார். காளையின் உரிமையாளரின் மகனும், மனைவியும், மற்ற 26 பேரும் இந்த மூன்று தேவர்களைத் தாக்கி, பலவந்தமாக காளையை மீட்டுச் சென்றார்கள்.[64] கீழக்கரை போலீஸ் எல்லைக்கு உட்பட்ட வேலாங்குளத்தைச் சேர்ந்த கருப்பையாத் தேவர் 1957 செப்டம்பர் 1ஆம் தேதி ராமநாதபுரம் காவல் நிலையத்தில் ஒரு புகார் அளித்தார். உப்பு வாங்குவதற்காக எட்டு பேருடன் தான் எட்டு மாட்டு வண்டிகளில் கடலோரக் கிராமமான வாலிநோக்கம் செல்லும்போது, வழியில் உத்திரகோசமங்கை அருகே சுமார் 500 தலித்துகள் ‘பயங்கர ஆயுதங்களோடு’ தங்களைத் தாக்கி, வழிப்பறி செய்ததாக புகார் அளித்திருந்தார்.[65] பூச்சேரி கிராமத்தின் (முதுகுளத்தூர் தாலுகா) முன்சீப் செப்டம்பர் 2ம் தேதி இரவு சுமார் 7.30 மணிக்கு ஆதங்கூத்தங்குடி மற்றும் பக்கத்து கிராமங்களின் பள்ளர்கள் சுமார் 100 பேர் தமது கிராமத்தைச் சேர்ந்த மாடசாமி சேர்வை மற்றும் ஐந்து தேவர்களையும் ஒரு கடையில் வைத்துத் தாக்கியதாக புகார் தெரிவித்தார். அவர்கள் கற்களை வீசி கடையின் ஓடுகளை சேதப்படுத்தியதாகவும் கூறினார். செப்டம்பர் 9ஆம் தேதி புத்தாம்பலின் பள்ளர்கள் உசிலங்குளத்தைச் சேர்ந்த (கடலாடி யூனியன்) முத்துசாமித் தேவரைத் தாக்கினார்கள்.[66]

உள்துறை அமைச்சர் பக்தவத்சலத்தின் கூற்றுப்படி இப்பகுதியில் குற்றவியல் நடைமுறைச் சட்டத்தின் 107-ஆம் பிரிவின் கீழ் 50 வழக்குகள் பதியப்பட்டன. மேலும் 150 வழக்குகள் பதிவு செய்ய தயாரிப்பு வேலைகள் நடந்துகொண்டிருந்தன. ஆனால் செப்டம்பர் 10-ஆம் தேதி ஆட்சியர் அமைதிப் பேச்சுவார்த்தைக்கு அழைத்தது போலீஸ் நடவடிக்கைகளை இடைமறித்து பதட்டத்தை வேறொரு திசையில் எடுத்துச் சென்றது.

ஆடுகளை எட்டு தேவர்கள் கொண்ட கும்பல் திருடிச் சென்றது. அதே தினத்தில் மேலப்பனையூர் கிராமத்தின் கருப்பையா குடும்பனின் இரண்டு பசுக்களை அரிவாளால் வெட்டியதாக கிராமத்தின் இரண்டு தேவர்கள் மேல் வழக்கு பதிவு செய்யப்பட்டது. G.O. No 404 (MS) Public (General-A) confidential (Department) 11 February 1958.

64 மேலது.

65 மேலது.

66 G.O.No. 404. (Ms) Public (General -A) (Confidential) Department. 11.February.1958.

அரசாங்கத்தின் தலையீடும், அதன் விளைவுகளும்

இந்து நாளிதழ் கீழத்தூவல் போலீஸ் துப்பாக்கிச் சூடு பற்றியும், அதன் பிறகு வன்முறை வேகமாகப் பரவியது பற்றியும் மிகக் கடுமையாக விமர்சித்தது. அதன் செய்தியாளர் எழுதியது பின்வருமாறு:

> 'ஒரு ஹரிஜன கிறிஸ்துவரின் கொலையைத் தொடர்ந்து, முதுகுளத்தூர் தாலுகாவின் ஒரு சிறிய கிராமத்தில் ஒரு வாரத்திற்குமுன்பு ஆரம்பித்த மறவர்கள், ஹரிஜன்களுக்கிடையிலான மோதல், அந்தத் தாலுகாவின் கிராமங்களுக்கு மட்டுமில்லாமல் பரமக்குடி, சிவகங்கை, அருப்புக்கோட்டை, மானாமதுரை தாலுகாக்களின் பல கிராமங்களிலும் பேரழிவையும் துயரையும் ஏற்படுத்தியுள்ளது. பிரச்சனை காட்டுத்தீயைப் போல பரவுவதாகத் தெரிகிறது. போலீசால் சூழ்நிலையைக் கட்டுக்குள் கொண்டுவர முடியவில்லை என்று தெரிகிறது. காலம்காலமாக நிலவிவரும் ஜாதி மோதல்கள் நாட்டின் இந்தப் பகுதியில் மட்டுமே நடக்கின்றன என்பதாக இல்லை என்றாலும், கடந்த சில நாட்களாக நாம் பார்த்த அளவு வன்முறையை என்றும் அவை தொட்டதில்லை. ஆயுதமேந்திய கும்பல் வீடுகளுக்குத் தீ வைப்பது, கொலை செய்வது, பெண்கள், குழந்தைகள் உட்பட, ஆகியவற்றைப் பற்றிப் படிக்கவே அதிர்ச்சியாக உள்ளது.[1]

ஆசிரியர் குழுவினர் 'காமராஜரும், முத்துராமலிங்கத் தேவரும், தங்கள் செல்வாக்கைப் பயன்படுத்தி, அப்பகுதியில் அமைதியை நிலைநாட்ட வேண்டும்' என்று வேண்டிக்கொண்டார்கள். 'தேவைப்பட்டால் மாநில அரசாங்கம் ராணுவத்தை அழைக்கலாம்' என்று அந்தப் பத்திரிகை ஆலோசனை கூறியது.,

> 'இந்த மோதல் திடீரென வெடித்தது என்பதை நம்பமுடியவில்லை. அமைதியும், ஒழுங்கும் நிலைநாட்டப்பட்ட பிறகு, சமீபத்திய நிகழ்வுகளுக்கு இட்டுச் சென்ற சூழ்நிலைகள் பற்றி முழுமையான விசாரணை நடத்தப்பட வேண்டும். அதற்கிடையில் அதிகாரிகள் மற்றும் இந்த மாவட்டத்தின் பல்வேறு ஜாதியினரிடையே செல்வாக்கு உள்ள அனைத்து பெரிய மனிதர்களின் உடனடிக் கடமை, தமது

1. 'Stop the Rot', The Hindu, 22 September 1957.

செல்வாக்கைப் பயன்படுத்தி நீண்ட காலமாக நடந்து வரும் தாக்குதல்களை நிறுத்துவதுதான். அமைதி, ஒழுங்கை நிலைநாட்ட, ஆயுதமேந்திய கும்பல்களின் நடமாட்டங்களைக் கட்டுப்படுத்த காவலர்கள் போதவில்லை என்றால், ராணுவத்தை அழைக்க வேண்டும். காவல்துறை உடனடியாக செயல்பட்டிருந்தால், முதுகுளத்தூரின் பிரச்சனை மற்ற இடங்களுக்குப் பரவாமல் இருந்திருக்கும் என்று தெரிகிறது. இப்போது பிரச்சனை ஒரு பரந்த பகுதிக்குப் பரவிவிட்டதால், இனியும் காலதாமதம் கூடாது. அரசாங்கம் கடும் நடவடிக்கை எடுத்து அழிவைத் தடுக்க வேண்டும். எந்த ஜாதியினரானாலும், சட்டத்தை மதிக்காத கூட்டத்திற்கு இடம் தரக் கூடாது. அதே போல, முதலமைச்சர் காமராஜர், தேவர்களிடையே பெரும் செல்வாக்கு பெற்றவரான முத்துராமலிங்கத் தேவர் உள்ளிட்ட முக்கிய தலைவர்கள் அனைவரும், தற்போதைய பகையை முடிவிற்குக் கொண்டுவர ஒன்றிணைந்த முயற்சி செய்வார்கள்; இரு ஜாதிகளுக்கிடையே புரிதலையும், நம்பிக்கையையும் ஏற்படுத்துவார்கள் என்று நம்புகிறோம். அப்பாவிகளின் ரத்தம் ஏற்கனவே போதுமான அளவு சிந்தப்பட்டு விட்டது.[2]

முதல் சம்பவமான கீழத்தூவல் போலீஸ் துப்பாக்கிச் சூட்டிற்கு காங்கிரஸ் அரசாங்கத்தின் எதிர்வினை மிக வேகமாக இருந்தது. இந்திய ஆட்சிப்பணி அதிகாரியான எஸ்.வெங்கடேஸ்வரனை துப்பாக்கிச் சூட்டிற்கு இட்டுச் சென்ற சூழல்கள் பற்றி ஆராய ஒரு நபர் ஆணையமாக நியமித்தது. ஆணையம் தனது அறிக்கையை செப்டம்பர் 27ஆம் தேதி சமர்ப்பித்தது. அரசாங்கம் முத்துராமலிங்கத் தேவரைக் கைது செய்ய உத்தரவு பிறப்பித்தது. எல்லா போலீஸ் துப்பாக்கிச் சூடுகள் பற்றியும் விசாரிக்க ஒரு நீதி விசாரணை வேண்டும் என்று கோரி வந்த எதிர்கட்சிகள் இந்த கைது உத்தரவை எதிர்பார்க்கவில்லை. இந்த அத்தியாயத்தின் முதல் பகுதி வெங்கடேஸ்வரன் ஆணையம் நடந்தது பற்றிக் கூறும். இரண்டாவது பகுதியில் அதன் பரிந்துரைகள் கூறப்படும். கலவரத்திற்குப் பிறகு ஒவ்வொரு அரசியல் கட்சியும், அதன் தலைவர்களும் ஆற்றிய பங்கை மூன்றாவது பகுதி விவரிக்கும். நான்காவது பகுதியில் தேவரின் கைதும், அதன் தாக்கங்களும் ஆராயப்படும்.

I

செப்டம்பர் 15ம் தேதி கீழத்தூவல் துப்பாக்கிச் சூடு பற்றி விசாரிக்க வருவாய் வாரிய உறுப்பினர் எஸ்.வெங்கடேஸ்வரனை ஒரு நபர் விசாரணைக் கமிஷனராக நியமிக்கப்பட்டவுடனே, 1957- தேர்தலில் முத்துராமலிங்கத் தேவரின் மாற்று வேட்பாளராக இருந்த டி.எஸ்.

2. The Hindu, 22 September 1957.

ராமச்சந்திரன் அதை எதிர்த்து மெட்ராஸ் உயர்நீதி மன்றத்தில் வழக்குத் தொடர்ந்தார். ஒரு துப்பாக்கிச் சூடு சம்பவம் பற்றிய விசாரணை என்ற பெயரில், அரசாங்கமும், விசாரணை ஆணையமும், அனைத்து நீதிநெறிமுறைகள், குற்றவியல் நடைமுறைச் சட்டம், காவல் துறையைக் கட்டுப்படுத்தும் அரசாணைகள் ஆகியவற்றை மீறி, மதுரை, ராமநாதபுர மாவட்டங்களில் நடந்ததாகச் சொல்லப்படும் அனைத்து கலவரங்கள், தீவைப்புகள் பற்றி பொது விசாரணைக்கு ஏற்பாடு செய்துள்ளதாக கருத்து தெரிவித்தார். விசாரணை நடத்த உயர் பதவியில் இருக்கும் அதிகாரியை நியமித்தது சட்டவிரோதமானது, அது நீதி வழங்கும் அன்றாட நடைமுறைகளில் தலையிடுவதாகும் என்றும் வாதிட்டார்.[3] ஆனால் 1957 ஆம் ஆண்டு செப்டம்பர் 15-ம் தேதி வெளியிடப்பட்ட சிறப்பு அரசாணை வெங்கடேஸ்வரனுக்கு ஆணையங்கள் சட்டம் 1952 (மத்தியச் சட்டம் 60/1952) 4,5,8 மற்றும் 11 பிரிவுகளின் கீழ் சாட்சிகளை வரவழைக்க, ஆவணங்களைப் பெற, சத்தியப்பிரமானம் எடுத்த சாட்சிகளை விசாரிக்க அதிகாரம் வழங்கியிருந்தது. எனவே சென்னை உயர்நீதிமன்ற நிதிபதிகள் பி.ராஜகோபாலன், என்.ராஜகோபால ஐயங்கார் ஆகியோரை உள்ளடக்கிய அமர்வு வழக்கை தள்ளுபடி செய்தது.[4]

வெங்கடேஸ்வரன் விசாரணை நடத்த செப்டம்பர் 18ம் தேதி பரமக்குடி சென்றார். ஜாதி மோதல்களுக்கு ஆளும் கட்சியையும், மாநில அரசாங்கத்தையும் குற்றம் கூறிய தேவர் ஆணையத்தைப் புறக்கணித்தார். பார்வர்ட் பிளாக் கட்சி விசாரணையில் பங்கேற்காது என்று அறிவித்தார்.[5] ஆனாலும், பரமக்குடி சட்டமன்ற உறுப்பினர் கே.ராமச்சந்திரனுடன், வெங்கடேஸ்வரனை பரமக்குடி டிராவலர்ஸ் பங்களாவில் சந்தித்து விசாரணையில் கடைப்பிடிக்கப்போகும் நடைமுறைகள் பற்றி அறிந்துகொண்டார். இந்த விவகாரம் மாநில காவல் சம்பந்தப்பட்டது என்று தான் கருதுவதால், மத்திய அரசாங்கம் நடத்தும் நீதி விசாரணை கோருவதாகவும், அதனால் விசாரணையில் தான் பங்கேற்கப் போவதில்லை என்றும் அவர் விசாரணை அதிகாரியிடம் கூறியதாகத் தெரிகிறது. இருப்பினும், தாம் விசாரணைக்கு, குறிப்பாக சாட்சியங்களை ஏற்பாடு செய்வதில், ஒத்துழைப்பதாக உறுதியளித்தார்.[6]

பலரும் அந்தப் பகுதியைவிட்டு வெளியேறிவிட்டதால், விசாரணைக்கு சாட்சிகளைக் கொண்டுவருவதில் சிரமங்கள் உள்ளன

3. The Hindu, 28 September 1957.

4. மேலது.

5. The Hindu, 18 September 1957.

6. The Hindu, 20 September and 1 October 1957.

என்று ஒரு மனுவை ஏற்கனவே முத்துராமலிங்கத் தேவரும், சசிவர்ணத் தேவரும் அளித்திருந்தார்கள். பரமக்குடிக்கும், உள்ளூர் ஆட்கள் தஞ்சம் புகுந்திருந்த முதுகுளத்தூருக்கும் இடையிலான பேருந்துப் போக்குவரத்து பாதிக்கப்பட்டிருந்தது.இதனால் கீழத்தூவல் சம்பவத்தின் நேரடி சாட்சிகளுக்கு பரமக்குடியில் விசாரணை நடப்பதே தெரியவில்லை, என்றார்கள். சாட்சிகளுக்கு முழு பாதுகாப்பு தரப்பட வேண்டும் என்றும் கோரினார்கள்.[7] தேவர் விசாரணையில் பங்கேற்காவிட்டாலும், விசாரணை நடந்த பரமக்குடி டிராவலர்ஸ் பங்களாவின் காம்பவுண்ட் சுவருக்கு வெளியே காரில் உட்கார்ந்து கொண்டார்.[8] இது தேவருக்கு எதிராக யாரும் சாட்சியம் தர முன்வராமல் தடுத்தது.

வெங்கடேஸ்வரன் ஆணையம் தனது விசாரணையை செப்டம்பர் 19ம் தேதி ஆரம்பித்து செப்டம்பர் 25 வரை நடத்தியது. எதிர்க்கட்சிகள் ஒரு நீதி விசாரணையைக் கேட்டிருந்தன. ஆனாலும், சிஆர்சி, சிபிஐ, திமுக பிரதிநிதிகள் கமிஷன் முன்பு ஆஜராகி, கீழ்க்கண்ட குற்றச்சாட்டுகளை வைத்தார்கள்.

1. அரசாங்கம் தேவர்களுக்கு எதிராகவும் நாடார்களுக்குச் சாதகமாகவும் நடந்துகொண்டது.
2. கக்கன் மற்றும் பிற அமைச்சர்கள் தேவர்களைத் தாக்குமாறு பள்ளர்களைத் தூண்டிவிட்டார்கள்.
3. நாடார்கள், பள்ளர்களுக்கு ஆதரவாக காவல்துறை நடந்துகொண்டது. அவர்களுக்கு ஆயுதங்களும், தானியங்களும் காவல்துறை வாகனங்களில் கொண்டுசெல்லப்பட்டன.
4. கீழத்தூவலில் காவலர்கள் ஐந்து அப்பாவித் தேவர்களை கைகளைக் கட்டிச் சுட்டுக் கொன்றனர்.
5. பல நாட்களுக்கு வன்முறைப் பகுதிகளை எந்த அமைச்சரும் பார்வையிடவில்லை. முதலமைச்சர் செப்டம்பர் 14,15,16 தேதிகளில் மதுரையில் இருந்தபோதும்கூட, முதுகுளத்தூர் பகுதிக்கு வரவில்லை.
6. சகஜ நிலையை ஏற்படுத்த அனைத்துக் கட்சி சமாதானக் குழு அமைக்க வேண்டும் என்ற எதிர்க்கட்சிகளின் ஆலோசனையை அரசாங்கம் ஏற்கவில்லை.
7. அமைச்சர்கள் கலவரம் பாதித்த சில பகுதிகளைப் பார்வையிட்டபோது, பொதுமக்கள் தங்களைச் சந்திக்க அனுமதிக்கவில்லை.

---

7. The Hindu, 20 September 1957.

8. The Hindu, 21 September 1957.

8. மாநில அமைச்சர்கள் மத்திய உள்துறை அமைச்சருக்கு சரியான தகவல்களை அளிக்கவில்லை. காவலர்படை தேவர் கிராமங்களில் புகுந்து அவர்களது வீடுகளுக்குத் தீ வைத்து, பண்ட பாத்திரங்களை நாசப்படுத்தியது. வேப்பங்குளத்தில் நடந்த போலீஸ் ரெய்ட் இதற்கு நல்ல எடுத்துக்காட்டு.

9. தேவர் சமூக ஆண்கள், பெண்களைக் குறி வைத்து காவலர்கள் தாக்கினர்.

10. தங்களையறியாமல் சதியில் சிக்கி, பள்ளர்கள் தம் சொந்த வீடுகளுக்கே தீ வைத்தார்கள். பிறகு அதற்கு அதிகமான இழப்பீடு கேட்டார்கள்.

11. நீதி விசாரணை நடத்தப்பட வேண்டும்.

எதிர்கட்சிகளைச் சேர்ந்த தலித் தலைவர்கள், குறிப்பாக திமுகவினர் பிரச்சனை கனன்று கொண்டிருக்கிறது, பள்ளர்கள் தேவர்களால் தாக்கப்படலாம் என்பது மாநில அரசுக்கு தெரியும் என்று ஆணையத்திடம் கூறினார்கள். ஆனாலும் அரசாங்கம் பள்ளர் கிராமங்களுக்குப் போதிய பாதுகாப்பு வழங்கத் தவறிவிட்டது என்றார்கள்.[9] மாறாக, ராய் தலைமையில் கீழத்தூவலுக்கு வந்த காவல் படையில் 70 காவலர்கள் இருந்தார்கள். காவல்துறை இதற்கு விளக்கமளித்தது. ராய் தவிர படையில் 30 பேர் மட்டுமே இருந்தனர் என்றது. இப்படையில் எல்லைக் காவல் பணியிலிருந்த இரு கான்ஸ்டபிள்கள், கமுதி இன்ஸ்பெக்டர், சப்இன்ஸ்பெக்டர், முதுகுளத்தூர் சப்இன்ஸ்பெக்டர், சிறப்பு ஆயுதப் படையின் ஏ கம்பெனி தலைமை அதிகாரி, ஜமேதார் சுந்தரம், மற்றும் நான்கு பிரிவுகளைச் சேர்ந்த 24 ஆயுதப்படை வீரர்கள் இருந்தனர்.[10]

போலீஸ் துப்பாக்கிச் சூடு நடந்த அன்று ராய் பத்திரிகையாளர்களிடம் கூறியவற்றோடு, ஆணையத்தில் போலீஸ் சமர்ப்பித்த அறிக்கையில் ஒரு சுருக்கமான முன்னுரையும் இருந்தது. அந்த அறிக்கை கூறியதாவது:

> போலீஸ் கண்மாய்க் கரைக்கு மேற்கே சுமார் 50 கஜ தூரத்தில் இருந்த ஒரு இடத்தை அடைந்தபோது, கண்மாயின் மேற்குப் பக்கமிருந்த இடைவெளி வழியே மூன்று நபர்கள் வருவதைப் பார்த்தது. இவர்களிடம் ஆயுதங்கள் இல்லை. பின்னால் ஒரு பெருங்கூட்டம், சுமார் 900-1000 பேர் இருக்கலாம். அரிவாள், வேல்கம்பு, தொரட்டிக் கம்பு ஆகியவற்றோடு வந்தது. அவர்கள் காவல் படையை நோக்கி, கண்மாய்க் கரையில் வேகமாக வந்தார்கள்... கலைந்து போகுமாறு எச்சரிக்கை செய்ததையும் மீறி, அந்தக் கும்பல் செங்கற்கள், கூர்மையான ஆயுதங்கள், கவண்கற்களை போலீஸ் மீது வீசியது. சிறப்பு ஆயுதப் படையின் ஜமேதார், லான்ஸ்

9. G.O.No. 405. (Ms) Public (General -A) (Confidential) Department. 11.february.1958.

10. *The Hindu*, 13 October 2007

நாயக் குப்புசாமி, சிறப்பு ஆயுதப்படை புருஷோத்தமன், சடகோபன் ஆகியோர் காயமடைந்தார்கள்.[11]

வெங்கடேஸ்வரன் கீழத்தூவல் சம்பவம் பற்றி காவல்துறை, கிராமத்தினர் ஆசிய இருதரப்பின் கூற்றையும் பதிவு செய்தார். அவரது அறிக்கை துப்பாக்கிச் சூட்டிற்குப் பிறகு இருந்த நிலைமையை கீழ்கண்டவாறு கூறியது.

'கண்மாய்க்கரையின் மேற்குப் பகுதியில் கிழக்கே சுமார் 10 கஜ தூரத்தில் ஐந்து இறந்த உடல்கள் கிடந்தன. கிராமத்தில் பெண்கள், குழந்தைகள் தவிர யாரும் இல்லை என்பதை ராய் கவனித்தார். பள்ளிக் கட்டிடம் அருகே நின்றுகொண்டிருந்த, பின்னர் மரண விசாரணையில் சாட்சியளித்த செல்லத் தேவன் இறந்த ஐந்து நபர்களை அடையாளம் காட்டினார்.'[12]

கீழத்தூவல் துப்பாக்கிச் சூட்டின் சாட்சிகள் போலீஸார் கிராமத்தின் தலைவர்களை இரக்கமில்லாமல் கொலை செய்தனர் என்று குற்றம் சாட்டினர். துப்பாக்கிச் சூட்டிற்குப் பிறகு நடந்தவற்றைப் பற்றி இவ்வாறு தெரிவித்தனர்: 'ஆய்வாளர் ராய் பள்ளிக் கட்டிடத்தில் அடைக்கப்பட்டிருந்த தேவர்களுக்கு கஞ்சி கொண்டுவந்து தரும்படி உத்தரவிட்டார். ஆனால் ஐந்து பானைகளில் கஞ்சி கொண்டுவரப்பட்டபோது, இரண்டு பானைகளை உடைத்துவிட்டு மற்றவற்றை திரும்பி எடுத்துச் செல்லுமாறு சொல்லிவிட்டார். தேவர்கள் பசியோடு அடைத்து வைக்கப்பட்டிருந்தார்கள். காலை 9 மணிக்குப் பிறகு, உடல்கள் பிரேத பரிசோதனைக்கு அனுப்பப்பட்ட பிறகுதான், அவர்கள் விடுவிக்கப்பட்டார்கள்.'[13]

பிரேத பரிசோதனை நடத்திய ராமநாதபுரம் தலைமை மருத்துவமனையில் உதவி சர்ஜனாக இருந்த டாக்டர். சுந்தராம்பாள் சாட்சிகளில் ஒருவர். காயம்பட்ட இடத்தில் சுற்றியுள்ள தசைகள் கருப்பாக இருந்தது தோட்டாக்களின் வெடிமருந்தால் ஏற்பட்டதாக இருக்கலாம் என்றார் அவர். இரத்தம் உறைந்தாலும் இவ்வாறு கருப்பாக இருக்கும் என்றாலும், இங்கு அவை வெடிமருந்தால் ஏற்பட்டிருக்கலாம் என்றார். அந்த கருப்புத் தடயத்தை வைத்துப் பார்க்கும்போது, தோட்டா இறந்தவரிடமிருந்து பத்தடி தூரத்திலிருந்து சுடப்பட்டிருக்கலாம். அல்லது துப்பாக்கியின் குழலின் வாய்ப்பகுதியிலிருந்து நான்கு அல்லது ஆறடி தூரத்தில் இருந்து சுடப்பட்டிருக்கலாம், என்ற தனது கருத்தை பதிவுசெய்தார்.[14]

---

11. வெங்கடேஸ்வரன் ஆணையத்தின் அறிக்கை தமிழ்நாடு ஆவணக் காப்பகத்தில் கிடைக்கவில்லை. ஆனால் 1957 அக்டோபர் 13ஆம் தேதி தி இந்துவில் முழு அறிக்கையும் வந்திருக்கிறது. அதிலிருந்துதான் வெங்கடேஸ்வன் அறிக்கை மேற்கோள் காட்டப்படுகிறது.

12. Venkateswaran Report.

13. மேலது.

14. மேலது.

மிக அருகிலிருந்து சுடப்பட்டது என்ற குற்றச்சாட்டை மறுத்த உதவி அரசு வழக்கறிஞர் (APP) 'தசைகள் நிறமிழந்ததால்' அந்த கருப்பு ஏற்பட்டிருக்கலாம் என்றார்.[15] 303 துப்பாக்கி மிகவும் சக்தி வாய்ந்தது, அதிலிருந்து சுடப்படும் குண்டு குறிபார்க்கப்பட்ட நபருக்குப் பின்னால் நிற்பவரையும் துளைத்துவிடும் வாய்ப்பு உள்ளது என்று கூறப்பட்டது பற்றி உதவி அரசு வழக்கறிஞர், கும்பல் இங்குமங்கும் ஓடிக்கொண்டிருந்ததால், ஒருவரைத் தாக்கிய குண்டு, மற்றவரைத் தாக்காமல் செல்லவும் வாய்ப்பு உள்ளது என்றார்.[16]

இந்த மாறுபட்ட கருத்துகளைக் கேட்ட வெங்கடேஸ்வரன் சென்னையிலிருந்து ஏ.வி.சுப்பிரமணியன் என்ற துப்பாக்கி நிபுணரை வரவழைத்தார். சுப்பிரமணியன் சாட்சியங்களை ஆராய்ந்தார். .303 துப்பாக்கி 600 கஜ தூரம் சுடும்படி வடிவமைக்கப்பட்டதாகும். சுடும் தருணத்தில் குண்டின் வேகம் விநாடிக்கு 2500 கஜம். குண்டு சதையில் தாக்கி உள்ளே நுழைந்தால், பாதை மாறாது. அப்படியே உடலுக்குள் சென்றுவிடும். எலும்பில் தாக்கினால், பொதுவாக பாதை மாறும். சதையில் பாய்ந்தால் அதன் வேகம் குறையாது. தாக்கப்பட்ட முதல் மனிதர் போக மற்றவர்களுக்கும் மரணத்தையோ, கடுமையான காயங்களையோ ஏற்படுத்தும் என்று அறிக்கை தந்தார்.[17] .303 துப்பாக்கிக்கு நிச்சய அழிவு ஏற்படுத்தும் தூரம் 15 கஜங்கள். துப்பாக்கி 15 கஜ தூரத்திலிருந்து சுடப்பட்டிருந்தால், பிரேத பரிசோதனை காட்டும் காயங்கள், எலும்பு முறிவுகளைவிட மிகக் கடுமையான காயங்கள், எலும்புமுறிவுகள் ஏற்பட்டிருக்கும், என்றார்.[18] தேவர்கள் தரப்பு வழக்கறிஞர் குப்புசாமி ஐயர் 'போலீஸ் எங்கு நின்று சுட்டது, கும்பல் எங்கு நின்றது' ஆகிய விஷயங்களை வெளிக்கொணரும் வகையில் சட்டபூர்வமாக எப்படி நடத்தவேண்டுமோ, அதுபோல மரண விசாரணை நடத்தப்படவில்லை என்றார்.[19]

தனது சாட்சியத்தின்போது சுப்பிரமணியம் காலித் தோட்டாக்கள் கீழே விழுந்த இடம், போலீஸ் சுடும்போது எங்கே நின்றிருந்தது என்பதைக் காட்டும் என்றார். ஆனால் இந்த அம்சத்தை யாரும் பொருட்படுத்தவில்லை. காலித் தோட்டாக்களை சேகரித்து வைக்கவும் இல்லை. காலி தோட்டாக்கள் விழுந்த இடம் பற்றி கோட்ட வட்டாட்சியருக்கு தகவல் தரப்படவில்லை. கைப்பற்றப்பட்ட பொருட்களின் பட்டியலும் தயாரிக்கப்பட்டிருக்கவில்லை. துப்பாக்கி போன்ற ஆயுதங்கள் பயன்படுத்தப்பட்ட இடங்களில் இதுபோன்று

15. The Hindu, 28 September 1957.

16. மேலது.

17. The Hindu, 27 September 1957.

18. Venkateswaran Report.

19. The Hindu, 28 September 1957.

பொருட்களைக் கைப்பற்றிப் பட்டியல் தயாரிக்கும் வழக்கம் காவல்துறைக்கு உண்டா? இல்லையா? என்று வெங்கடேஸ்வரன், உதவி அரசு வழக்கறிஞரைக் கேட்டபோது, அவர் 'இதுகுறித்து துறைரீதியான வழிகாட்டல் இல்லை' என்றார்.[20] எந்தத் திசையிலிருந்து துப்பாக்கிச் சூடு நடந்தது என்ற ஆதாரத்தை அழிப்பதற்காக, காலித் தோட்டாக்களை கவனமாகத் தேடி அப்புறப்படுத்தி விட்டார்கள் என்று குப்புசாமி ஐயர் குற்றம் சாட்டினார்.[21]

வெங்கடேஸ்வரன் தனது அறிக்கையை 1957 செப்டம்பர் 27ம் தேதி சமர்ப்பித்தார். இரண்டு வாரங்களுக்குப் பிறகு அது சென்னை சட்டமன்றத்தில் சமர்ப்பிக்கப்பட்டது. அதன் முடிவுகளை விமர்சித்து இந்து நாளிதழ் 1957 அக்டோபர் 13ஆம் தேதி தலையங்கம் எழுதியது.

> 'கீழத்தூவல் கிராமத்தில் போலீஸ் துப்பாக்கிச் சூட்டில் ஐந்து தேவர்கள் இறந்த சூழ்நிலை பற்றி ஒரு உயர் அதிகாரி தலைமையில் விசாரணை ஆணையம் அமைக்க அரசாங்கம் உத்தரவிட்டதன் நோக்கம். போலீஸ் மீதான பொய்யான குற்றச்சாட்டுகளை அம்பலப்படுத்துவது என்றால், திருவெங்கடேஸ்வரனின் அறிக்கை மக்களின் சந்தேகங்களை முழுமையாக நீக்கவில்லை' என்பதை நாம் வருத்தத்தோடு குறிப்பிடுகிறோம்.[22]

II

செப்டம்பர் 14 துப்பாக்கிச் சூட்டிற்கு இட்டுச் சென்ற சூழல் பற்றி காவல்துறையும், கீழத்தூவல் கிராமத்தினரும் மாறுபட்ட கருத்தைக் கொண்டிருந்தனர். முதுகுளத்தூரிலிருந்து மாலை 3.15 க்கு கிராமத்தினர் அனுப்பிய முதல் தந்தித் தகவல் 'போலீஸ் துப்பாக்கி சூடு நடத்தியது, ஐந்துபேருக்கு மேற்பட்டவர்கள் இறந்தார்கள்' என்றது. தந்தி 'போலீஸ் ஐந்து பேரை கட்டிப் போட்டு சுட்டனர்' என்று சொல்லவில்லை. இரவு 7.20க்கு அபிராமத்திலிருந்து ஒரு தந்தி அனுப்பப்பட்டது. அது ஐந்து நபர்கள் கட்டி வைத்து சுடப்பட்டதாகச் சொன்னது.

மாலை நான்கு மணி வரையிலும், மரண விசாரணை நடந்த போதும்கூட, காவல்துறை மேல் இப்படிப்பட்ட குற்றச்சாட்டு சொல்லப்படவில்லை என்பதை ஆணையம் சுட்டிக் காட்டியது. இந்தக் காரணத்தால் அக்குற்றச்சாட்டை காங்கிரஸ் அரசாங்கத்திற்கு அவப்பெயர் ஏற்படுத்த பின்னர் யோசித்துச் சொல்லப்பட்டது என்று நிராகரித்தது. இறந்தவர்களின் உடல்களில் இருந்த காயங்களிலிருந்து, ஒருவர் இரண்டு குண்டுகளால் தாக்கப்பட்டிருந்ததும் (சிவமணித்

20. The Hindu, 28 September 1957.

21. மேலது.

22. மேலது, 27 & 28 September 1957.

தேவர்) மற்ற நால்வரும் தலா ஒரு குண்டால் தாக்கப்பட்டிருந்ததும் தெரிந்தது.[23] காவல்துறையின் கூற்று திரிக்கப்பட்டது என்று நம்பியவர்கள், காயங்கள் பின்பக்கம் ஏற்பட்டுள்ளதை சுட்டிக்காட்டி தப்பி ஓடியவர்களை காவல் துறையினர் சுட்டதைத் தெளிவாகக் காட்டுகின்றது என்று வாதிட்டார்கள்.[24]

ராயின் கணக்குப்படி கீழத்தூவல் கும்பலில் சுமார் 1000 பேர் இருந்தார்கள்.[25] கீழத்தூவலில் சுமார் 150 தேவர் வீடுகள் இருந்தன. மேலத்தூவலில் சுமார் 10 வீடுகள்தான். இரண்டு கிராமங்களுக்கும் இடையிலான தூரம் ஒரு கி.மீ.[26] 1951 மக்கள் தொகை கணக்கீட்டின்படி, கிராமத்தில் ஆண்களின் எண்ணிக்கை 400. மக்கள் தொகை எண்ணிக்கை மேற்கோள் காட்டப்பட்டபோது, வேறுசில கிராமங்களின் தேவர்களும் கீழத்தூவல் ஆட்களோடு சேர்ந்திருப்பார்கள் என்றார் ராய். 1000 பேர் இருந்ததாக ராய் கூறுவது பொய், மிகைப்படுத்தப்பட்டது. கீழத்தூவலில் 171 குடும்பங்களே இருந்த நிலையில், போலீஸ் துப்பாக்கிச் சூடு நடத்திய கும்பலில் சுமார் 300 பேர் மட்டுமே இருந்திருக்க முடியும் என்று வெங்கடேஸ்வரன் தனது அறிக்கையில் குறிப்பிட்டார். மேலும், கீழத்தூவல் 1000 பேர் கூட முடியாத அளவிற்கு சின்ன கிராமமாகும்.[27]

செப்டம்பர் 12-ம் தேதி காலையில் அந்த கிராமத்தில் காவல்துறையினர் தேடுதல் வேட்டை நடத்தியபோது, இம்மானுவல்சேகரன் கொலைவழக்கின் குற்றவாளிகளான அங்குசாமித் தேவரையோ, பேயன் முனியாண்டித் தேவரையோ கண்டுபிடிக்க முடியவில்லை. காவல்துறைக்கு இந்த இருவரையும் நன்றாக அடையாளம் தெரியும். செப்டம்பர் 14-ம் தேதியில் அவர்கள் அந்தக் கிராமத்தில் இல்லை. அங்கு ஒரு போலீஸ் அவுட்போஸ்ட் இருந்தது. எனவே, ஒரு பெரிய ஆயுதப்படை போலீஸ் அந்தக் கிராமத்திற்குச் செல்ல வேண்டிய அவசியம் இல்லை. அந்தப் பகுதியில் கிட்டத்தட்ட மூன்றாண்டுகளாக இருக்கும் முதுகுளத்தூர் சப்இன்ஸ்பெக்டர் என்.நடராஜனால் அந்தக் கும்பலிலிருந்து போலீசைத் தாக்க வந்த ஒரு நபரைக் கூட அடையாளம் காட்ட முடியவில்லை என்பது வினோதம்தான்.[28]

துப்பாக்கிச் சூட்டிற்குப் பிறகு, கீழத்தூவலில் ஆட்களே இல்லை. எனவே பஞ்சாயத்துதாரராக செயல்பட கீழத்தூவலிருந்து சங்கரன் தேவர் என்ற ஒரே ஒருவரைத்தான் எஸ்டேட் மேலாளரால்

23. மேலது, 25 September 1957.

24. T.S.Chokkalingam, Horrors of Mudukulathur, p.4.

25. *The Hindu*, 25 September 1957.

26. MLAD, vol.7, I-V,p.255.

27. Venkateswaran Commission Report.

28. மேலது.

அழைத்துவர முடிந்தது. மேலும் நான்கு பஞ்சாயத்துதாரர்கள் பக்கத்துக் கிராமமான விளாங்குளத்தூரைச் சேர்ந்தவர்கள்.[29] எஸ்டேட் மேலாளர் அவர்களை போலீஸ் பாதுகாப்போடு ஜீப்பில் அழைத்து வந்திருந்தார். எனவே அவருக்கு இந்தக் கிராமத்தினர் யாருடனும் உரையாட வாய்ப்பில்லை.[30] துப்பாக்கிச் சூட்டிற்குப் பிறகு கிராமத்திற்குள் நுழைய யாரும் அனுமதிக்கப்படவில்லை. அங்கு ஒரு காவலர்படை நின்றது. (சென்னை சட்டமன்ற உறுப்பினர்கள் பின்னர் இந்த அறிக்கை தொடர்பாக நம்பிக்கையில்லாத் தீர்மானம் கொண்டுவந்து விவாதிப்பர்). தனிப்பட்ட சாட்சிகளான களையெடுக்கும் பெண், ஆடுமேய்ப்பர்கள் இருவர்க்கும் வேறு யாரேனும் சொல்லித் தந்திருப்பார்கள் என்பதை அவர்கள் நம்ப மறுத்தார்கள். வெங்கடேஸ்வரன் இந்த மூவரின் சாட்சியங்களைப் பதிவு செய்தார். ஆனால் அதற்குப் பிறகு வேறு எவரையும் சந்திக்க மறுத்துவிட்டார். எல்லோருமே கிளிப்பிள்ளை போல ஒரே விஷயத்தைதான் திரும்பத் திரும்ப சொல்லப் போகிறார்கள் என்றார் அவர்.[31]

தனது அறிக்கையில், வெங்கடேஸ்வரன் பின்வருமாறு குறிப்பிட்டார்:

> ‘செல்லத் தேவன் ஒரு மிக முக்கியமான சாட்சி. நான் அவரை விசாரிக்க நினைத்தேன். ஆனால் செல்லத் தேவன் வந்து சாட்சி சொல்ல அச்சப்படுகிறார் என்று போலீஸ் சார்பாக உதவி அரசு வழக்கறிஞர் ஒரு மனுவைத் தாக்கல் செய்தார். பஞ்சாயத்துதாரராக செயல்பட கீழத்தூவலில் இருந்த ஒரே நபர் சங்கரன் தேவர்தான். ஆனால் அவர் விஷயத்திலும், செல்லத் தேவனுக்கு அளித்ததைப்போன்ற மனுவை உதவி அரசு வழக்கறிஞர் அளித்தார். அவரை சாட்சியளிக்க வற்புறுத்துவது சரியாக இருக்காது என்று நான் முடிவு செய்தேன்.’[32]

கம்யூனிஸ்ட் தலைவர் எம்.கல்யாணசுந்தரம் இந்த விளக்கத்தை நிராகரித்தார். முன்பு தானும், வேறு சில கம்யூனிஸ்ட் தலைவர்களும் சேலத்தில் இரண்டு ‘சதி வழக்குகளில்’ சிக்கவைக்கப்பட்டு, பிறகு விடுதலை பெற்றபோது, அரசாங்கம் தங்களுக்கு எதிராக சாட்சியளிக்க வந்த நபருக்கு பாதுகாப்பு அளிக்க முயன்றதை அவர் நினைவுபடுத்தினார். அப்போது சிறப்புப் பிரிவு போலீஸ் அந்த சாட்சியைத் தன் பாதுகாப்பில் இரண்டாண்டுகள் வைத்திருந்து மாதம் 150 ரூபாய் சம்பளம் வரும் வகையில் ஒரு வேலையும் வாங்கித் தந்தது. எனவே இப்போது கீழத்தூவல் சம்பவத்தில் ஒருசில சாட்சிகளுக்கு அரசாங்கத்தால் ஏன் பாதுகாப்பு அளிக்க முடியவில்லை என்று வியந்தார்.[33]

---

29. MLAD, vol.7, I-V,p.128.

30. மேலது, ப. 252.

31. மேலது, ப. 252.

32. மேலது, ப. 397.

33. மேலது, ப. 397.

ஐந்து தேவர்கள் கைகள் கட்டப்பட்டு சுடப்பட்டதாகச் சொல்லப்படுவதை தவறு என்று நிரூபிக்க, வெங்கடேஸ்வரன் ஜான் கிளாசிஸ்டர் எழுதிய 'மெடிகல் ஜூரிஸ்ப்ரூபுடன்ஸ் அண்ட் டாக்சிகாலஜி' என்ற நூலிலிருந்து மேற்கோள் காட்டினார். இது சம்பந்தமான அறிக்கையின் பத்தி இது:

> 'அரையடி தூரத்திலிருந்து சுட்டால், பொதுவாக பொசுங்கிய காயம் இருக்காது. ஆனால் சில சமயம் சிராய்ப்புகள், வெடிமருந்துத் தடயங்கள் இருக்கக்கூடும். சுமார் ஓரடி தூரம் என்றால், காயத்தைச் சுற்றிய சருமம் வெடி மருந்துத் தடயம் எதையும் காட்டாது.'[34]

இந்த .303 துப்பாக்கிகள் புகையற்ற வெடிமருந்தைப் பயன்படுத்துகின்றன. நான்கு முதல் ஆறடி தூரம் என்றாலும்கூட காயங்களில் கருப்படிக்காது. எனவே இறந்தவர்களின் உடலில் காணப்படும் கருப்புத் தடயங்கள் ரத்தம் உறைந்ததால் ஏற்பட்டவை என்று வெங்கடேஸ்வரன் உறுதியாகக் கூறினார்.[35] பிரேத பரிசோதனைசெய்த டாக்டர் சுந்தராம்பாள் பற்றி ஒரு இரக்கமற்ற விமர்சனம் செய்தார். சுந்தராம்பாள் துப்பாக்கிக் காயங்களைப் பரிசோதிப்பது இதுதான் முதல் முறை என்பதால், வேகமாகச் சுடும் துப்பாக்கிகளைப் பயன்படுத்தும் போது உண்டாகும் காயங்கள் பற்றி அவருக்குத் தெரியவில்லை என்றார்.

தனது அறிக்கையை முடிக்கும்போது வெங்கடேஷ்வரன் 'பெருமளவு சாந்தமான, தேவர்களை அடித்து உதைக்குமளவு போலீஸ் அறிவற்றதாக இருந்ததா', என்று வியந்தார். மரண விசாரணை நடத்த எஸ்டேட் மேலாளர் கண்மாய்க் கரைக்கு வந்தபோது பள்ளிக் கட்டிடத்தில் தேவர்களையும், பெண்களையும் அடைத்து வைத்து, சிறப்பு ஆயுதப்படை காவல் காத்துக் கொண்டிருந்ததை பார்க்காமல் இருந்திருக்க முடியாது. தேவர்களை அடைத்து வைத்தது குறித்து எந்தப் புகாரும் அளிக்கப்படவில்லை. காவல்துறையினர் ஏன் ராமசாமித் தேவரின் வீட்டு ஓடுகளை, தானியக் களஞ்சியங்களை உடைத்தனர், அவரது சகோதரர் கருப்பண்ணனை ஏன் அடித்தனர், என்பது பற்றி ஏற்கத்தக்க விளக்கம் எதையும் தனக்கு யாரும் தரவில்லை என்றார். "காவல்துறையினர் இந்த நம்பமுடியாத நடத்தைக்குப்' பின்னால் இருந்த நோக்கம் என்ன?[36] எனவும் வினவினார். வெங்கடேஷ்வரனது இத்தகைய கேள்விகள், விளக்கங்கள் காவல்துறையினரை தப்பவைக்கவே உதவின.

---

34. Venkateswaran's Report.

35. மேலது.

36. மேலது.

இறந்தவர்களில் இருவர் பின்பக்கம் தாக்கப்பட்டிருந்தனர் என்ற விசயத்தை மட்டும்தான் வெங்கடேஸ்வரன் ஆணையம் தன் கவனத்தில் எடுத்துக் கொண்டது. இது தேவர்கள் மிக அருகில் இரக்கமற்ற வகையில் சுட்டுக் கொல்லப்படவில்லை என்பதைக் காட்டுகிறது... இந்த ஐவரும் இருந்த கூட்டத்தின்மீது துப்பாக்கிச் சூடு நடத்தப்பட்டிருக்கிறது. தற்செயலாக இவர்கள் மட்டுமே துப்பாக்கி சூடு வந்த திசையில் இருந்திருக்கிறார்கள். போலீஸ் படையின் கட்டுப்பாட்டில், நிறுத்தி வைக்கப்பட்ட இலக்குகளாக இவர்கள் இருந்திருந்தால், இவர்களின் முதுகுப் பக்கம் சுடுவதற்கு அவசியமே இல்லை என தனது கருத்தாக வெங்கடேஸ்வரன் கூறிப்பிட்டார்.

வெங்கடேஸ்வரனின் முடிவுகள் பின்வருமாறு:

1. கிராமத்தினரின் கூற்று பொய்யானது. போலீஸ் படை தாக்கப்பட்டிருக்கிறது. ஆனால் கும்பலின் பலம் 900 முதல் 1000 என்பதாக இல்லாமல் 300 இருந்திருக்கும்.

2. போலீசின் துப்பாக்கிச் சூடு நியாயமானது.[37]

'இந்து நாளிதழ்' தன் தலையங்கத்தில் ஆணையத்தின் முடிவுகளை விரிவாக ஆராய்ந்து அலசியது. அதன் முக்கியத்துவம் கருதி, அது கீழே முழுமையாகத் தரப்பட்டுள்ளது.

> 'போலீசிற்கு முக்கியமான இரு சாட்சிகள் - அதே ஊரைச் சேர்ந்த தேவர்கள் இருவர் - விசாரிக்கப்படவில்லை. காரணம் தாங்கள் சாட்சியமளித்தால் ஏற்படும் பின்விளைவுகளுக்காக அவர்கள் அஞ்சுவதாக போலீஸ் மனு தாக்கல் செய்திருந்ததுதான். விசாரணை அதிகாரி தனது கண்ணோட்டத்திற்குத் தொடர்புடையது என்று கருதிய அம்சங்கள் பற்றி மட்டுமே சாட்சிகளிடம் குறுக்கு விசாரணை நடத்தப்படிருக்கிறது. அளிக்கப்பட்ட சாட்சியங்களை ஆராய்வதற்குக் கூடுதலாக அதிகாரிக்கு இரு தரப்பின் வாதங்களையும் கேட்கும் வாய்ப்பு இருக்கவில்லை. இது பற்றி திரு.வெங்கடேஸ்வரன்,. விசாரணையை முடிக்கும்போது முழு வாதங்களையும் கேட்கலாம் என்றுதான் நான் முதலில் நினைத்திருந்தேன். ஆனால் மேலும் யோசித்தபோது, உண்மை கண்டறியும் எனது கடமைக்குப் பொருத்தமாக, அவ்வாறான உதவிகள் ஏதுவுமின்றி, வாய் மூலமாகச் சொல்லப்பட்ட சாட்சியங்களை மட்டும் ஆராய்வது அதிக பெருத்தமானதாக இருக்கும் என்று கருதினேன்' என்கிறார். இது துரதிருஷ்டவசமானது. ஏனெனில், சம்பவங்கள் பற்றிய தேவர்களின் கூற்றில் திரு.வெங்கடேஸ்வரன் எழுப்பிய சந்தேகங்கள் சிலவற்றிற்கேனும் வாதங்களின்போது அவர்களது வழக்கறிஞர்கள் பதிலளித்திருக்கக் கூடும். உதாரணத்திற்கு தன்னிடம் கிராமத்தில் போலீஸ் செய்த அட்டூழியங்கள் பற்றி சாட்சியமளித்தவர்களால் என்ன காரணத்திற்காகப் போலீஸ் அப்படிச் செய்தது என்பதை விளக்க முடியவில்லை என்று

37. மேலது.

திரு.வெங்கடேஸ்வரன் குறிப்பிடுகிறார். அத்துமீறல்கள் நடந்ததாகவே ஏற்றாலும், அதற்குப் பின்னாலுள்ள நோக்கத்தைக் கண்டுபிடிப்பது உண்மையிலேயே கஷ்டமான காரியமா, என்ன? என்ன இருந்தாலும், திரு. இம்மானுவலின் கொலையில் சம்பந்தப்பட்ட இரு தேவர்களைக் கைது செய்ய போலீஸ் முயற்சி செய்துகொண்டிருந்தது. செப்டம்பர் 12 அன்று கீழத்தூவலில் அவர்களைக் கைது செய்ய நடந்த முதல் முயற்சி தோற்றுவிட்டது. செப்டம்பர் 14 அன்று பெரிய படையுடன் சென்று கிராமத்தினரை அவர்களை ஒப்படைக்கும்படித் தூண்ட போலீஸ் தமது பலத்தை சற்று அதிகமாகக் காட்டியது என்பது புரிந்துகொள்ள முடியாத விஷயமா? பயங்கர ஆயுதங்களுடன் சுமார் 1000 பேர் கொண்ட கூட்டம் வழிமறித்தது; தற்காப்பிற்காக போலீஸ் சுட்டது என்ற கூற்று ஒரு முக்கியமான விஷயத்தின் மூலம் தவறு என்று தெரிய வருகிறது. திரு. வெங்கடேஸ்வரன் கூட்டத்தில் 300 பேருக்கு மேல் இருக்கமுடியாது என்றாலும், ஒரு சிறிய போலீஸ் படையைத் தாக்க அது போதுமானது என்கிறார். எந்தத் தோட்டாவுமே கைப்பற்றப்படவில்லை என்பதுதான் இந்தத் துப்பாக்கிச் சூட்டில் மிக வினோதமாக உள்ளது. தோட்டாக்கள் இலக்கைத் தாக்கிய பிறகு சிதறியிருக்கும் என்ற ராயின் கூற்றை நம்பமுடியாது என்று திரு.வெங்கடேஸ்வரன் நிராகரிக்கிறார். தோட்டாக்கள் அடிபட்டவர்களின் உடல்களிலிருந்து வெளியேறி துப்பாக்கிச் சூடு நடந்த கண்மாய்க் கரை அல்லது கண்மாயில் புதைந்து போய் இருக்கலாம் என்பது அவரது ஊகம். தோட்டாக்கள் கிடைக்காததற்கு ஏற்கத்தகுந்த விளக்கங்கள் இல்லாத நிலையில் பெரும் கும்பல்மீது - ராய் சொல்வதன் படி 1000 பேர், வெங்கடேஸ்வரன் சொல்வதன்படி 300-ஆறு சுற்றுகள் சுட்டதில் ஐந்து நபர்கள் மேல் மட்டுமே குண்டுகள் பாய்ந்துள்ளன என்பதை நம்பமுடியவில்லை. திரு.வெங்கடேஸ்வரன் கூறுவதுபோல ஐந்து அப்பாவிகளைக் கொடூரமாகக் கொல்ல போலீஸ் நினைத்தது என்பது நம்பமுடியாததுதான், என்றாலும், துப்பாக்கிச் சூடு பற்றிய அனைத்து உண்மைகளையும் வெளிக்கொணர, துறை ரீதியான விசாரணை போலீசைக் குற்றச்சாட்டிலிருந்து விடுவிப்பதற்காக நடத்தப்படவில்லை என்று பொதுமக்களுக்கு நம்பிக்கை ஏற்பட, ஒரு முழுமையான நீதி விசாரணை அவசியம் என்று நமக்குத் தோன்றுகிறது.[38]

ஆணையத்தின் முடிவுகள் தனது ‘வரையறுக்கப்பட்ட பணியை’ வெங்கடேஸ்வரன் செய்து முடித்ததில் அவர் காட்டிய திறமை அல்லது பாரபட்சமற்ற தன்மையின் பிரதிபலிப்பு அல்ல; ஆனால், ஒரு நீதி விசாரணை மட்டுமே அவரது விசாரணையில் உள்ள இடைவெளிகளை இட்டு நிரப்பி, அனைத்து சந்தேகங்களுக்கும் முற்றுப் புள்ளி வைக்கும் என்று இந்து நாளிதழ் கருத்து தெரிவித்தது. தலையங்கத்தின் முடிவுப் பகுதி சொல்வதாவது:

செப்டம்பர் 14க்குப் பிறகு மாவட்டத்தின் பல பகுதிகளிலும் கடுமையான சம்பவங்கள் நடந்து, மற்ற இடங்களிலும் போலீஸ் துப்பாக்கிச் சூடு நடத்த

38. The Hindu, 13 October 1957.

நேர்ந்த நிலையில், ராமநாதபுர மாவட்டத்தின் ஒட்டுமொத்த தொடர் கலவரங்கள் குறித்தும் ஒரு நீதி விசாரணை நடத்தி, சம்பவங்களுக்கு ஒரு தரப்போ மற்ற தரப்போதான் பொறுப்பு என்பதைத் தீர்மானிப்பதோடு, இந்த துரதிருஷ்டமான நிகழ்வுகளைத் தடுக்க உரிய நடவடிக்கைகளையும் பரிந்துரைப்பது சரியாக இருக்கும். இப்பகுதியின் முக்கியமான ஆளுமைகள் விடுக்கும் அறிக்கைகளிலிருந்து, சமீபத்திய பிரச்சினைகள் முழுக்க முழுக்க ஜாதி ரீதியானவை மட்டுமல்ல; அரசியல் வேறுபாடுகள் காரணமாகவும் ஏற்பட்டவை. இவை முதல் பொதுத் தேர்தல் காலத்தில் துவங்கி சமீபத்தில் முதுகுளத்தூர் இடைத் தேர்தலின் போது தீவிரமடைந்தவை என்று தெரிகிறது. இக்கருத்து எந்த அளவிற்கு சரி என்பதை முடிவு செய்யத் தகுந்ததாக ஒரு நீதி விசாரணை இருக்க வேண்டும்.[39]

III

முதுகுளத்தூர் பகுதியை ஸ்தம்பிக்கச் செய்த சட்ட ஒழுங்குப் பிரச்சினை, எதிர்கட்சிகளைக் கலந்தாலோசிக்க காங்கிரஸ் கட்சி மறுப்பது ஆகியவை காரணமாக வலதுசாரி, இடதுசாரி என இருபிரிவு எதிர்க்கட்சிகளுமே காங்கிரஸை விமர்சித்தன. இக்குழுவில் பி.ராமமூர்த்தி (சிபிஐ) ச.கணேசன் (திமுக) ஷண்முக ராஜேஸ்வர சேதுபதி (சிஆர்சி) ம.பொ.சிவஞானம் (தமிழரசு கழகம்) ஆகியோர் இருந்தார்கள்.[40] இக்குழு கலவரப் பகுதியைப் பார்வையிட்டு, நிலமையை ஆராய்ந்த பிறகு 1957 செப்டம்பர் 23ம் தேதி முதலமைச்சரைச் சந்தித்தது. அவர்கள் ராமநாதபுர மாவட்ட சம்பவங்களை விசாரிக்க ஒரு நீதி விசாரணை வேண்டும், ஆய்வாளர் ராய்க்கு பணியிட மாறுதல் தரப்பட வேண்டும் என்று கோரினார்கள். இது 'நியாயம் கிடைக்கும் என்ற நம்பிக்கையை மக்கள் மனதில் ஏற்படுத்தும்' என்றார்கள். இச்சம்பவங்களின் பின்னணியில் அருங்குளம், கீழத்தூவல், மாராந்தை, இளஞ்சம்பூர், கீராந்தை ஆகிய இடங்களில் நடந்த சம்பவங்களையும் முழுமையாக விசாரிக்காவிட்டால் உண்மையான, நிரந்தரமான அமைதி ஏற்படாது என்ற மக்கள் உணர்வையும் அவரிடம் எடுத்துரைத்தார்கள். ஆனால் முதலமைச்சர் அவர்களது கோரிக்கையை நிராகரித்தார்.[41]

பின்னர் அமைதிக் குழு கீழ்கண்ட அறிக்கையை வெளியிட்டது.

'இது (முதுகுளத்தூர் மோதல்)' வெறும் ஜாதிப் பிரச்சினை மட்டுமல்ல என்று நாங்கள் உறுதியாகக் கருதுகிறோம். மற்ற இடங்களில் இருப்பது போலவே இப்பகுதியிலும் ஹரிஜன்கள் சமூக ஏற்றத்தாழ்வுகளால், சமூக ஒடுக்குமுறைகளால் துன்புறுகிறார்கள் என்பதில் ஐயமில்லை. கடந்த பொதுத்தேர்தலின்போது, குறிப்பாக முதுகுளத்தூர் இடைத் தேர்தலின்

39. மேலது.

40. மேலது, 22 September 1957.

41. மேலது, 22 & 25 September 1957.

போது செய்யப்பட்ட பிரச்சாரம், கசப்பான உணர்வுகளை உருவாக்கியது, தேர்தல் முடிவுகள் வந்ததும் மேலும் அதிகரித்தது என்று நாங்கள் கருதுகிறோம். எங்களோடு அரசியல் ரீதியாக மாறுபடுவோர் கூட இதை ஏற்கிறார்கள்... இம்மானுவல் சேகரனின் கொலை, கீழத்தூவல் துப்பாக்கிச் சூடு ஆகியவை எரியும் தீய்க்கு எண்ணெய் ஊற்றிவிட்டன. இதன் விளைவாக, மறவர்கள், ஹரிஜன்கள் என இரு தரப்பிலும் ஏராளமானவர்கள் பாதிக்கப்பட்டார்கள். பலரும் வீடிழந்தார்கள். இதனால்தான் நாம் அனைத்துத் தலைவர்களும் தங்களது வேறுபாடுகளை மறந்து இந்த கசப்புணர்வை நீக்கி, நம்பிக்கையை ஏற்படுத்த மனப்பூர்வமாக முயற்சிகள் மேற்கொள்ள வேண்டும் என்று வேண்டுகிறோம்...மக்களிடையே அச்சத்தை ஏற்படுத்தி அமைதியை நிலைநாட்டுவதில் அரசாங்கம் வெற்றி பெற்றுவிடலாம். ஆனால் மக்களது மனதில் ஏற்பட்டிருக்கும் காயங்கள் அவ்வளவு எளிதில் ஆறிவிடாது. காவல்துறையும், அவற்றின் நிர்வாகமும், நியாயமானவை,பாரபட்சமற்றவை என்ற நம்பிக்கையை அனைத்துத் தரப்பு மக்களிடமும் ஏற்படுத்துவது மிகவும் முக்கியம். கடந்த சில நாட்களில் ராமநாதபுரத்தில் நடந்த சம்பவத்தைப் போன்று நீதி விசாரணை அவசியமாகத் தேவைப்படும் வேறொரு சம்பவத்தை நம்மால் நினைத்துப் பார்க்க முடியவில்லை. வேறு வார்த்தைகளில் கூறினால், அங்கிருந்த சூழலில், கோபாவேசமான கூட்டத்தைக் கட்டுப்படுத்த துப்பாக்கிச் சூடு தேவைப்பட்டதா? என்பதுதான் கேள்வி. ஆனால் கீழத்தூவல் துப்பாக்கிச் சூட்டில், போலீஸ் கூட்டத்தின் மீது சுடவில்லை. கிராமத்தின் தலைவர்களைக் கொடூரமாகக் கொலை செய்தது என்று காவல்துறை மீது கடுமையான குற்றச்சாட்டு வைக்கப்படுகிறது. இதுதான் சங்கிலித் தொடர்போல் நிகழ்வுகளை உருவாக்கியது என்பதை நினைவில் கொள்வது முக்கியமாகும்.[42]

சர்வோதய மண்டல் அமைதிக் குழு இப்பகுதியில் சுற்றுப்பயணம் செய்து நிவாரணம் அளித்தது. இதில் தமிழ்நாடு பூதான இயக்கத் தலைவர் சங்கரலிங்கம் ஜகந்நாதனும், காந்திகிராம கிராமிய நிறுவனத்தின் ஏ.எஸ்.ராமசாமியும் இருந்தனர்.[43] சாந்தி சேனா தொண்டர்களுடன் அப்பகுதியைப் பார்வையிட்ட, காந்திகிராம கிராமிய நிறுவவனத்தின் அப்போதைய இயக்குநர் ஜி.ராமச்சந்திரன், அங்குள்ள நிலைமையை கீழ்கண்ட வார்த்தைகளில் வர்ணித்தார்: வெறுப்பின், சச்சரவின் காற்று ஆங்காங்கே வீசி சில கிராமங்களை வீழ்த்தியிருக்கிறது என்பதில் சந்தேகமில்லை. அதே அளவிற்கு துயர,

42. மேலது, 25, September 1957.

43. சங்கரலிங்கம் ஜெகந்நாதன் தேவர் சமூகத்தைச் சேர்ந்தவர். கிருஷ்ணம்மாள் தலித் சமூகத்தைச் சேர்ந்தவர். இவர்கள் 1950ல் திருமணம் செய்துகொண்டார்கள். இம்மானுவல் தனது கிராமத்தில் இவர்களுக்கு வரவேற்பு நடத்தினார். 2008ல் இவர்கள் மாற்று நோபல் பரிசு என்றழைக்கப்படும் Right Livelihood பரிசு பெற்றார்கள்.

சேதார காட்சிகள் பாதிக்கப்பட்ட மக்கள் மேலும் அருகாமையில் வாழ்வோர் அனைவரது மனதிலும் அச்சம் ஏற்படுத்தியிருப்பதும் உண்மையே. எனினும், பல கிராமங்களில் சமூகங்கள் தாமாகவே சமாதான ஒப்பந்தங்கள் போட்டுக் கொண்டுள்ளன'[44]

பாராளுமன்ற உறுப்பினர்கள் பி.எஸ்.மூர்த்தி (காக்கிநாடா தொகுதி) ஆர்.எஸ்.ஆறுமுகம் (அருப்புக்கோட்டை ரிசர்வ் தொகுதி) ஆகியோர் அப்பகுதியின் தலித் தலைவர்களான பெருமாள் பீட்டர், வேத மாணிக்கம் ஆகியோருடன் அப்பகுதிகளைப் பார்வையிட்டார்கள். ‘பள்ளர்களை உங்களது சகோதரர்களைப் போல் நடத்துங்கள்’, என்று தேவர்களுக்கு பத்திரிகை அறிக்கைமூலம் வேண்டுகோள் விடுக்குமளவிற்கு தேவர்களின் தாக்குதல் அவர்களை உலுக்கியிறுக்கிறது. ‘தமது கொடிய வறுமையால், படிப்பறிவு சிறிதும் இன்மையால் கிராமங்களில் ஆதரவற்ற நிலையில் வாழ்வதால் ஹரிஜன்கள் இந்து சமூகத்தின் முன்னேற்றத்தைக் கெடுப்பவர்களாகக் கருதப்படுகிறார்கள்,’ என்று புலம்பினார்கள். மனக்கசப்புகள் எவையேனும் இருந்தால் அவற்றை வெளிப்படையான பேச்சுவார்த்தை மூலம் தீர்த்துக் கொள்ளலாம் என்று கூறிய அவர்கள், ‘வன்முறை ஒரு தீர்வல்ல’ என்றார்கள். பள்ளர்களை அமைதியாக, அஹிம்சாவழியில் நடந்துகொள்ளுமாறு வேண்டினார்கள்.[45] ‘நம்பிக்கையும், தைரியமும் கொண்டு, மிக மோசமான தூண்டுதலிலும் பெருந்தன்மையாக நடந்துகொண்டு, அப்பகுதியில் செல்வாக்குடன் இருக்கும் தேவர்கள் உட்பட அனைத்து ஜாதி மக்களுடனும் நட்புக்கொள்ள முயற்சி செய்யவேண்டும்’ என்று பள்ளர்களுக்கு அறிவுரை கூறினர்.[46]

இந்த மோதல் குறித்து இந்திய கம்யூனிஸ்ட் கட்சி (சிபிஐ) ஒரு பரந்த பார்வை கொண்டிருந்தது. ஜாதிரீதியாகப் போராடுவதன் பயனின்மையை அக்கட்சியினர் சுட்டிக்காட்டினர். மாறாக, காங்கிரஸ் அரசாங்கத்தின் மோசமான பொருளாதாரக் கொள்கைகளை எதிர்த்துப் போராடும் வகையில் அப்பகுதியின் விவசாயிகள் திரட்டப்பட வேண்டும் என்றனர். உழுபவருக்கே நிலம், வரிச்சுமையைக் குறைத்தல், விலைவாசியைக் கட்டுப்படுத்துதல், அத்தியாவசியப் பொருட்களை நியாய விலைக் கடைகள் மூலம் வழங்குதல் ஆகிய கோரிக்கைகளை அவர்கள் முன்வைத்தார்கள். நிலச்சீர்திருத்தங்களைத் துவக்கி, அதன்மூலம் நாட்டின் வறுமையை ஒழிப்பதற்குப் பதிலாக, காங்கிரஸ் அரசாங்கம் ஜாதிமோதல்களின் பின்னால் ஒளிந்துகொண்டிருக்கிறது என்று சிபிஐ கூறியது.[47] விவசாயிகளின் ஒரு மாநாட்டில் பேசிய,

44. The Hindu, 26 September 1957.

45. மேலது. 28 September 1957.

46. மேலது.

47. *ஜனசக்தி*, 17 September 1957.

சிபிஐயின் மணலி கந்தசாமி, ‘நண்பர்களே! உங்கள் ஜாதி எதுவாக இருந்தாலும், ஜாதி மோதல்களில் ஈடுபடாதீர்கள். வசிக்க இடமின்றி, உழுவதற்கு நிலமின்றி கடும்பசியில் வாடும் ஜாதியைச் சேர்ந்தவர்கள் நாமனைவரும். நில மறுவிநியோகத்திற்காகப் போராட, நம்மிடையே ஒற்றுமையைக் கட்டுவதுதான் இக்காலகட்டத்தின் தேவை,’ என்றார்.[48] இராமநாதபுரத்திற்கு அனுப்ப மாநில அரசாங்கம் கூடுதலாக 600 ரிசர்வ் போலீஸ்காரர்களைப் பணியமர்த்தியபோது, கலவரப் பகுதியில் அமைதியை நிலைநாட்ட காவல்துறையை மட்டுமே நம்பும் அரசாங்கத்தின் கொள்கையை சிபிஐ விமர்சித்தது. ‘போலீஸ் மட்டுமே இப்பகுதியில் அமைதியை ஏற்படுத்திவிட முடியாது. மக்களின் நம்பிக்கையைப் பெற வேண்டும். இதற்கு அரசியல் கட்சிகள், சட்டமன்ற, மாவட்ட, பஞ்சாயத்து போர்டுகளின் உறுப்பினர்கள், தனிப்பட்ட மனிதாபிமானிகளின் ஆதரவும், ஒத்துழைப்பும் அவசியம்’ என்று அதன் ஒரு அறிக்கை கூறியது.[49]

வருந்தத்தக்க வகையில் கம்யூனிஸ்ட் கட்சியின் நிலைபாடு, தேர்தலின் போது மக்களை அதன் பக்கம் ஈர்க்கவில்லை. மேற்குறித்த வாதங்களை முன்வைத்த மணலி கந்தசாமி, தஞ்சை பாராளுமன்றத் தொகுதியில் உள்ள, மறவர்கள் அதிகம் வாழும் அறந்தாங்கி சட்டமன்ற இடைத் தேர்தலில் (இது ராமநாதபுர மாவட்டத்தின் எல்லைக்கு அருகில் உள்ளது) போட்டியிட்டார்.[50] கலவரம் நடந்த காலத்தில்தான் இத்தேர்தல் நடந்தது (1957 அக்டோபர் 9ம் தேதி), காங்கிரஸ் கட்சியின் போலீஸ் ராஜ்யம் பற்றி சிபிஐ தேர்தல் பிரச்சனையாக முன்வைத்தது. கடுமையான பிரச்சாரத்தையும் மீறி காங்கிரஸ் வேட்பாளர் 6600 வாக்கு வித்தியாசத்தில் வென்றார். கம்யூனிஸ்ட் கட்சியும், எதிர்க்கட்சிகளும் காங்கிரஸ்மீது வைத்த குற்றச்சாட்டுகளைப் புறந்தள்ள காங்கிரஸ்காரர்கள் இந்தத் தேர்தல் வெற்றியைப் பயன்படுத்தினார்கள். முத்துராமலிங்கத் தேவரை ஆதரிப்பதற்காக எதிர்க்கட்சிகளைக் கண்டித்தார்கள்.

முதலமைச்சர் தனது அமைச்சர்களான எம்.பக்தவத்சலம், சி.சுப்ரமணியம் ஆகியோரை பரமக்குடி, முதுகுளத்தூர், அருப்புக்கோட்டை, சிவகங்கைத் தாலுகாக்களுக்கு அனுப்பினார். 1957 செப்டம்பர் 24, 25 தேதிகளில் கலவரத்தால் பாதிக்கப்பட்ட பகுதிகளைப் பார்வையிட்ட பிறகு, அமைச்சர்கள் மதுரை, ராமநாதபுரம் மாவட்டங்களின் அதிகாரிகளுடன் ஆலோசனை நடத்தினார்கள். அவர்கள் கீழத்தூவல் சென்றபோது, இறந்துபோன ஐந்து தேவர்களின் மனைவிகளும், குழந்தைகளும் அமைச்சர்களைச் சந்திக்க அனுமதி கேட்டார்கள். அவர்கள் அமைச்சர்களைச் சந்திக்க போலீஸ் அனுமதிக்கவில்லை.[51]

---

48. மேலது, 18 September 1957.

49. மேலது, 25 September 1957.

50. மணலி கந்தசாமி கள்ளர் சமூகத்தில் பிறந்தவர்.

51. Janasakthi, 26 September 1957.

முதலமைச்சரிடம் தாங்கள் சமர்ப்பித்த அறிக்கையில் அமைச்சர்கள் தீவைப்புகள் எங்கு நடந்திருந்தாலும், பாதிக்கப்பட்டவர்களுக்கு, ஜாதி பாகுபாடு இன்றி வழக்கமான நிவாரணம் வழங்க பரிந்துரை செய்தார்கள். இந்த நிவாரணம் தவிர, பாதிக்கப்பட்டவர்களுக்கு ஒரு வாரத்திற்குப் போதுமான தானியங்களும் வழங்க முடிவு செய்யப்பட்டது.[52] அரசாங்கத்தின் உத்தரவின்படி, கலவரங்களில் தீவைப்பால் பாதிக்கப்பட்ட ஒவ்வொரு குடும்பத்திற்கும் ரூ.30/- பணமாகவும், ஒரு வாரத்திற்குப் போதுமான தானியங்களும் வழங்க ஆட்சியர் பணிக்கர் உத்தரவிட்டார்.[53] சுமார் 100 கிராமங்களில் பாதிக்கப்பட்டோருக்கு பண உதவியாக ரூ.82,295/- வழங்கப்பட்டது. சுமார் 70 கிராமங்களுக்கு 3600 படி அரிசி வழங்கப்பட்டது, பாதிக்கப்பட்டோருக்கு வழங்க 18,685 படி கேழ்வரகு ஒதுக்கப்பட்டது என்று ஆட்சியர் பின்னர் தெரிவித்தார்.[54]

மத்திய உள்துறை அமைச்சர் கோவிந்த வல்லப பந்த் ராமநாதபுரம் மாவட்டத்தின் சம்பவங்கள் 'அனைவருக்குமே இழிவை ஏற்படுத்தியுள்ளன' என்றார். பிரதமர் நேருவுடன் ஆலோசித்த பிறகு உள்துறை துணை அமைச்சர்[55] பி.என்.தாதரை 'கலவரங்கள் நடந்த இடங்களுக்குச் சென்று ஆய்வு நடத்த' அனுப்பி வைத்தார்.[56] அக்டோபர் 5 முதல் 7 வரை எதிர்க்கட்சித் தலைவர்கள் குழு ஒன்றும் இப்பகுதியில் சுற்றுப்பயணம் செய்தது. இதில் பி.கக்கன் (காங்கிரஸ் எம்.பி) ஆர்.எஸ். ஆறுமுகம் (காங்கிரஸ் எம்.பி.) டி.எல்.சசிவர்ணத் தேவர் (பார்வர்ட் பிளாக் எம்.எல்.ஏ.) கே.டி.கே.தங்கமணி (சிபிஐ) வெங்கடகிருஷ்ண ரெட்டி (CRC தலைவர்) மதுரை முத்து (திமுக), கே.அப்பண்ணராஜ் (சோஷலிஸ்ட் கட்சி), மூக்கையாத் தேவர் (பார்வர்ட் பிளாக்), வி.கே. தாஸ் (பிரஜா சோஷலிஸ்ட் கட்சி) டி.ஜி.கிருஷ்ணமூர்த்தி (காங்கிரஸ் எம்.எல்.சி.) ஆகியோர் இருந்தனர்.[57]

சிபிஐயின் தங்கமணி இப்பகுதி மக்கள் காங்கிரஸிற்கு வாக்களிக்காததால், இப்பகுதியின் முன்னேற்றத்தை மாநில அரசாங்கம் நீண்டகாலமாகவே புறக்கணித்து வருவதாக மத்திய அமைச்சரிடம் கூறினார். முத்துராமலிங்கத் தேவரைத் தடுப்புக் காவல் சட்டத்தின் கீழ் கைது செய்ததில் - அதுவும் குறிப்பாக அரசாங்கமே இப்பகுதியில் அமைதி திரும்பிவிட்டதாகக் கூறிய

52. G.O.No. 2441. (Ms) Public (General -A) (Confidential) Department. 11.September.1958.

53. *The Hindu*, 30 September 1957.

54. மேலது, 9 October 1957.

55. இன்று இப்பதவி உள்துறை ராஜாங்க அமைச்சர் என்று அழைக்கப்படுகிறது

56. The Hindu, 30 September and 1 October 1957.

57. மேலது, 6 October 1957.

பிறகு - நியாயமில்லை என்று கூறினார்.[58] ஹரிஜன் சேவா சங்கத்தின் ஆனந்த தீர்த்தா இக்கலவரங்களில் முக்கியமாக பாதிக்கப்பட்டவர்கள் ஹரிஜன்கள்தான் என்று அமைச்சரிடம் கூறினார்.[59] காங்கிரஸின் தலித் பாராளுமன்ற உறுப்பினரான ஆர்.எஸ்.ஆறுமுகம் அப்பகுதியில் பெரும்பான்மையினரான மறவர்கள் பள்ளர்களை அடிமைகளாக நடத்தியதாகக் கூறினார். பள்ளர்களின் அறியாமையிலிருந்து அவர்களை காங்கிரஸ் தட்டியெழுப்பியபோது, அவர்கள் தம் உரிமைகளை நிலைநாட்ட ஆரம்பித்தனர். இது மறவர்களுக்கு ஆத்திரமூட்டியதால், அவர்கள் தமது கோபத்தை பள்ளர்கள்மேல் திருப்பினார்கள். 1957 ஜூலையில் இடைத்தேர்தலின் போது, தேவர்களை எதிர்த்து, பள்ளர்கள் சுமார் 60 புகார்களை காவல்துறையினரிடம் அளித்துள்ளனர் என்பது சுட்டிக்காட்டப்பட்டது.[60]

சசிவர்ணத் தேவர் ஏற்கனவே அத்துமீறி நடந்துகொண்ட போலீஸ் அதிகாரிகளின் பட்டியல் ஒன்றை ஆட்சியருக்கு அனுப்பியிருந்தார். காவல் துறை இவர்கள் மீது நடவடிக்கை எடுக்க வேண்டும் என்று அவர் கோரினார்.[61] சட்ட விரோத நடவடிக்கைகளில் பள்ளர்கள் ஈடுபடுமாறு தூண்ட, அவர்களுக்கு பொருளாதாரரீதியாக வசதியாக உள்ள நாடார் சமூகத்தினர் நிதி மற்றும் பொருளுதவி செய்வதாகக் குற்றம் சாட்டும் ஒரு மனுவையும் அவர் அளித்தார். இப்பகுதிக்கு வெளியிலிருக்கும் பள்ளர்கள் இங்கு அழைத்துவரப்பட்டு, தேவர்களோடு மோத வைக்கப்பட்டார்கள். ஏனெனில் இங்குள்ள பள்ளர்கள் தேவர்களுடன் நட்பாகப் பழகுவார்கள்... பள்ளர்கள் ஆயுதங்கள் தந்து தூண்டிவிடப்பட்டபோது, போலீஸ் பேசாமல் வேடிக்கை பார்த்தது,' என்றார் சசிவர்ணத் தேவர்.[62] தாதரோடு பயணம் செய்த இந்திய தேசிய ஜனநாயகக் காங்கிரஸின் (CRC பார்வர்ட் பிளாக், சிபிஐ, திமுக ஆகியவை இணைந்த முன்னணி) தலைவர் வெங்கடகிருஷ்ண ரெட்டி, 'மறவர்களுக்கு நல்ல பாடம் புகட்டுங்கள்,' என்று அமைச்சர் கக்கன் பள்ளர்களைத் தூண்டிவிட்டதாகக் குற்றம் சாட்டினார்.[63] பின்னர் கக்கன் பரமக்குடியில் பள்ளர்கள் குடை வைத்துக்கொள்ள முடியாது. செருப்பு போட முடியாது, உடலின் மேல்பாகத்தை ஆடையால் மறைக்க முடியாது என்றெல்லாம் இருந்த நிலமைகளை விளக்க நேர்ந்தது. ஆனால் சசிவர்ணத் தேவர் இவற்றை மறுத்தார்.[64]

58. மேலது.

59. மேலது.

60. மேலது.

61. மேலது, 16 September 1957.

62. மேலது, 6 October 1957.

63. மேலது, 5 October 1957.

64. மேலது, 7 October 1957.

தாதரும் அவரது குழுவும் அக்டோபர் 6ம் தேதி மாலை கீழத்தூவலைப் பார்வையிட்டனர். துப்பாக்கிச் சூட்டின் நேரடி சாட்சிகளான இரண்டு ஆடு மேய்ப்பவர்களைச் சந்தித்தனர். பன்னிரெண்டு வயது தேவர் சிறுவர் ஒருவன் எப்படி காவல் துறையினர் தேவர்களின் கண்களைக் கட்டினார்கள், கைகளை பின்புறம் கட்டி கண்மாய்க் கரையில் மண்டியிட வைத்தது, மண்டியிட்ட நிலையில் எப்படிச் சுட்டார்கள் என்பவற்றை மிகத்தெளிவாக செய்து காண்பித்தான். கண்மாயின் மறுகரையில் ஆடுகளுக்குத் தண்ணீர் காட்டிக் கொண்டிருந்த அவன் தூரத்திலிருந்து காவல்துறையினரின் நடவடிக்கைகளைக் கவனித்திருக்கிறான். பிறகு அமைச்சர் கிராமத்தினுள் சென்று இறந்த ஐந்து தேவர்களின் மனைவிமார்களையும், குழந்தைகளைச் சந்தித்து ஆறுதல் கூறினார்.[65] கிராமத்தின் தேவர்கள், தலித்துகள் இருவருமே தாங்கள் அக்கிராமத்தில் அமைதியாக வாழ்வதாகவும், தம்மிடையே எந்தக் கசப்புணர்வும் இல்லை என்றும் அமைச்சர் மற்றும் அவரது குழுவினரிடம் கூறினர். கீழத்தூவலின் அனைத்து மக்களும், தேவர்கள், பள்ளர்கள் இருவருமே வெங்கடேஸ்வரன் ஆணையம் முன்பு சாட்சி சொல்லும்போது அந்த 12 வயது சிறுவன் கூறியவற்றைத்தான் கூறினார்கள் என்பது நாம் கவனிக்கவேண்டிய முக்கியமான விஷயமாகும்.[66]

சில கிராமங்களில் தேவர்கள் ஒட்டுமொத்தமாக வெளியேறிவிட்டதையும், சில கிராமங்களில் பெண்கள், குழந்தைகளை விட்டுவிட்டு, அனைத்துதேவர் ஆண்களும் வெளியேறிவிட்டதையும் தாதர் அறிந்தார். எல்லாக் கிராமங்களிலும் பள்ளர்கள் அங்கேயே இருந்தது அவருக்கு வியப்பாக இருந்தது. அருங்குளத்தில் ஒரு தலித்திடம் தாதர், 'தேவர்கள் எல்லோரும் ஊரை விட்டுப் போயிருக்கும்போது பள்ளர்கள் மட்டும் அங்கேயே இருப்பதற்கு என்ன காரணம்?' என்று கேட்டார். அதற்கு பள்ளர்கள், 'எங்களுக்குப் பயப்படுவதற்கு ஒன்றுமில்லை. எனவே நாங்கள் ஊரை விட்டுச் செல்லவில்லை' என்றார்கள். இது கலவரத்தின் பிற்பகுதியில் அவர்களுக்கு முழுமையான காவல்துறை பாதுகாப்பு இருந்ததைக் காட்டுகிறது.[67]

பட்டியலின மக்கள், பழங்குடியினருக்கான ஆணையர் எல்.எம். ஸ்ரீகாந்த் செப்டம்பர் 30ம் தேதி வந்தார். தனது சுற்றுப்பயணத்தில் சேகரித்த புள்ளிவிபரங்களை தனது ஆண்டறிக்கையில் தந்தார். சென்னை அரசாங்கம் 120 கிராமங்கள் வன்முறையால் பாதிக்கப்பட்டதாக

65. மேலது.

66. மேலது.

67. மேலது.

அவருக்குத் தெரிவித்திருந்தது. இவற்றில் சுமார் 2730 தலித் வீடுகளும், சுமார் 100 மறவர் வீடுகளும் தீக்கிரையாகியிருந்தன. அவர் பார்வையிட்ட 22 கிராமங்களில், 20 கிராமங்களில் தீவைப்பு சம்பவங்களும், 21 கிராமங்களில் கொள்ளையும் நடந்திருந்தன. 1022 தலித் வீடுகளில் 701 வீடுகளும், 655 தேவர் வீடுகளில் 109ம் தீக்கிரையாகியிருந்தன. மறவர்களுக்கு எதிராக பதிலடி சில இடங்களில் மட்டுமே நடந்திருந்தது. இந்த 22 கிராமங்களில் இருந்த மொத்த வீடுகளான 3065ல், 1022, அதாவது சுமார் மூன்றில் ஒரு பங்கு பள்ளர்களுக்குச் சொந்தமானவை. இவற்றில் 701 அதாவது சுமார் 75 சதவிகிதம் தீக்கிரையாகின. மற்ற தலித் சமூகத்தினரான பறையர், சக்கிலியர், குறவர் ஆகியோருக்குச் சொந்தமான 279 வீடுகளில் வெறும் 22 வீடுகளே அழிந்தன. மற்ற ஜாதி இந்துக்களின் வீடுகளும் சேதப்பட்டதுபோல, இதுவும் தற்செயலாக நடந்திருக்கலாம்.[68]

அகில இந்திய ஒடுக்கப்பட்டோர் கழகத்தின் தலைவர் என்.எஸ்.கஜ்ரோல்கர் இப்பகுதிக்கு வந்து பார்வையிட்டார். 'பாதிக்கப்பட்டோருக்கு நிவாரணம் தருவதில் அரசாங்கம் உடனடி நடவடிக்கை எடுத்தது பற்றி திருப்தி' தெரிவித்தார். போலீஸ் பாதுகாப்பு தொடரவேண்டும் என்று வேண்டுகோள் விடுத்தார். இந்திய குடியரசுக் கட்சியின் தலைவர் பி.சி.காம்ப்ளே, தலித் பாராளுமன்ற உறுப்பினர் ஜி.கே.மானஸ் ஆகியோர் செப்டம்பர் கடைசி வாரத்தில் இராமநாதபுரம் மாவட்டத்தில் ஏழு நாட்கள் சுற்றுப்பயணம் செய்தார்கள். அவர்கள் நீதி விசாரணை வேண்டும் என்று கோரினார்கள்.[69]

நீதி விசாரணைக்கு அரசாங்கம் உத்தரவிடாததும், பிரச்சனைக்கு முன்னதாகவே காவல் துறையினரை வைத்துத் தாக்கி ஒடுக்கியதும் ஆகியவை தொடர்ந்து விவாதத்திற்கு உள்ளாகின. இவை வெளிநாட்டுப் பத்திரிகைளில்கூட விவாதிக்கப்பட்டன. 'இந்திய சமூகத்தில் ஜாதி மோதல்' என்ற தலைப்பில் கீழத்தூவல் சம்பவம் பற்றி 'தி இன்டர்நேஷனல் ஹெரால்ட் ட்ரிப்யூன்' ஒரு நீண்ட கட்டுரையை வெளியிட்டது. அதன் நிருபர் எழுதியதாவது:

> 'இதுவரை அரசாங்கம் முழுமையான நீதி விசாரணைக்கு உத்தரவிடவில்லை. இந்த மோசமான சம்பவத்திற்கு இட்டுச் சென்ற நிகழ்வுகளில் அரசாங்கமும் உடந்தையாக இருந்ததை நீதி விசாரணை வெளிக்கொண்டு வந்து விடுமோ என்று ஆளும் காங்கிரஸ் கட்சி அச்சப்படுவதாக எதிர்க்கட்சிகள் கூறின. இதுவரை நடந்த எந்த

68. T.S. Chokkalingam, Horrors of Mudukulathur, p. 8.

69. The Hindu, 22 September 27 September and 2 October 1957.

விசாரணைகளையும் விரிவானவைகளாக அல்லது முற்றிலும் பாரபட்சமற்றவைகளாகக் கருத முடியாது. ஆனால் வெளிவந்த தகவல்கள் அரசியல் வாடை கொண்டிருக்கிறது என்பதை நிருபிக்க போதுமானது. அதுபற்றி இறுதி அறிக்கை முழுமையும் வெளிவந்தால் அரசாங்கத்திற்கு மேலும் சங்கடத்தை ஏற்படுத்துவதாக அவை அமையும்.[70]

IV

1957 செப்டம்பர் 28-ஆம் தேதி அரசாங்கம் முத்துராமலிங்கத் தேவரைக் கைது செய்தது அனைவரையும் திகைப்பிலாழ்த்தியது. இந்திய தேசிய ஜனநாயக காங்கிரஸின் முதற்கட்டக் கருத்தரங்கைத் துவக்கி வைத்துவிட்டு, எம்.எல்.சி. டி.ஜி.கிருஷ்ணமூர்த்தியுடன் தேவர் தமது காரில் வீடு திரும்பிக் கொண்டிருந்தார். இரவு சுமார் 10.45-க்கு வைகை மேம்பாலம் அருகே அவர் கைது செய்யப்பட்டு, வேலூர் கொண்டு செல்லப்பட்டார். அவர் தடுப்புக் காவல் சட்டத்தின் (மத்திய சட்டம் 4/1950) கீழ் கைது செய்யப்பட்டார். மாவட்ட ஆட்சியர், ராமநாதபுர மாவட்டத்தின் கூடுதல் மாஜிஸ்திரேட் என்ற தமது அதிகாரத்தின்படி செப்டம்பர் 28 அன்று அவரை காவலில் வைக்க உத்தரவிட்டிருந்தார்.

விசாரணைக் கமிஷன் தன் விசாரணையை முடித்ததும், முதுகுளத்தூர் பரமக்குடி பகுதியில் காவல் துறை 66 பேரைக் கைது செய்திருந்தது.[71] தேவரைக் கைது செய்வதற்குமுன் காவல் துறை சுமார் 450 பேரைக் கைது செய்து சிறையில் அடைத்தது. தேவரின் கைதைத் தொடர்ந்து மதுரை போலீசார் சசிவர்ணத் தேவர் வீட்டில் செப்டம்பர் 29ம் தேதி சோதனையிட்டார்கள்.[72]

வியப்பூட்டும் வகையில் தேவரின் கைதால் ராமநாதபுரம் மாவட்டத்தில் பெரிய சட்டம், ஒழுங்குப் பிரச்சனை ஏற்படவில்லை. ஆனால் மதுரையில் சில சம்பவங்கள் நடந்தன. செப்டம்பர் 30ம் தேதி காலையில் மதுரையில் தொழிலாளர்கள் நிறைந்த பகுதியான கரிமேட்டில் காவல் துறை ஒரு கும்பலைக் கலைத்து விரட்டியது. இக்கும்பல் கடைக்காரர்களை கடைகளை அடைக்கச் சொல்லி மிரட்டிக் கொண்டிருந்தது. தேவரின் கைதை எதிர்த்து அனைத்துக் கட்சிக் கமிட்டி விட்ட அறைகூவலைத் தொடர்ந்து மதுரை நகரில் அக்டோபர் 6-ஆம் தேதி கடையடைப்பு நடந்தது. மதுரையின் பெரும்பாலான உணவகங்களும், வெற்றிலை பாக்குக் கடைகளும்

---

70. Hearld Tribune, 24 October 1957, quoted in The Hindu, 26 October 1957.

71. The Hindu, 26 September and 7 October 1957.

72. மேலது, 30 September and 1 October 1957.

மூடப்பட்டன. தொழிலாளர்கள் வராததால் மதுரையில் இருந்த 7 பஞ்சாலைகளில் இரண்டு மூடப்பட்டன.[73]

அக்டோபர் 22ம் தேதி நடந்த ஒரு கூட்டுப் பொதுக் கூட்டத்தில், திருமங்கலம் சட்டமன்றத் தொகுதியைச் சேர்ந்த 32 கிராமங்களின் சுமார் 10000 தேவர்களும், பள்ளர்களும் கூடி, காலங்காலமாக நிலவிவரும் இரு சமூகங்களின் ஒற்றுமை குலைக்கப்பட்டது பற்றி வருந்தி, 'அரசாங்கம் உடனடியாக தேவரை விடுதலை செய்ய வேண்டும். ஒரு நீதி விசாரணை நடத்த வேண்டும்' என்று கோரினார்கள்.[74] தேவருக்கான ஜாமீன் மனுவை இரு பள்ளர்கள் தாக்கல் செய்தார்கள். அவர் கைது செய்யப்பட்ட சட்டத்தின் தன்மை காரணமாக, ஆலோசனைக் குழு அவருக்கு ஜாமீன் வழங்க முடியாது என்று பரிந்துரைத்தது.[75]

முத்துராமலிங்கத் தேவர் சென்னை சிறையில் அடைக்கப்பட்டார். அச்சட்டத்தின் பிரிவு 7(1)ன்படி, அவர் கைது செய்யப்பட்டதற்கான காரணங்களை அரசாங்கம் அவருக்குத் தெரிவித்தது. அந்த உத்தரவின் முதல் பகுதியில் ஜாதி வெறுப்பைத் தூண்டும் வகையிலும், மக்களை வன்முறை செய்யத் தூண்டும் வகையிலும் ஆட்சேபகரமான உரைகள் நிகழ்த்தியதாக தேவர் மீது குற்றம் சாட்டப்பட்டது. இக்குற்றச்சாட்டுக்கு ஆதாரமாக அரசாங்கம் மூன்று உதாரணங்களைக் குறிப்பிட்டது.[76]

1. 1956 மே மாதம் 12-ம் தேதி மதுரையில் ஒரு பொதுக்கூட்டத்தில் பேசும் போது, அவர் உள்ளூர் தலைவராக உள்ள பார்வர்ட் பிளாக் கட்சி, காமன்வெல்த்தை விட்டு வெளியேற, பிரதமமந்திரிக்கு ஆறுமாத கால அவகாசம் தருகிறது என்றும், தவறினால், காங்கிரஸை அதிகாரத்திலிருந்து விரட்ட நாடு தழுவிய கடுமையான போராட்டம் தன்னால் துவக்கப்படும் என்றும் தேவர் கூறினார்.

2. 1957 ஏப்ரல் 17 அன்று சாயல்குடியில் நடந்த ஒரு பொதுக் கூட்டத்தில் முத்துராமலிங்கத் தேவர், நாடார்கள் நேர்மையற்ற வியாபார முறைகளால் பணக்காரர்களாகிவிட்டதாகக் குறிப்பிட்டார். எனவே பொதுமக்கள் அவர்களோடு வியாபாரம் வைத்துக்கொள்ளக் கூடாது. அவர்களது கடைகளில் எதுவும் வாங்கக்கூடாது என்றார். 1956 ஜூலையில் விருதுநகரில் ஒரு சதி நடந்தது என்றும், அப்போது நாடார் சமூகத்தினரின் ரகசியக் கூட்டங்கள் நடந்தன என்றும், தேவர்களை எதிர்க்க ஒரு பள்ளர்கள் குழு அழைத்து வரப்பட்டுள்ளது என்று கூறினார். இந்தக் கருத்தால் பள்ளர்கள் தேவர்களின் தாக்குதலுக்கு இலக்கானார்கள் என்று காவல் துறை குறிப்பு கூறியது.

---

73. மேலது, 2 October and 7 October 1957.

74. The Hindu, 27 October 1957.

75. மேலது, 26 September 1957.

76. G.O.No. 405 (Ms) Public (General -A) Department. 11. February.1958.

3. அபிராமத்தில் 1957 ஜூன் 14ம் தேதி ஒரு பொதுக்கூட்டத்தில் பேசும்போது, தனக்கு எதிராக ஏதாவது விஷமச்செயல்கள் நடந்தால் அதற்கு கடுமையான விளைவுகள் இருக்கும் என்றும், காவல்துறை அவற்றைச் சந்திக்க நேரும் என்றும் போலீஸ் அதிகாரிகளை எச்சரித்தார். 1957 ஜூலை 10 அன்று மோதல் திருப்புவனம் புதூரில் நடந்த ஒரு பொதுக் கூட்டத்தில், தேவருக்கு தனது தொகுதியில் எந்த செல்வாக்கும் இல்லை என்று காட்டுவதற்காக, காங்கிரஸ்காரர்கள் எல்லாவிதமான அராஜகங்களும் செய்வதாகக் கூறினார். அவர்கள் எல்லையை மீறினால், காஷ்மீருக்குப் பதிலாக தான் முதுகுளத்தூரில் மூன்றாம் உலகப் போரை ஆரம்பித்துவிடுவதாக எச்சரிக்கை விடுத்தார்.

அவ்வுத்தரவின் இரண்டாவது பகுதியில் கூடுதல் மாஜிஸ்திரேட், கடுமையான ஜாதி மோதல்கள் வெடித்ததற்கு தேவர்தான் காரணம் என்றார்.

உதாரணத்திற்கு, ராமநாதபுரம் ஆட்சியர் முதுகுளத்தூரில் கூட்டிய அமைதிக் கூட்டத்தில், (1957 செப்டம்பர் 10) தலித்துகள் சார்பாகப் பேசிய இம்மானுவல் சேகரனின் தலைமை பற்றி தேவர் கேள்வி எழுப்பினார். ஒரு ஹரிஜன் தமக்கு சரிசமமாக கூட்டத்திற்கு வந்து பேசுவதை அவமானமாகக் கருதுவதாக வெளிப்படுத்தினார். 'இம்மானுவலை இத்தனை பெரிய ஆளாக எப்படி வளரவிட்டீர்கள்? எனக்கு (தேவருக்கு) நேர்ந்த அவமதிப்புக்கு என்ன செய்யப் போகிறீர்கள்?' என்று கூட்டத்திலிருந்து வெளியே வந்ததும், தனது ஆதரவாளர்களிடம் கேட்டார். மறுநாளே தேவரின் ஆதரவாளர்களின் ஒரு கும்பலால் அவர் வழிமறிக்கப்பட்டு, கொலை செய்யப்பட்டார். கொலைகாரர்களில் ஒருவர், 'தேவர் ஐயாவிற்கு எதிராகப் பேச என்ன தைரியம்?' என்று கேட்டபடி வெட்டினார்.[77]

தேவரின் பேச்சின் விளைவாக முதுகுளத்தூர், பரமக்குடி, சிவகங்கை, அருப்புக்கோட்டை தாலுக்காக்களில் தேவர்கள் நிகழ்த்திய கொலைகள், மோதல்கள், தீ வைப்புகள் எவ்வாறு அதிகரித்தன என்பதற்கு எடுத்துக்காட்டாக, செப்டம்பர் 16 அன்று வடக்கம்பட்டியில் ஒரு பொதுக்கூட்டத்தில் தேவர் பேசியதன் சாரம் மாஜிஸ்திரேட்டால் மேற்கோள் காட்டப்பட்டது. தேவர் விசாரணை ஆணையத்தைப் புறக்கணித்தாலும்கூட, விசாரணை நடந்த கட்டிடத்தின் வாசலில் அவர் இருந்தது மற்றொரு விதமான அச்சுறுத்தல் என்று அந்த கைது ஆணை கூறியது. முதுகுளத்தூர் தாலுகா மற்றும் அதன் சுற்றுவட்டாரத்தின் மறவர்கள் 'தமக்கு விசுவாசமானவர்கள், தமது சொல்லுக்கு முழுமையாகக் கட்டுப்பட்டவர்கள்,' என்ற தேவரின்

77. மேலது.

கூற்றை அவருக்கு எதிராகப் பயன்படுத்திய மாஜிஸ்திரேட், 'தேவர் வன்முறையில் ஈடுபடவேண்டாம் என தமது ஆதரவாளர்களைக் கேட்டுக் கொள்ளவில்லை, மாறாக, பின்னணியில் இருந்துகொண்டு, ஹரிஜன்களுக்கு எதிராக அவர்களைத் தூண்டிவிட்டார்.' என்று குற்றம் சாட்டினார்.

> கைது உத்தரவின் இறுதிப் பத்தி குற்றத்தை உறுதிப்படுத்துவதாக இருந்தது.
>
> மேலே குறிப்பிட்ட அம்சங்கள் தேவர் எவ்வாறு தனது பேச்சுகள்மூலம் வெளிப்படையாகவும், தனது ஆதரவாளர்கள் மூலம் மறைமுகமாகவும் ஜாதி மோதல்களையும், வன்முறைச் செயல்களையும் தூண்டிவிட்டார் என்பதைக் காட்டுகின்றன. அவர் வெளியே இருக்க அனுமதித்தால் அவர் தனது சுதந்திரத்தை ஜாதி மோதல்களை, சட்டமீறல்களை, அமைதிக்குப் பங்கம் விளைவிப்பதை மேலும் தூண்டிவிடவே செய்வார். அது மாநிலத்தின் பாதுகாப்பிற்கு குந்தகம் விளைவிக்கும். பொது அமைதியை நிலைநிறுத்துவது சாத்தியமின்றிப் போகும். எனவே அவர் வெளியேஇருப்பது மாநிலத்தின் பாதுகாப்பிற்கும், பொது அமைதியைப் பராமரிப்பதற்கும் ஊறு விளைவிக்கும். அவரைக் காவலில் வைக்கும் உத்தரவிற்கு எதிராக எழுத்துப்பூர்வமாக மனு அளிக்க அவருக்கு உரிமை உள்ளது என்று இதன் மூலம் திரு.உ.மு.தேவருக்குத் தெரிவிக்கப்படுகிறது. அப்படி அவர் மனு அளிக்க விரும்பினால், சென்னை அரசாங்கத்தின் தலைமைச் செயலாளருக்கு மனு செய்து, அதை தான் அடைக்கப்பட்டுள்ள மதராஸ் சிறை கண்காணிப்பாளர் மூலம் கூடிய விரைவில் அனுப்ப வேண்டும். அவர் அளிக்கும் எந்த மனுவும், தடுப்புக் காவல் சட்டம் 1950 பிரிவு 9-ன் கீழ் பரிசீலிக்கப்பட, அரசாங்கத்தால் ஆலோசனைக் குழுவிடம் முன்வைக்கப்படும். அவர் விரும்பினால் ஆலோசனைக் குழுவில் நேரில் சந்தித்தும் பேசலாம் என்று தெரிவிக்கப்படுகிறது. தான் நேரில் பேசவேண்டும் என்று விரும்புகிறாரா? இல்லையா? என்பதை அரசாங்கத்தின் தலைமைச் செயலாளருக்கு எழுத்துபூர்வமாகத் தெரிவிக்க வேண்டும், என்றும் வேண்டப்படுகிறார்.[78]

தேவரின் கைதைத் தொடர்ந்து, எதிர்க்கட்சிகளின் கூட்டணியான இந்திய தேசிய ஜனநாயகக் காங்கிரஸ் தேவர் பாதுகாப்புக் கமிட்டி ஒன்றையும், தேவர் பாதுகாப்பு நிதி ஒன்றையும் ஏற்படுத்தியது.[79] இது தேவர் உடனடியாக விடுதலை செய்யப்பட வேண்டும் என்று கோரியது. 'இராமநாதபுரம் மாவட்டத்தின் கலவரம் பாதிக்கப்பட்ட பகுதிகளில் அமைதியை நிலைநாட்ட தேவர் அல்லும்பகலும் அயராது உழைத்து வருகிறார். இச்சந்தர்ப்பத்தில் அவரைக் கைது செய்துள்ள

---

78. மேலது.

79. Bose, Forward Bloc, p.89.

அரசாங்கத்தின் நடவடிக்கை, இப்பகுதியில் குழப்பத்தை அதிகரிக்கவே உதவும்' என தனது தீர்மானத்தில் தெரிவித்தது.[80] மதுரையில் நடந்த கருத்தரங்கம் அவரது கைதுக்கு கண்டனம் தெரிவித்தது. அரசாங்கம் அவரை உடனடியாக விடுதலை செய்ய வேண்டும் என்று கோரியது. அப்பகுதி மக்கள் பதட்டப்பட வேண்டாம் என்றும், அமைதியை நிலைநாட்ட பாடுபடவேண்டும் என்றும் கேட்டுக் கொண்டது.[81]

தீர்மானத்தை முன்மொழிந்த சா.கணேசன், தானும், சண்முக ராஜேஸ்வர சேதுபதி, ம.பொ.சிவஞானம், பி.ராமமூர்த்தி ஆகியோரும் இப்பகுதியில் நம்பிக்கை ஏற்படுத்த மேற்கொண்ட முயற்சிகள் பற்றி எடுத்துரைத்தார். தங்களது ஆலோசனைகளைக் கருத்தில் கொள்ள அரசாங்கம் மறுத்துவிட்டது பற்றி வருத்தம் தெரிவித்தார். இந்தச் சூழ்நிலையில் தேவரைக் கைது செய்திருப்பது அறிவார்ந்த செயலல்ல என்ற அவர் தேவர் உடனடியாக விடுதலை செய்யப்பட வேண்டும் என்றார்.[82] தீர்மானத்தை வழிமொழிந்த சென்னை சட்டமன்ற எதிர்க்கட்சித் தலைவர் வி.கே.ராமசாமி முதலியார் இரண்டு நாட்களுக்கு முன்பு தான் (வி.கே.ராமசாமி) சட்டநாதக் கரையாளர் மற்றும் சிலருடன் அப்பகுதிக்குச் சென்றதாகவும், அப்பகுதி மக்களைப் பார்க்க பரிதாபமாக இருக்கிறது என்றும் கூறினார். இப்போதுகூட அந்த மக்கள் தங்கள் கிராமங்களுக்கு ஏதேனும் ஒரு கார் வந்தால் அஞ்சுவதாகக் கூறினார். அவர்கள் பொறுமை காத்திருந்தால், அதற்குக் காரணம் முத்துராமலிங்கத் தேவர்தான். நேற்றிரவு கைது செய்யப்படும்போது கூட மக்களை பதட்டப்பட வேண்டாம் என்று தேவர் அறிக்கை தந்தார்,[83] என்றார் அவர். எனினும் உள்துறை அமைச்சர் பக்தவத்சலம் தேவரை சிறையிலடைக்கும் ஆட்சியரின் முடிவை ஆதரித்தார்.[84]

எதிர்க்கட்சிகளுக்கு ஏமாற்றம் அளிக்கும் விதமாக, திராவிடர் கழகத் தலைவர் பெரியார் ஈ.வெ. ராமசாமி அரசாங்கத்திற்கு தன் முழு ஆதரவைத் தெரிவித்தார். முதுகுளத்தூர் கலவரம் முழுக்க முழுக்க மறவர்கள் மற்றும் ஹரிஜனங்களின் ஜாதிய உணர்வுகளால் ஏற்பட்டது என்று உறுதியாகக் கூறிய அவர், கிழக்கு ராமநாதபுரத்தில் சட்ட ஒழுங்கின்மையைத் தடுத்து நிறுத்த ராணுவச் சட்டம் அமுல்படுத்தப்பட வேண்டும் என்றார்.[85] தேவரின் கைதை வரவேற்ற அவர்,

80. The Hindu, 30 September 1957.

81. மேலது.

82. மேலது.

83. The Hindu, 30 September 1957.

84. மேலது, 27 October 1957.

85. மேலது, 25 September 1957.

> 'தேவர் சிறையிலடைக்கப்பட்டதை நாம் விரும்பவில்லை என்றாலும், இப்போதைய சூழலில், தேவர் சிறையிலடைக்கப்படாவிட்டால் ஜாதி மோதல் முடிவிற்கு வந்திருக்காது. தேவர் வெளியில் இருந்தவரை ஜாதி மோதல்கள் குறையவில்லை. அவரது கைதுக்குப் பிறகு குறைந்தது என்பதை நாம் நினைவில் கொள்ள வேண்டும். தேவரை சற்று முன்னதாகவே தனிமைப்படுத்தியிருந்தால், இத்தனை கடுமையான உயிர்ச் சேதங்களும், சொத்து சேதங்களும் ஏற்பட்டிருக்காது. போலீஸ் துப்பாக்கிச் சூட்டில் உயிரிழந்தவர்களுக்காக முதலைக் கண்ணீர் வடிப்பவர்கள் சர்ச்சிற்குள் புகுந்து ஏழை மக்களைச் சுட்டுக் கொன்று, அவர்களது பெண்களை மானபங்கப்படுத்திய ஜாதி வெறியர்களின் மிருகத்தனமான நடவடிக்கைகளை ஏன் கண்டிக்கவில்லை? அமைதிக்குழு என்ற பெயரில் இந்தப் புதிய கூட்டம் கலவரங்களை மீண்டும் விதைத்துவிடுமோ என்று அஞ்சப்படுகிறது. அவர்களது பேச்சுகளும், செயல்களும் இது போன்ற அச்சங்களை அதிகப்படுத்துகின்றன. கலவரப் பகுதிகளில் இவர்களை நுழைய விடாமல் அரசாங்கம் தடை விதிக்க வேண்டும் என்று நாம் விரும்புகிறோம்.[86]

இதற்கிடையில் (1957 அக்டோபர் 24) முத்துராமலிங்கத் தேவர் தடுப்புக்காவல் சட்டத்தின் 9வது பிரிவில் கூறப்பட்டது போல, தனது கைதை மறுபரீசீலனை செய்யுமாறு எழுத்துப்பூர்வ மனுவை ஆலோசனைக் குழுவிடம் சமர்ப்பித்தார். 1957 நவம்பர் 16 அன்று ஆலோசனைக் குழு அவரது மனுவை பரிசீலித்தது. தேசிய அரசியலில் தான் உருவாகி வந்தது, தத்துவார்த்த வேறுபாடுகள் காரணமாக காங்கிரஸிலிருந்து விலகி அகில இந்திய பார்வர்ட் பிளாக் கட்சியில் இணைந்தது ஆகியவற்றை எடுத்துரைத்த தேவர், ''முதுகுளத்தூர் இடைத் தேர்தலின் போது (1957) காங்கிரஸ் தலைவர்களின் மிரட்டும் பேச்சுகளும், தேவர்களுக்கு எதிராக ஹரிஜன் தலைவர்களைத் தூண்டிவிட்டதும்தான் இப்பகுதியில் ஜாதிமோதல்கள் வெடிக்கக் காரணம்,'' என்றார். 1957 ஜுன் 25 அன்று உள்துறை அமைச்சர் தனது உரையில், 'கிருஷ்ணரைப் போல் தான் (பக்தசவத்சலம்) சிசுபாலனுக்கு எதிராக (முத்துராமலிங்கத் தேவர்) தனது சக்ராயுதத்தை (போலீஸ்படையை) பயன்படுத்தப்போவதாக பேசியதை, தேவர் குறிப்பாக மேற்கோள் காட்டினார்.[87]

---

86. தினகரன், 'முதுகுளத்தூர் கலவரம்' பக் 59-61. இராணுவச் சட்டப் பிரகடனம் பற்றிய பெரியாரின் வேண்டுகோள், வேலூரில் அவரது 79வது பிறந்தநாளைக் கொண்டாட நடந்த பொதுக்கூட்டத்தில் கூறப்பட்டது. (The Hindu, 25 September 1957).

87. Bose, Forward Bloc pp. 95-97. இந்து நாளிதழில் இச்செய்தி வந்திருந்த பக்கத்தின் நகலை தேவர் இணைத்திருந்தார். மக்கள் அமைதியாக இருக்க வேண்டும் என்று அவர் திருச்சுழியில் நடந்த கூட்டத்தில் வேண்டுகோள் விடுத்ததற்கான ஆதாரத்தையும் அளித்தார். 1957 ஜுலை 12 அன்று கமுதியில் ஒரு கூட்டத்தில் பேசியபோதும், அமைதிகாக்க தான் வேண்டுகோள் விடுத்ததாகக் கூறினார்.

ஜுலை 17 முதல் செப்டம்பர் 9 வரை பாராளுமன்றக் கூட்டத் தொடரில் கலந்து கொள்வதற்காக முத்துராமலிங்கத் தேவர் டில்லி சென்றிருந்தபோது, சசிவர்ணத் தேவரும், மற்ற ஐந்து எம்.எல்.ஏக்களும் நிலமையை சீர்செய்ய, கமுதியின் போலீஸ் இன்ஸ்பெக்டர், சப்இன்ஸ்பெக்டர், மற்றும் காரைக்குடி, கடலாடி சப்இன்ஸ்பெக்டர்கள் ஆகியோரின் பணியிட மாற்றங்கள் உள்ளிட்ட பல்வேறு நடவடிக்கைகளை மேற்கொள்ளுமாறு மாவட்ட நிர்வாகத்தைக் கேட்டுக் கொண்டார்கள். ஆனால் அப்பகுதியில் அதிகரித்து வந்த பதட்டத்தைத் தணிக்க எந்தத் தீர்வும் காணப்படவில்லை என்று தேவர் குற்றம் சாட்டினார். இம்மானுவல் சேகரன் கொலை பற்றிய விஷயத்தில், தான் அன்று பரமக்குடிக்குச் செல்லவில்லை என்றார் தேவர்.[88] இம்மானுவலுக்கு எதிராக தான் சில கோபமான வார்த்தைகள் கூறியதாகவும், அதுதான் இம்மானுவலின் கொலைக்குக் காரணம் என்று கூறப்படுவதை, தேவர் 'அப்பட்டமான பொய்' என்றார்.[89]

கீழத்தூவல் போலீஸ் துப்பாக்கிச் சூட்டிற்குப் பிறகுதான் கலவரங்கள் பரவின என்று வாதிட்ட அவர், 'பணக்கார நாடார்கள், தேவர்களுக்கு எதிராக ஹரிஜன்களைத் தூண்டிவிட்டதாகக் குற்றம் சாட்டினார். நாடார்களின் தூண்டுதலின் பேரில் பயங்கரமான சம்பவங்கள் நடக்கும்போது, தேவர்கள் மட்டும் அமைதியாக இருக்கவேண்டும் என்று எப்படி ஒருவர் எதிர்பார்க்க முடியும்? என்று கேட்டார் அவர். தான் வெங்கடேஸ்வரன் கமிட்டிக்கு ஒத்துழைக்க மறுத்தது பற்றியும் விளக்கமளித்தார். அது பின்வருமாறு:

> 'கலவரங்களில் மாநிலத்தின் முதலமைச்சர், மற்றும் உள்துறை அமைச்சருக்குப் பங்கு இருக்கிறது என்று நான் குற்றம் சாட்டும்போது, அவர்களது அதிகாரத்திற்குக் கீழ் நியமிக்கப்பட்ட ஒரு விசாரணைக் கமிஷனிடம் என்னால் எப்படி நியாயத்தை எதிர்பார்க்க முடியும்? முன்பும்சரி, இப்போதும்சரி, உயர்நீதி மன்றம் அல்லது உச்சநீதிமன்றத்தின் ஒரு நீதிபதியின் தலைமையிலான சுதந்திரமான நீதி விசாரணை நடத்தப்படாவிட்டால், எனக்கும், எனது மக்களுக்கும் நியாயம் கிடைக்காது என்பதுதான் எனது உறுதியான நிலைப்பாடு'[90]

மாவட்ட ஆட்சியரும், மாவட்ட காவல்துறை கண்காணிப்பாளரும் 'முதுகுளத்தூர் பகுதியில் அமைதி திரும்பிவிட்டது' என்று அறிக்கை வெளியிட்டதை குழுவின் கவனத்துக்குக் கொண்டுவந்த தேவர், தான் கைது செய்யப்பட்டது பொருத்தமானதுதானா என்று கேள்வி எழுப்பினார். தன்னை ஜாதியவாதி, ஹரிஜன விரோதி என்று

---

88. Bose, Forward Bloc, p.98.

89. மேலது, பப. 98, 105-06.

90. மேலது, ப. 100.

குறிப்பிடப்படுவதை ஆட்சேபித்த அவர், 35,000 பேர் மட்டுமே மறவர்கள். 95,000 மறவரல்லாத மற்ற ஜாதியினர் (தலித் 5000, பிற ஜாதியினர் 90,000) இருக்கும் ஒரு தொகுதியில் நான் ஜாதி வெறுப்பைத் தூண்டிவிட்டால், அது அரசியல் தற்கொலைக்கு ஒப்பாகாதா? நான் எவ்வாறு ஜாதிப் பிரிவினைகளைத் தூண்டிவிடுவேன்? என்னை ஹரிஜன விரோதியாகக் காட்டிக் கொண்டு, எனது சொந்த அரசியல் எதிர்காலத்தை எவ்வாறு சீரழித்துக் கொள்வேன்?[91] என்றுகேட்டார்.

தனது கைதிற்காகக் கூறப்பட்ட குற்றச்சாட்டுகளையும், ஆதாரங்களையும் தேவர் ஒவ்வொரு பத்தியாக மறுத்தார். இந்தியா காமன்வெல்த்திலிருந்து ஆறு மாதங்களில் வெளியேறாவிட்டால், தான் உள்நாட்டுப் போர் ஆரம்பிக்கப்போவதாக 1956 மே 12ஆம் தேதி மதுரையில் தேவர் பேசியதாக அரசாங்கம் கூறியிருந்தது. தேவர் தான் இந்தியாவின் வெளியுறவுக் கொள்கையை விமர்சித்ததை ஒப்புக்கொண்டார். ஆனால் அச்சுறுத்தவோ, தூண்டிவிடுவதோ தமது நோக்கமல்ல என்றார். 1956 மே மாதம்- கலவரங்களுக்கு ஓராண்டிற்கும் முன்பாக- நாடார் வியாபாரிகள் குறித்து பேசியதைப் பற்றி தேவர், தான் அப்போது நாடார் வியாபாரிகள் கலப்படம், கள்ளச் சந்தையில் ஈடுபட்டிருப்பதைப் பற்றிப் பேசியதாகக் கூறினார் (ஏப்ரல் 17 சாயல்குடி உரை) இந்தக் குற்றச்சாட்டு ஆதாரமற்றது என்றார். அபிராமத்தில் தனது பேச்சு பற்றி அவர் மழுப்பலான பதிலளித்தார். தனது ஆதரவாளர்களை பொறுமையாக இருக்கும்படியும், சில தன்னலம் சார்ந்த அக்கறை கொண்டோரின் தூண்டுதலுக்கு ஆளாக வேண்டாம் என்றும் எச்சரித்ததாகக் கூறினர். முதுகுளத்தூரில் மூன்றாம் உலகப் போர் ஆரம்பிப்பது பற்றிய தனது பேச்சு பற்றியும் இதே போல் மழுப்பினார். தனது பேச்சில் 'ஜாதி மோதல்களுக்கான விதையைத் தூவும் பக்தவத்சலம் போன்ற காங்கிரஸ் தலைவர்களைத்தான் குற்றம் காட்டியதாகக் கூறினார்.[92]

1957 செப்டம்பர் 16 அன்று வடக்கம்பட்டியில் அவர் பேசியது தொடர்பான குற்றச்சாட்டையும் அவர் மறுத்தார். காவல்துறைக்கு எதிராக முதுகுளத்தூர்காரர்களை ஆயுதம் ஏந்தத் தூண்டியதாகக் கூறப்படும் குற்றச்சாட்டை மறுத்த அவர், 'வல்லமைமிக்க பிரிட்டிஷ் ராஜ்ஜியத்தாலேயே அடக்கமுடியாதவர்களாகிய மறவர்களுக்கு' எதிராக காவல்துறை அட்டூழியங்களை அரசாங்கம் அனுமதிக்கக்கூடாது என்று எச்சரிக்கை மட்டுமே தான் செய்ததாகக் கூறினார்.[93] தனது வாதங்களுக்கு ஆதாரமாக தேவர் செய்தித்தாள்களையும், பதிவு செய்யப்பட்ட ஒலிநாடாக்களையும் சமர்ப்பித்தார்.'

---

91. மேலது, பப. 101-102.

92. மேலது, பப. 102-106.

93. மேலது, பப. 103-06.

ஆலோசனைக் குழு தனது முடிவை 1957 நவம்பர் 20-ஆம் தேதி அளித்தது. 'திரு.உ.முத்துராமலிங்கத்தேவர் எம்.பி. அவர்களை தடுப்புக் காவலில் வைக்கப் போதுமான காரணங்கள் உள்ளதாக ஆலோசனைக் குழு ஏகமனதாகக் கருதுகிறது'.[94] தேவர் தனது மனுவில் தன்னை விடுவிக்கக் கோரியிருந்தார். ஆனால் குழு அவரது சிறைவாசத்தை மேலும் பதினான்கு மாதங்களுக்கு நீட்டித்தது.[95] 1957 நவம்பர் 22 அன்று சிறையடைப்பு உத்தரவை சென்னை அரசாங்கம் உறுதி செய்தது. இதன் பிறகு தான் அடைக்கப்பட்டதை எதிர்த்து தேவர் சென்னை உயர்நீதி மன்றத்தில் மனு செய்தார். அவருக்காக மோகன் குமாரமங்கலம் ஆஜரானார். அவர் தேவர் சிறையில் அடைக்கப்பட்டது கீழ்கண்ட இரு காரணங்களுக்காக தவறு என்றார். 1. அரசாங்கம் தனது சட்டபூர்வமான அதிகாரத்தைத் தீய எண்ணத்தோடு பயன்படுத்தியுள்ளது. 2. சிறையில் அடைத்ததற்காகச் சொல்லப்பட்ட காரணங்கள் தவறானவை, பொய்யானவை. சிறை வைப்பிற்கான காரணமாக முதல் பத்தியில் சொல்லப்பட்டவைதான் மிகவும் சர்ச்சைக்குரியவை என்று அவர் சுட்டிக்காட்டினார்.

> முதுகுளத்தூர் தாலுகா மற்றும் அதன் சுற்றுவட்டாரங்களில் உள்ள மறவர்கள் தமக்கு விசுவாசமானவர்கள், தான் சொல்வது போல் நடந்து கொள்பவர்கள் என்ற திரு.தேவரின் கூற்று உண்மையே. அது அவ்வாறுதான் உள்ளது- இந்நிலையில் தனது ஆதரவாளர்கள் வன்முறையிலிருந்து விலகியிருக்கவேண்டும் என்று திரு.தேவர் வேண்டுகோள் விடுக்காதது மட்டுமின்றி உண்மையில் பின்னணியில் இருந்துகொண்டு, ஹரிஜன்களின் மீது இந்தத் தாக்குதலை தூண்டிக்கொண்டும் இருக்கிறார் என்பது குறிப்பாக முக்கியமானது.[96]

மனுவிற்கு ஆதரவாக சமர்ப்பிக்கப்பட்ட பிரமாணப் பத்திரத்தின் ஏழாவது பத்தி, தேவர் தனது ஆதரவாளர்கள் வன்முறையிலிருந்து விலகியிருக்க வேண்டும் என வேண்டுகோள் விடுக்கவில்லை என்ற கூற்றை ஆட்சேபித்தது. பிரமாண' பத்திரத்தின் ஒன்பதாவது பத்தியில், செப்டம்பர் 28 அன்று மதுரையில் சி.ஆர்.சி.கமிட்டி நடத்திய மாநாட்டில் வெளியிடப்பட்ட அமைதிக்கான வேண்டுகோளில் மனுதாரரின் பங்கு பற்றி விரிவாகச் சொல்லப்பட்டது. தலைமை நீதிபதி பி.ராஜகோபாலன், நீதிபதி ராமச்சந்திர ஐயர் ஆகியோரைக் கொண்ட நீதிமன்ற அமர்வு மனுதாரர் ஆலோசனைக் குழு விசாரணையின் போதே குற்றச்சாட்டுகள் சரியா, தவறா? என்பதுபற்றிச் சொல்லியிருக்க வேண்டும். அந்த வாய்ப்பை அவர் தவறவிட்டுவிட்டார் என்று கூறியது.[97]

---

94. 'Muthramalinga Thevar, V.State of Madras', The Madras Law Journal Reports 1958, p. 170.

95. மேலது, ப. 106.

96. மேலது.

97. மேலது.

மனுதாரர் எழுப்பிய 'அரசாங்கம் தீய எண்ணத்தோடு அதிகாரங்களைப் பயன்படுத்துவது' குறித்த பிரச்சனைக்கு, தலைமைச் செயலாளர் தாக்கல் செய்த பதில் பிரமாண பத்திரத்தில் 'அரசியல் விரோதம், உள்நோக்கம், தீய எண்ணம் குறித்த குற்றச்சாட்டுகள் தவறானவை, பொய்யானவை' என்று பதிலளித்தார். ஆலோசனைக்குழு சட்டத்திற்குப் புறம்பாக நடந்துகொண்டது என்பதற்கு ஆதாரம் இல்லை. காவலில் வைத்த அதிகாரிகளுக்கு எதிராக எந்த நடைமுறை தவறுகளோ, தீய எண்ணங்களோ நிரூபிக்கப்படவில்லை என்று கூறி நீதிமன்றம் மனுவை தள்ளுபடி செய்தது.[98]

நீதிமன்ற முடிவு, புதுக்கோட்டையில் இருந்த ராமநாதபுரம் மாவட்ட கூடுதல் மாஜிஸ்திரேட் நீதிமன்றத்தில் இந்திய தண்டனைச் சட்டத்தின் 302 மற்றும் 120பி பிரிவுகளின் கீழ் இம்மானுவல் கொலை வழக்கில் முதல் எதிரியாக தனது மீதும், மற்ற பதினோரு பேர் மீதும் இருந்த வழக்கை நடத்துவதைத் தவிர தேவருக்கு வேறு வழியில்லாமல் போய்விட்டது. காங்கிரஸிற்கு ஆதரவாக இருந்த வெங்கடேஸ்வரன் ஆணைய அறிக்கை, முத்துராமலிங்கத் தேவரை தடுப்புக் காவலில் வைப்பதிலும், நீதி விசாரணை வேண்டும் என்ற கோரிக்கையை ஒட்டுமொத்தமாக நிராகரித்ததிலும் அரசாங்கம் காட்டிய உறுதி ஆகியவற்றால் எதிர்க்கட்சிகள் காமராஜரின் காங்கிரஸ் அரசாங்கத்தின் மீது நம்பிக்கையில்லாத் தீர்மானம் கொண்டுவரும் முடிவிற்குத் தள்ளப்பட்டன.

98. மேலது. பப. 171-175.

நம்பிக்கையில்லாத் தீர்மானமும் காங்கிரஸின் எதிர்வியூகமும்

நீதி விசாரணைக்கான தமது கோரிக்கையும், பத்திரிகைகளின் கோரிக்கையும் நிராகரிக்கப்பட்டதைத் தொடர்ந்து, எதிர்க்கட்சிகள் இவ்விஷயத்தை விவாதிக்க சட்டமன்றம் விரைவில் கூட்டப்படவேண்டும் என்று கோரின. நிதியமைச்சர் சி.சுப்பிரமணியன் மோதலைத் தவிர்க்க நினைத்தார். எனவே, 'முதுகுளத்தூர் கலவரம்' பற்றி அலுவல் ஆலோசனைக் குழுவில் விவாதிக்கலாம் என்று ஆலோசனையை முன்வைத்தார்.[1] ஆனால் அமைச்சரின் இந்த ஆலோசனையை அனைத்து எதிர்க்கட்சிகளும் எதிர்த்தன. மதராஸ் சட்டமன்ற விதிகளின் 54வது விதியின் கீழ் 1957 அக்டோபர் 28ம் தேதி இந்திய கம்யூனிஸ்ட் கட்சியின் எம்.கல்யாணசுந்தரம் நம்பிக்கையில்லா தீர்மானத்தைக் கொண்டுவந்தார். பார்வர்ட் பிளாக்கின் சசிவர்ணத் தேவர் தீர்மானத்தை வழிமொழிந்தார்.

சட்டமன்றத்தில் காங்கிரஸ் தலைமை இந்தத் தீர்மானத்தை எவ்வாறு எதிர்கொண்டது என்பது இந்த அத்தியாயத்தின் முதல் பாகத்தில் கூறப்படும். அத்துமீறல்கள் நிகழ்த்தியதாகச் சொல்லப்பட்ட முதுகுளத்தூர் சப்-இன்ஸ்பெக்டர் எஸ்.நடராஜன், சர்க்கிள் இன்ஸ்பெக்டர் எஸ்.ஜான்சன் ஆகியோரைப் பாதுகாத்ததற்காக அரசாங்கம் கடும் விமர்சனங்களைச் சந்தித்தது. சட்டமன்றத்தில் முதுகுளத்தூர் கலவரம் பற்றிய விவாதத்தின் போது, தனது அறிக்கை குறித்த உறுப்பினர்களின் கருத்துரைக்குப் பதிலளித்த உள்துறை அமைச்சர் எம்.பக்தவத்சலம் காவல்துறை அத்துமீறல்கள் பற்றி கவனிப்பதாக உறுதியளித்ததுடன், சாலைகள், பள்ளிகள், மருத்துவமனைகள், குடிநீர் வழங்கல் போன்ற வளர்ச்சிப் பணிகளையும் அப்பகுதியில் மேற்கொள்ளப்போவதாகக் கூறினார். இந்த அத்தியாயத்தின் இரண்டாவது, மூன்றாவது பகுதிகளில் இந்த வாக்குறுதிகள் எந்த அளவிற்கு நிறைவேற்றப்பட்டன என்பது பற்றிக் கூறப்படும். நான்காவது பகுதியில் தேவரின் வழக்கின் முடிவு பற்றிச் சொல்லப்படும்.

1. MLAD, vol.7-V, p.402.

I

நம்பிக்கையில்லாத் தீர்மானத்தின் மீதான விவாதத்தை கம்யூனிஸ்ட் தலைவர் எம்.கல்யாணசுந்தரம் துவக்கி வைத்து, இரண்டு மணி நேரம் பேசினார். மோதல்கள் ஜாதி விரோதங்களாலும் ஏற்படவில்லை. மாறாக அவை அரசியல் காரணங்களால் காங்கிரஸால் உருவாக்கப்பட்டவை என்றார். 'குடிமைஉரிமை பாதுகாப்புச் சட்டம்' அனைத்துக் கிராமங்களிலும் அமுலாக்கப்பட்டிருந்தாலும், சேலம், திருச்சி, கோயம்புத்தூர், வட ஆற்காடு, செங்கல்பட்டு மாவட்டங்களில் ஹரிஜன்கள் கோவிலுக்குள் நுழைய முடியாது, குறிப்பிட்ட தெருக்களில் செருப்பணிந்து நடக்கமுடியாது.' என்றார். 'இராமநாதபுரம் மாவட்டமும் இந்த மாவட்டங்களைப் போன்றதுதான். ஆனால் இது போன்ற கடுமையான நடவடிக்கைகள் இங்கு மட்டும்தான் எடுக்கப்பட்டுள்ளன. இது எதனால்?' என்று அவர் வியந்தார். ஒருவேளை இதற்கான விடை 1949-ல் முத்துராமலிங்கத் தேவர் காங்கிரஸிலிருந்து அரசியல்ரீதியாக விலகியதில் இருக்கலாம். முத்துராமலிங்கத் தேவர் இந்த மாநிலத்தில் பார்வர்ட் பிளாக் கட்சியைத் துவக்கினார். அதன்மூலம் காங்கிரஸின் ஆதரவுத் தளத்தைக் குறைத்தார். பாதிக்கப்பட்ட சமூகங்களுக்கு இடையே நல்லிணக்கத்தை ஏற்படுத்துவதற்குப் பதிலாக, காங்கிரஸ் அரசாங்கம் மோதலை அதிகரிப்பதற்காகத் தலையிட்டது. இந்தக் கலவரத்தின் மூலம் காங்கிரஸ் கட்சி அரசியல் ஆதாயம் பெற முயன்றது என்று கல்யாணசுந்தரம் கூறினார்.[2]

முத்துராமலிங்கத் தேவர் காங்கிரஸில் இருந்தபோது, அவர் ஒரு தேசபக்தராக, ஒரு தேசியவாதியாகச் சித்தரிக்கப்பட்டார். அவர் காங்கிரஸை விட்டு விலகி, கட்சி ஆரம்பித்ததும், ஜாதியவாதியாகி விட்டார். குற்றவாளி என்று பழிக்கப்பட்டார். இது ராமநாதபுரம் மாவட்டத்தில் பெரும் செல்வாக்கு பெற்றுள்ள ஒரு தலைவரை இழிவுபடுத்த காங்கிரஸ் செய்த சதி என்று கல்யாண சுந்தரம் வாதிட்டார்.[3] தலித்துகள் மீது காங்கிரஸிற்குப் பிறந்துள்ள திடீர் கரிசனம் உழுவர்க்கே நிலம் என்று கோரியதற்காக திருச்சி சிறையில் வாடும் நிலமற்ற தலித் கூலித் தொழிலாளர்கள் மீது காட்டப்படவில்லை என்று அவர் குற்றம் கூறினார்.[4] தலித் வாலிபனுக்கும், இடைநிலை

---

2. மேலது. ப. 101.

3. மேலது.

4. மேலது ப. 399. கல்யாணசுந்தரம் 1956ல் பட்டிவீரன் பட்டியில் (அப்போதைய மதுரை மாவட்டம்) நடந்த ஒரு சம்பவத்தையும் குறிப்பிட்டார். செகண்ட் கிரேட் டீச்சர் டிரெயினிங் படித்திருந்த ஒரு தலித் ஒரு நாடார் பெண்ணைத் திருமணம் செய்து கொண்டார். தம்பதிகளுக்கும், பையனின் உறவினர்களுக்கும் பாதுகாப்பு வேண்டும் என்று கோரிக்கை வைத்தபோதும், போலீசும், காங்கிரஸ் தலைவர்களும் ஒன்றும் செய்யவில்லை. இதன் விளைவாக, ஊரில் தலித் பகுதியிலிருந்த குடிசைகள்

ஜாதி அல்லது உயர் ஜாதிப் பெண்ணுக்கும் கலப்புத் திருமணம் நடக்கும் இடங்களிலெல்லாம் ஒட்டுமொத்த தலித் குடும்பங்களும் அழிக்கப்படும் சம்பவங்களில் காவல்துறையோ, காங்கிரஸ் அரசாங்கமோ எந்த நடவடிக்கையும் எடுப்பதில்லை என்பதை அவர் சுட்டிக்காட்டினார்.[5] ஜாதி மோதல்களை வைத்து காங்கிரஸ் அரசாங்கம் அரசியல் செய்வதற்கு கல்யாணசுந்தரம் குறிப்பாக சில எடுத்துக்காட்டுகளை வழங்கினார். அருங்குளத்தில் இரண்டு தேவர் பெண்கள் தீயிட்டுக் கொளுத்தப்பட்டார்கள். ஆனால், இறந்தவர்கள் பள்ளர்கள் என்று அறிவிக்கப்பட்டது. இந்தத் தகவல் அப்பகுதியின் பள்ளர்களை தேவர்களுக்கு எதிராகத் தூண்டுவதற்காகப் பரப்பப்பட்டது. இந்த தவறான தகவல் பரவுவதைத் தடுக்க அரசாங்கம் எதுவும் செய்யவில்லை என்றார் கல்யாணசுந்தரம். தனது செல்வாக்கை அதிகரித்துக் கொள்ள இதே மாதிரியான குழப்படியை காங்கிரஸ் வீராம்பலிலும் செய்தது. ஆனால் அங்கு பாதிக்கப்பட்ட பள்ளர்களுக்கு எதுவும் செய்யவில்லை. இந்த சம்பவங்கள் எதிலும், கடுமையான வன்முறையைத் தடுக்க காவல்துறை நடவடிக்கை எடுக்கவில்லை என்றார்.[6]

உள்துறை துணை அமைச்சர் கலவரப் பகுதிகளை பார்வையிட்டபோது எதிர்க்கட்சி உறுப்பினர்கள் யாரும் உடன் செல்லவில்லை என்ற உள்துறை அமைச்சரின் குற்றச்சாட்டை மறுத்து, யார் யார் உடன் சென்றார்கள், அவர்கள் எந்தக் கட்சியைச் சார்ந்தவர்கள் என்ற பட்டியலைத்தந்த கல்யாணசுந்தரம் எதிர்க்கட்சிப் பிரதிநிதிகளின் அறிக்கை அரசாங்கத்திற்கு வழங்கப்பட்டதை நினைவுபடுத்தினார். அதன் மீது எந்த நடவடிக்கையும் எடுக்கப்படாததற்கு வருத்தமும் தெரிவித்தார். துணை உள்துறை அமைச்சரின் அறிக்கையில் தேவரது ஆவேசப் பேச்சுகள் பற்றிக் குறிப்பிடப்பட்டவை குறித்து, கல்யாண சுந்தரம், ‘தேவர் கூறியவற்றை எல்லாம் நாங்கள் ஏற்கவில்லை. ஆனால் அநியாயமாக தேவர் தாக்கப்படும்போது நாங்கள் அவருக்கு எங்களது ஆதரவைத் தரத் தயங்கமாட்டோம்.’ என்று விளக்கமளித்தார். முன்னதாக, முத்துராமலிங்கத் தேவர் என்ற கம்சனை ஒழிக்க வந்த கிருஷ்ணன் என்று பக்தவத்சலம் ஒரு கூட்டத்தில் தன்னைக் குறிப்பிட்டுக் கொண்டது பற்றியும் பேசினார்.[7]

சூறையாடப்பட்டன. குற்றவாளிகளைத் தண்டித்து, பாதிக்கப்பட்டவர்களுக்கு நியாயம் வழங்க அரசாங்கம் எந்த நடவடிக்கையும் எடுக்கவில்லை. Mlad, Vol.7V, p.109

5. மேலது பப. *100-101*, பின்னர் என்.மருந்தாசலம் (எம்.எல்.ஏ.) கோயம்புத்தூர் பீளமேடில் நடந்த இதேபோன்ற ஒரு சம்பவத்தைக் குறிப்பிட்டார். அங்கு ஒரு தலித் வாலிபன் நாயுடு சாதிப் பெண்ணை மணந்ததற்காக ஊரை விட்டு விரட்டப்பட்டான்.

6 மேலது, பப. 101-103.

7. மேலது, ப. 114.

'குழு மோதல்களில் ஆதாயம் காண முயற்சிப்பது, கட்சியைப் பலப்படுத்த போலீஸ் அதிகாரத்தைப் பயன்படுத்துவது' ஆகியவை விரும்பத்தகாதவை என்று வாதிட்ட அவர், 'இது போன்ற நிகழ்வுகள் மற்ற மாவட்டங்களுக்குப் பரவுவதைத் தடுக்கவே தாம் இந்தத் தீர்மானத்தைக் கொண்டுவந்ததாகக்' கூறினார்.[8] 'நான் காங்கிரஸ் இயக்கத்தைப் பழி கூறவில்லை.' என்ற கல்யாணசுந்தரம், 'எனது குற்றச்சாட்டுகள் முதலமைச்சர் காமராஜர், உள்துறை அமைச்சர் பக்தவத்சலம் ஆகியோர் மீதுதான்' என்றார். தமிழ்நாட்டில் காங்கிரஸ் அரசாங்கத்தை கவிழ்க்கும் நோக்கம் கம்யூனிஸ்ட் கட்சிக்குக் கிடையாது என்பதைத் தெளிவுபடுத்த சபையில் கொண்டுவரப்பட்டுள்ள நம்பிக்கையில்லாத் தீர்மானத்தின் நோக்கங்களை விளக்கினார். அவையாவன: 1) எதிர்க்கட்சிகளுடன் கலந்து ஆலோசிக்கப்படவேண்டும். கிழக்கு ராமநாதபுரத்தில் அமைதியை நிலைநாட்ட அவர்களது ஒத்துழைப்பையும் பெறவேண்டும். 2) பாதிக்கப்பட்டவர்களுக்கு உரிய நிவாரணம் வழங்கப்படவேண்டும். 3) குறைந்தபட்சம் போலீஸ் துப்பாக்கிச் சூடு நடத்திய இடங்களிலாவது நீதி விசாரணை நடத்தப்பட வேண்டும்.[9]

கல்யாணசுந்தரத்தின் வழியிலேயே, மற்ற எதிர்க்கட்சி உறுப்பினர்களும் மற்ற மாவட்டங்களில் வெடிக்கும் ஜாதி மோதல்களை அரசாங்கம் கண்டுகொள்வதில்லை என்று குற்றம் சாட்டினார்கள். மற்ற மாவட்டங்களிலும் 'ஹரிஜனங்களுக்கு குடியுரிமை மறுக்கப்படுதல்' இருக்கிறது என்ற அவர்கள், 1957 பொதுத் தேர்தலில் எதிர்க்கட்சி உறுப்பினர்கள் ஜெயித்துள்ள பல தொகுதிகளிலும் அவை உள்ளன என்றார்கள். இந்த எல்லா இடங்களிலும் எதிர்க்கட்சிகளுக்கு வாக்களித்த தலித்துகள் துன்புறுத்தப்பட்டதாக புகார்கள் உள்ளன. இப்புகார்கள் அரசாங்கத்தின் கவனத்திற்கும் கொண்டுவரப்பட்டுள்ளன. எனினும், இந்தப் புகார்கள் மீது எடுக்கப்பட்ட நடவடிக்கைகள் குறித்து சபையில் எந்த அறிக்கையும் தாக்கல் செய்யப்படவில்லை. உள்துறை அமைச்சரின் அறிக்கையில் முதுகுளத்தூர் தொடர்பான விஷயங்கள் மட்டுமே உள்ளன, என்றார்கள்[10]

முந்தைய அத்தியாயங்களிலேயே நமக்கு அறிமுகமானவரான சசிவர்ணத்தேவர் காவல்துறையையும், காங்கிரஸ் அரசாங்கத்தையும் கடுமையாக விமர்சித்தார். பள்ளர்கள் மீதான தேவர்களின் கொடுமைகள் பற்றி அவர் எந்த விளக்கமும் அளிக்கவில்லை என்பது அவரது உரையில் மிகவும் முக்கியமான அம்சம். பாதிக்கப்பட்ட பள்ளர்கள்

8. மேலது, ப. 133.

9. மேலது, ப. 402.

10. The Hindu, 29 October 1957.

குறித்த அனுதாபமும் அவரது உரையில் இல்லை.[11] முதுகுளத்தூர் தொகுதியில் முக்குலத்தோர் மற்றும் ஹரிஜன்கள் இடையில் விரோதம் இல்லை என்ற தொனியில் அவர் பேசினார். பள்ளர்களின் தலைவரான கிழவன் குடும்பன் மரணமடைந்தபோது 10000 பேர் ஊர்வலமாகச் சென்று அவருக்கு மலர்வளையம் வைத்த சம்பவத்தை அவர் உதாரணம் காட்டினார். மாராந்தையில் சிறையிலடைக்கப்பட்ட சொரிமுத்துத் தேவருக்கு பள்ளர் சமூகத்தின் நான்கு பெரியமனிதர்கள் ஜாமீன் தர முன்வந்ததைச் சுட்டிக் காட்டினார்.[12] விரோதம் இருந்தது என்று கூறப்படுவதை மறுக்க, சசிவர்ணத்தேவர் 1952, 1957 தேர்தல்களிலும், இடைத் தேர்தல்களிலும் பார்வர்ட் பிளாக் மிகப் பெரிய வாக்கு வித்தியாசத்தில் ஜெயித்ததைக் குறிப்பிட்டார். 1957 தேர்தலுக்கும், 1957 இடைத் தேர்தலுக்கும் இடையில் பார்வர்ட் பிளாக் தனது வாக்கு வித்தியாசத்தை 1216 ஆக அதிகரித்திருந்தது.[13]

முதுகுளத்தூரில் நடந்தது ஒரு ஜாதி மோதல் என்பதை சசிவர்ணத் தேவர் மறுத்தார். அவர் சொன்னவை அனைத்தும் கதைக்குப் பொருந்தாததாக இருந்தன. செப்டம்பர் 24-ஆம் தேதி கடலாடிக்கு அருகே உள்ள கரிசல்குளத்தில் காங்கிரஸ் உறுப்பினர்களான பள்ளர்கள், பார்வர்ட் பிளாக் ஆதரவாளர்களான பள்ளர்களின் 45 வீடுகளுக்குத் தீ வைத்தார்கள்.[14] முதுகுளத்தூர் தாலுகாவின் அபிராமத்தில் காங்கிரஸ் கட்சியின் கே.டி.கோசல்ராம் தனது கைத்துப்பாக்கியைக் காட்டி மக்களை மிரட்டினார். இடைத் தேர்தலின் பிரச்சாரத்தின்போது சில காங்கிரஸ்காரர்கள் கைத்துப்பாக்கிகள் எடுத்துச் சென்றதை நிதியமைச்சர் ஒப்புக்கொண்டிருக்கிறார் என்றார்.[15]

முத்துராமலிங்கத் தேவருக்கு எதிராக காங்கிரஸ்காரர்கள் அவதூறு பரப்புவதாக சசிவர்ணத் தேவர் குற்றம் சாட்டினார். ''புலிக்குறிச்சியில் தேர்தல் பிரச்சாரம் செய்த காங்கிரஸ்காரர் ஒருவர், தேவருக்கு 49 வயதாகிறது. அவர் ஆண்மையற்றவர் என்பதால் திருமணம் செய்துகொள்ளவில்லை. வீரனைப் போல் பேசுகிறார். ஆனால் அவருக்கு ஆண்மை கிடையாது,' என்று பேசியிருக்கிறார்.[16] தேவரது தந்தையார் உக்கிரபாண்டித் தேவர் 'தன் மகனுக்கும் தனக்கும் சம்பந்தமில்லை' என்று சொன்னது, காங்கிரஸ்காரர்களுக்கு நல்ல தீனியாகிவிட்டது என்றார் சசிவர்ணத்தேவர். அவரது குடும்ப சோகத்தை, அவரைத் துன்புறுத்துவதற்காக காங்கிரஸ்காரர்கள்

---

11. T.S. Chokkalingam, Horrors of Mudukulathur, p. 8.
12. மேலது. ப. 187. கிழவன் குடும்பன் தலித் இனத்தைச் சேர்ந்தவர் என்றபோதும் தேவரின் ஆதரவாளர் ஆவார்.
13. T.S. Chokkalingam, Horrors of Mudukulathur, pp. 136-38.
14. மேலது. ப. 188.
15. மேலது. பப.140-393.
16. மேலது.

பயன்படுத்திக் கொண்டனர். பொதுக் கூட்டங்களில், காங்கிரஸ் காரர்கள் முத்துராமலிங்கத் தேவர் தன் தந்தை யார் என்று தெரியாதவர் என்று பேசுகிறார்கள்,'' என்றார் சசிவர்ணத் தேவர்.[17]

கே.ராமச்சந்திரன், கலவரங்கள் வெடித்தபிறகு ஆட்சியர் மேற்கொண்ட அமைதி நடவடிக்கைகள் பற்றிப் பேசினார். ஆட்சியர் சார்பாக தேவரைச் சந்தித்த கோட்டாட்சியர் மக்கள் அமைதி காக்க வேண்டும் என்று தேவர் ஒரு அறிக்கை விடவேண்டும் என்று விரும்பினார். தேவர் முடிவு செய்த அறிக்கையின் உள்ளடக்கம் இதுதான்: 'அரசியல் காரணங்களாலும் ஜாதி வேறுபாடுகளாலும் நாம் நிறைய உயிர்சேதம், பொருள் சேதம் அடைந்து விட்டோம். நாம் இவற்றை மறப்போம். ஒற்றுமையாக வாழ்வோம். முருகப் பெருமான் அருள் புரியட்டும்.' அரசாங்கம் தங்களது ஒத்துழைப்பைத் தரத் தயாராக இருந்தால், மக்களை அமைதிப்படுத்த தான் ஒவ்வொரு கிராமத்திற்கும் செல்லத் தயார் என்று கூறி, தேவர் இக்குறிப்பை ஆட்சியரிடம் அளித்தார். ஆனால் ஆட்சியர் தேவரின் முன்நிபந்தனையை விரும்பவில்லை. 'அவர்கள் 144 தடையுத்தரவு போட்டிருக்கிறார்கள். நான் பாராளுமன்ற உறுப்பினர். நான் பேசினால் கூட்டம் கூடும். 144 தடை இருக்கும்போது, அதனால் என்ன நேரும் என்பது வெளிப்படை. அமைதியை நிலைநாட்டுவது அரசாங்கத்தின் பொறுப்பு இல்லையா? நான் ஏன் அரசாங்கத்தின் ஆதரவோடு பேசக்கூடாது?' எனவே தனது நிபந்தனை ஏற்கப்படாவிட்டால் எந்த அறிக்கையிலும் கையெழுத்திட முடியாது என்று தேவர் மறுத்துவிட்டார்.[18]

தென்காசி தொகுதியின் சுயேச்சை உறுப்பினர் கே.சட்டநாத கரையாளர், வர்க்க நலன்கள் சம்பந்தப்படாத விஷயங்களில் மட்டுமே காங்கிரஸ் அரசாங்கம் தலித்துகளைப் பற்றிப் பேசுகிறது என்று குற்றம் சாட்டினார். தனது தொகுதியில் தலித்துகள் மீதான கொடுமைகள் பற்றிப் பேசிய அவர், சுமார் 5000 தலித்துகளின் நலன்களைப் பாதிக்கும் ஒரு விஷயத்தில் எவ்வாறு அரசாங்கம் நடவடிக்கை எடுக்காமல் இருக்கிறது என்பதைச் சுட்டிக் காட்டினார். அவர்களது குடிநீர் ஆதாரத்தில் விஷம் கலக்கப்பட்டது. ஆனால் குற்றமிழைத்தவர்கள் மீது நடவடிக்கை இல்லை. அவர்கள் தங்களது நிலத்திலிருந்து விரட்டப்பட்டபோது. அதைத் தடுக்க ஒரு நடவடிக்கையும் இல்லை எனக் கூறி ஆதங்கப்பட்டார்.[19]

தேவர் தனது ஜாதியினரின் ஆதரவால்தான் செல்வாக்குப் பெற்றார் என்ற கருத்தை காங்கிரஸ்காரர்கள் தெரிவித்தபோது, திமுக தலைவர் சி.என்.அண்ணாதுரை விவாதத்தில் குறுக்கிட்டார். முத்துராமலிங்கத் தேவரின் பிறந்த நாளைக் கொண்டாட ரங்கூனிலிருந்து வந்த அழைப்பிதழைக் காட்டினார்.

17. மேலது, ப. 140.

18. மேலது, ப. 256.

19. மேலது, ப. 321.

'அவர் மிகவும் வெறுக்கப்பட்ட மனிதர் என்பது போல் நாம் பேசிக் கொண்டிருக்கிறோம். ஆனால் வெளிநாட்டில் உள்ள மக்கள் அவரைப் போற்றுகிறார்கள். தனது ஜாதி காரணமாக தேவர் புகழ் பெற்றார் என்று சொல்லப்பட்டது. எவ்வாறாயினும், அவரது செல்வாக்கு அபாரமானது. ஆனால் அந்த செல்வாக்கு கொலைகளுக்கும், கொள்ளைகளுக்குமே உதவுகிறது என்று சொல்லப்படும்போது, இதே செல்வாக்கு தானே 10-15 ஆண்டுகளுக்கு காங்கிரஸிற்கு உதவியாக இருந்தது என்று நான் கேட்கலாமா?... தேவர் ஏற்படுத்திய பிரச்சனைகளால் இப்போது மந்திரிகள் துன்புறுகிறார்கள். முன்பு அவரது அட்டூழியங்களை நீதிக்கட்சி தாங்க வேண்டியிருந்தபோது, காங்கிரஸ் அவை பற்றி ஒரு வார்த்தையேனும் பேசியிருக்குமா? 1937 தேர்தலில் ராமநாதபுரம் ராஜாவிற்கு எதிராக தேவர் காங்கிரஸ் வேட்பாளராக நிறுத்தப்பட்ட போது, ராஜாவின் எஸ்டேட் மேலாளர் தாக்கப்படவில்லையா? தென்பாண்டி மண்டலத்தில் (தமிழகத்தின் தென்பகுதியில்) அவரைக் காட்டித்தான் நீங்கள் நீதிக்கட்சியை மிரட்டினீர்கள்... (இப்போது) நீங்கள் அவரை ஒரு பயங்கரவாதியாகக் கருதுகிறீர்கள். அப்படியானால் அவரை நீங்கள் ஏன் இந்த அளவிற்கு வளர அனுமதித்தீர்கள்?'[20] என்றார்.

மேலும், அவர்,

'கடந்த பத்தாண்டுகளில், உங்களைப் போல் துப்பாக்கிச் சூடுகள் நடத்திய ஒரு ஜனநாயக அரசாங்கம் ஏதாவது உண்டா? நீங்கள் வணங்கும் கடவுளின் பெயரால், நீங்கள் கடைப்பிடிக்கும் காந்தியக் கொள்கையின் பெயரால் கேட்கிறேன். நெஞ்சில் கை வைத்துச் சொல்லுங்கள். நீங்கள் நடத்தியதுபோன்ற துப்பாக்கிச் சூடு உலகில் வேறு எங்காவது நடந்திருக்கிறதா? நாங்கள் இந்தத் துப்பாக்கிச் சூட்டிற்குக் கண்டனம் தெரிவித்தால், 'நாங்கள் என்ன முதுகுளத்தூரில் மட்டுமா துப்பாக்கிச் சூடு நடத்தியிருக்கிறோம்?' என்று கேட்கிறார் போலீஸ் மந்திரி. நாங்கள் ஏற்கனவே தூத்துக்குடியில், டால்மியாபுரத்தில், வால்பாறையில் துப்பாக்கி சூடு நடத்தியிருக்கிறோம் என்கிறார். இதைக் கேள்வி கேட்டால், 'முட்டாள் மனிதர்கள், இது மட்டும்தானே எங்கள் வேலை' என்றும் அவர்கள் சொல்லக்கூடும். இப்போது அந்த முதுகுளத்தூர் துப்பாக்கிச் சூட்டின் மூலம்தான், நீங்கள் இந்த நம்பிக்கையில்லாத் தீர்மானத்தைப் பெற்றிருக்கிறீர்கள்,' என்றார்.'[21]

கடந்த இருபத்தைந்து ஆண்டுகளில் தான் பரமக்குடிக்கு அப்பால் ஒரு பொதுக் கூட்டம் கூட பேசியதில்லை என்றார் அண்ணாதுரை. எங்கள் கழகம் (திமுக) அங்கு பரவவில்லையே என்று நான் கவலைப்பட்டதுண்டு. இப்போது அது பரவாதது நல்லதுதான் என்று நினைக்கிறேன். அப்படிப் பரவியிருந்தால், ஜாதி மோதலில் எங்கள்

---

20. மேலது, ப. 322. The speech was Originally delivered in Tamil This is the translation as it appears in the book Horrors in Mudukulathur.

21. மேலது, ப. 325.

பங்கு பற்றிய சந்தேகம் எழுந்திருக்கும்.' என்றார்.[22] அரசாங்கத்தின் நம்பகத் தன்மை குறித்து தனது சந்தேகங்களைத் தெரிவித்த அவர், அதற்கு எடுத்துக்காட்டாக ஒரு சம்பவத்தைக் குறிப்பிட்டார். 'தேர்தலில் காங்கிரஸ் வேட்பாளரைத் தோற்கடித்து திமுக வேட்பாளர் கோவிந்தசாமி ஜெயித்ததைப் பொறுக்க முடியாமல், ஒரு உள்ளூர் காங்கிரஸ்காரர் கோவிந்தசாமி மீது கொலை, கொள்ளை குற்றங்களை சுமத்தி, பொய்ப் புகார் அளித்தார். அந்த வழக்கு நீதிமன்றத்தில் ஒன்றரையாண்டுக் காலம் இழுத்தது. இப்படிப்பட்ட பாரம்பரியம் உள்ள காங்கிரஸ் யார் மீதும் கொலை வழக்கு போடும்,' என்று கூறினார்.[23] பிரதான எதிர்க்கட்சியான திமுக ஏன் நம்பிக்கையில்லாத் தீர்மானத்தை ஆதரிக்கிறது என்பதை விளக்கினார்:

> 'ஆதிதிராவிடர்கள் (தலித்துகள்) காலம்காலமாக சொல்ல முடியாத துயரங்களை அனுபவித்து வருகிறார்கள். அவர்களுக்கு வரப்போகும் ஆபத்தைத் தடுப்பதற்குப் பதிலாக, காங்கிரஸ் (கிழக்கு ராமநாதபுரத்தில்) இரு ஜாதிகளை ஒருவருக்கு எதிராக ஒருவரை நிறுத்திவிட்டது. இதன் காரணமாக, திமுக இந்த அரசின் மீது நம்பிக்கையை இழந்துவிட்டது'[24]

திமுக தலைமை தனது தலித் உறுப்பினர்களை சுதந்திரமாகப் பேச அனுமதித்தது. 'அரசாங்கம் தலித்துகளைக் காக்க ஏன் நடவடிக்கை எடுக்கவில்லை' என்று அவர்கள் கேட்டார்கள். பெரம்பூர் ரிசர்வ் தொகுதியில் இருந்து தேர்ந்தெடுக்கப்பட்டவரான திமுக வின் சத்தியவாணிமுத்து, மற்ற மாவட்டங்களில் வெடித்த ஜாதி மோதல்களை அரசாங்கம் கண்டு கொள்ளவில்லை என்று குற்றம் சாட்டினார்.

> 'ஆளும் கட்சி உறுப்பினர்கள் இப்போது முதலைக் கண்ணீர் வடிக்கிறார்கள். 'நாங்கள் ஹரிஜன்களுக்காகவே இருக்கிறோம், ஹரிஜன்களுக்காக அனைத்தும் செய்வோம். என்ற பேச்செல்லாம் இடைத்தேர்தலுக்குப் பின்னால்தான். நிலமையைச் சரிசெய்ய நீங்கள் முன்னதாகவே ஏன் நடவடிக்கை எடுக்கவில்லை என்று நான் கேட்கிறேன். இப்பகுதியில் ஹரிஜன்களுக்கு இழைக்கப்படும் கொடுமைகள் குறித்து, ஆட்சியாளர்களாகிய நீங்கள் நிறைய மனுக்களைப் பெற்றிருப்பீர்கள். அந்தத் தகவல்களின் அடிப்படையில், ஆளும் கட்சியின் இந்த அனைத்து முயற்சிகளும் ஹரிஜன்களின் வாக்குகளைப் பெறுவதற்காக மட்டுமே என்று நான் உறுதியாகக் கூறுகிறேன்.'[25]

தனது கூற்றுக்கு ஆதாரமாக 1957 மே 5ம் தேதி முதுகுளத்தூர் நலச்சங்கம் அரசாங்கத்திற்கு அனுப்பிய நீண்ட மனுவை சமர்ப்பித்தார்.

22. மேலது, ப. 320.
23. மேலது, பப. 321-22.
24. மேலது, ப. 319 C.N.Annadurai represented Kanchipuram Constituency.
25. MLAD, vol.7, I-V, p. 289.

'உழுபவருக்கே நிலம்' என்ற கோரிக்கைக்காகப் போராடிக் கைதாகி 400 தலித்துகள் சிறையில் வாடுவதையும் சுட்டிக்காட்டினார்.[26]

சத்தியவாணி முத்துவைத் தொடர்ந்து, திண்டிவனம் தனித் தொகுதியின் சுயேச்சை உறுப்பினர் எம்.ஜெகந்நாதன் காங்கிரஸ் மீதான தாக்குதலைத் தொடர்ந்தார். 'முதுகுளத்தூரில் நடந்தது ஜாதிப் பிரச்சனை மட்டுமே, அரசியல் மோதல் அல்ல' என்ற காங்கிரசின் கூற்றை நிராகரித்தார் அவர்,

> காங்கிரஸ் 'ஹரிஜன்'களை முன்னேற்றுவதில் உறுதியாக இருந்தால், அவர்கள் தாங்கள் கொண்டு வந்த பல சட்டங்களை நடைமுறைப்படுத்த நடவடிக்கைகள் எடுத்திருக்கலாம். உதாரணத்திற்கு ஹரிஜன்களுக்கு கோவில்களைத் திறந்துவிட முதலில் ஆலயப் பிரவேசச் சட்டம் போடப்பட்டது. பிறகு குடிமைப் பாதுகாப்புச் சட்டம் வந்தது. பிறகு தீண்டாமைக் குற்றங்கள் சட்டம் வந்தது. இப்படி ஏராளமான சட்டங்கள் உள்ளன. ஆனால் எல்லாம் காகிதத்தில் மட்டுமே உள்ளன. ஆங்கிலத்தில் சொல்லப்படுவது போல சட்டப்புத்தகங்களில் வெறும் அலங்காரமாக மட்டும் உள்ளன... இன்று பல கோவில்களில் ஹரிஜன்கள் சுதந்திரமாக உள்ளே நுழைய முடியாது. அவர்கள் செருப்பணிய முடியாது. முழங்காலுக்குள் கீழே வரும்படி சுத்தமான வெள்ளையுடை அணிந்தால், செருப்படி தரப்படுகிறது. அது மட்டுமல்ல, பல இடங்களில் கொலை கூட செய்யப்படுகிறார்கள். இது முதுகுளத்தூரில் மட்டும் இருக்கும் நிலைமை அல்ல. தமிழ்நாடு முழுவதிலும் இப்படித்தான் இருக்கிறது. பொதுவாக இந்தியா முழுவதும் இதே நிலைமைதான். அரசாங்கம் ஹரிஜன்களின் அடிப்படை உரிமைகளைக் காக்க நடவடிக்கை எடுத்திருந்தால், அதை நாங்கள் பாராட்டியிருப்போம், வரவேற்றிருப்போம். ஆனால் முதுகுளத்தூர் பகுதியில் காங்கிரஸிற்கு வாக்களிக்க விடாமல் ஹரிஜன்கள் தடுக்கப்பட்டது வரை அரசாங்கம் எதுவும் செய்யவில்லை என்பதால், நான் அதைக் கண்டித்து, நம்பிக்கையில்லாத் தீர்மானத்தை ஆதரிக்க முன்வந்திருக்கிறேன்.'[27]

பல்லடம் தொகுதியில் பிரஜா சோஷலிஸ்ட் கட்சி சார்பாக ஜெயித்தவரான பி.எஸ்.சின்னதுரை, 'மக்கள் கருத்தை வெறுப்பது, ஆணவம், அதீத அறிவு கொண்டோராக போலியாக நடிப்பது, மக்களின் மிக ஆழமான உணர்வுகளைத் துச்சமாக மதித்தல், அரசாங்கத்தில் இருப்போருக்கு மட்டுமே தமது சேவையில் முன்னுரிமை தருதல் என்று ஐசிஎஸ் அதிகாரிகள் பற்றி கோபாலகிருஷ்ண கோகலே கூறிய விமர்சனத்தை மேற்கோள் காட்டி, துப்பாக்கிச் சூடு பற்றிய ஒரு நீதி விசாரணையை நிர்வாகத் துறையைச் சேர்ந்தவர் எப்படி நடத்த முடியும்? என்று அவர் கேட்டார்.[28]

திருவண்ணாமலை தனித் தொகுதியின் உறுப்பினரான திமுகவின் சி.சந்தானம் ராமநாதபுரம் மாவட்டத்தின் கலவரத்தால் பாதிக்கப்பட்ட

26. மேலது.

27. மேலது, பப. 224-225.

28. மேலது, ப. 214.

பகுதிகளில் விரிவாகப் பயணம் செய்திருந்தார். தலித் தலைவர்கள் தயாரித்த வேண்டுகோளில் கையெழுத்திட மறுத்தவர்கள்மீது அரசாங்கம் நடவடிக்கை எடுத்திருக்க வேண்டும் என்று அவர் கருதினார். தீண்டாமைக் குற்றங்கள் சட்டம் 1955-ன் படி நடவடிக்கை எடுக்கப்பட வேண்டும் என்று அவர்கள் கோரியிருந்தார்கள். அரசாங்கம் அந்த சட்டத்தைப் பிரயோகித்து தேவரைக் கைது செய்திருந்தால், பின்னால் ஏற்பட்ட கலவரங்களைத் தடுத்திருக்கலாம் என்றார் சந்தானம்.[29] சோஷலிஸ்ட் கட்சியின் கே.ஆர்.நல்லசிவம், இந்த மோதல் காரணத்திற்காக மட்டும் என்று இல்லாமல் பிற காரணங்களுக்காகவும், தான் இந்த நம்பிக்கையில்லாத் தீர்மானத்தை ஆதரிப்பதாகச் சொன்னார். சோஷலிஸ்ட் கட்சி எழுப்பிய 18 அம்சக் கோரிக்கை சாசனத்தைப் பற்றியும், அரசாங்கத்தின் தோல்விகளையும் அவர் சுட்டிக் காட்டினார். இந்தக் கோரிக்கை சாசனத்திற்காகத்தான் அவரது கட்சி உறுப்பினர்கள் கைது செய்யப்பட்டு, சிறையில் அடைக்கப்பட்டார்கள்.[30]

1957 தேர்தல்களிலும், இடைத் தேர்தல்களிலும் கிழக்கு ராமநாதபுரத்தில் பள்ளர்களுக்கு எதிராக தேவர்கள் செய்த அட்டூழியங்களை காங்கிரஸ் கட்சி உறுப்பினர்கள் விளக்கமாகப் பேசினார்கள். முக்குலத்தோர் சமூகத்தைச் சேர்ந்தவரும், மானாமதுரை தொகுதி உறுப்பினருமான காங்கிரஸ் கட்சியின் சிதம்பர பாரதி அப்பகுதியின் படுகேவலமான நிலமைக்கு முத்துராமலிங்கத்தேவரும், அவரது ஆதரவாளர்களும்தான் காரணம் என்று பழிசுமத்தினார். 'யாராவது ஒருவர் ஒரு கிராமத்திற்கு ஒரு சாலையோ அல்லது, ஒரு பள்ளிக்கூடமோ அல்லது ஒரு மின்சார வசதியோ கொண்டுவர முயற்சி செய்தால், அவரது கால்நடைகள் திருடப்படும், பம்புசெட் காணாமல் போகும், விளைந்த கதிர்கள் அறுவடை செய்யப்பட்டு, தூக்கிச் செல்லப்படும்,' என்று அவர் வருத்தப்பட்டார்.[31] சாலை வசதிகள் செய்யப்படுவதை தேவர் சமூகத்தினர் விரும்புவதில்லை, ஏனெனில் அவர்கள் கருத்தின்படி அது காவல்துறையினர் விரைந்து கிராமத்துக்குள் வர உதவும் என்றார் அவர். அவர்கள் எப்போதுமே பிரச்சனைகளைத் தமக்குள் பஞ்சாயத்து செய்து தீர்த்துக் கொள்வதைத்தான் விரும்பினார்கள். மீ[32] தேவர்களின் நடத்தையை மாற்றுவதற்கு அரசாங்கம் எந்த நடவடிக்கையும் எடுக்கவில்லை என்று சிதம்பர பாரதி குற்றம் கூறினர். 'குற்றமிழைக்கும் மனோபாவத்தை மாற்றுவதற்கு' பதிலாக அரசாங்கம் குற்றங்களுக்காக அவர்களைத் தண்டிக்க மட்டுமே செய்தது,' என்றார் அவர்.[33]

---

29. மேலது, பப. 260-61. In the Election Commission record his initial is given as 'C' But the Assembly proceedings recorded his initial as 'P.S.'

30. மேலது, பப. 191-194.

31. மேலது, ப. 267.

32. மேலது, ப. 289.

33. மேலது, பப. 264-65.

'தேர்தல் களத்தில் பொதுவாக, எம்.எல்.ஏக்கள் தமது தொகுதிக்கு அதிகமான சாலைகள், கிணறுகள், பள்ளிக் கூடங்கள், மருத்துவமனைகள் ஆகியவற்றைக் கோருவது சகஜம். எனினும் முத்துராமலிங்கத் தேவர் சட்டமன்ற உறுப்பினராக இருந்தபோது முதுகுளத்தூர் பகுதிக்கு எந்த வளர்ச்சிப் பணிகளையும் கோரவில்லை' என்றார் சிதம்பர பாரதி. பார்க்கப்போனால், அவர் சட்டமன்றத்துக்கு வரவேயில்லை. அப்படியே வந்தாலும் வருகைப் பதிவேட்டில் கையெழுத்திடுவார். ஆனால் விவாதங்களில் பங்கேற்கமாட்டார். சட்டமன்ற ஆவணங்களிலிருந்து இதை உறுதி செய்து கொள்ளலாம். கூட்டங்களில் பேசினாலும் சுபாஷின் வருகை, ஆசிய ஜோதியின் விடியல் பற்றித்தான் பேசுவார். 1946-ல் சட்டமன்றத்திற்கு அவர் வராததால், அவரது உறுப்பினர் பதவி பறிக்கப்பட்டது. தேவர் அல்லாதோர் வாழும் கிராமங்களில் புகையிலை, வாழை, கரும்பு ஆகியன பயிரிடப்பட்டன. நாடார்கள், கோனார்கள், சேர்வைக்காரர்கள் ஆகியோர் மின்சாரத்தைப் பயன்படுத்தி பாசன வசதியை அதிகரித்துக் கொண்டார்கள். ஆனால் தேவர்கள் அந்தத் தாலுகாவின் மழையால் நிரம்பும் குளங்களை மட்டுமே நம்பி இருக்கிறார்கள் என்றார் சிதம்பர பாரதி. வெறும் நான்கு மைல் தூரத்திலிருந்து ஒரு மின்சார இணைப்பை வாங்கிவிட முடியும் என்பதுகூட தேவர்களுக்குத் தெரியாது என்றார் சிதம்பர பாரதி.[34]

பட்டுக்கோட்டைத் தொகுதி உறுப்பினரும், காமராஜரின் தீவிர ஆதரவாளருமான ஆர்.சீனிவாச ஐயர்தான் விவாதத்தில் காங்கிரஸ்கட்சியின் நட்சத்திரப் பேச்சாளர். அவர் 1957 அக்டோபர் 9ம் தேதி நடந்த அறந்தாங்கி இடைத்தேர்தலில் காங்கிரஸ் வேட்பாளர் வெற்றி பெற்றதைக் குறிப்பிட்டார். எதிர்க்கட்சிகளும், அவர்களது வேட்பாளர் மணலி கந்தசாமியும் (சிபிஐ) கீழத்தூவல் துப்பாக்கிச்சூடு, அதைத் தொடர்ந்த வன்முறையைக் கட்டுப்படுத்த காங்கிரஸ் அரசாங்கம் மேற்கொண்ட நடவடிக்கைகளின் குழப்பங்கள் பற்றியெல்லாம் பிரச்சாரம் செய்ததையும் மீறி இந்த வெற்றி கிடைத்துள்ளதாக அவர் கூறினார். மக்கள் தமது வாக்குகளின்மூலம் இப்பிரச்சனையை புறம்தள்ளி விட்டார்கள் என்றார். எனவே 'இந்த நம்பிக்கையில்லாத் தீர்மானம்' பொருத்தமற்றது என்றார் அவர்.[35] ஐயர் முத்துராமலிங்கத் தேவரைக் கடுமையாகத் தாக்கிப் பேசினார். தேவரின் அரசியல் வாழ்வைத் துவக்கத்திலிருந்து விவரித்த அவர் 1930-களில் தேவர் குற்றம்சாட்டப்பட்ட கிரிமினல் குற்றவழக்குகளை

---

34. மேலது, பப. 266-267, நிதியமைச்சர் சி.சுப்பிரமணியம் இந்தக் கருத்தை ஆமோதித்தார். ஸ்ரீவில்லிபுத்தூரில் 1200 கிணறுகள் வெட்டப்பட்டதாகவும், அதே சமயம் முதுகுளத்தூரில் 1200 கிணறுகளுக்கு நிதி ஒதுக்கீடு வழங்கப்பட்ட போதும், தாலுகாவில் நூறு கிணறுகள்கூட வெட்டப்படவில்லை என்பதைச் சுட்டிக்காட்டினார். மேலது, ப. 387.

35. MLAD., vol.V, p. 199.

நினைவுகூர்ந்தார் (எனினும் அவற்றில் தேவரின் நேரடி ஈடுபாடு நிரூபிக்கப்படவில்லை) குறிப்பாக மூன்று வழக்குகளை அவர் முக்கியமாகக் குறிப்பிட்டார். முதலாவது, ராமநாதபுரத்தின் உதவி தாசில்தார் சிதம்பரம் முதலியாரைத் தாக்கியதாக தேவர் மீது போடப்பட்ட வழக்கு. இராமநாதபுரம் ஜமீனின் குத்தகைகாரர்களிடம் அவர் குத்தகை வசூலிக்கும்போது தாக்கப்பட்டார். இரண்டாவதாக, உதவித் தாசில்தாரான நாகராஜ ஐயர் மீதான தாக்குதல். இவர் 1937 தேர்தலில் முத்துராமலிங்கத் தேவருக்கு எதிராக, ராமநாதபுரம் ராஜாவிற்காக தேர்தல் பணி புரிந்தார். மூன்றாவதாக, அபிராமம் வழக்கில் தீர்ப்பின் சான்றொப்பமிட்ட நகலை வழங்குவதில் தாமதப்படுத்தியதற்காக பிரமநாயகம் பிள்ளையும், அபிராமத்தில் முஸ்லிம்களுடனான மோதலில் தேவர்களைத் தண்டித்ததற்காக திருஉத்திரகோசமங்கை சப்-மாஜிஸ்திரேட் பெரியண்ணத் தேவரையும் கொடூரமாகக் கொலை செய்ததையும் சுட்டிக்காட்டினார்.[36]

தேவரின் குணாதிசயத்தை விளக்குவதற்காக, சாயல்குடியில் 1957 ஏப்ரலில் தேவர் ஆற்றிய உரையிலிருந்து ஐயர் மேற்கோள் காட்டினார். அதில் தேவர் 'முக்குலத்தோர் சமூகம் போலீஸ் படையை எதிர்க்க வேண்டும்' என்று குறிப்பிட்டிருந்தார். 'அவர்கள் ஆயுதங்களெல்லாம் வெறும் சோளத்தட்டைகள்தான். ஒரு பெரிய கூட்டம் தாக்கினால். ஆயுதமேந்திய சில போலீஸ்காரர்களால் என்ன செய்துவிட முடியும்? ஓரிருவரை மட்டும்தான் அவர்களால் கொல்ல முடியும். நீங்கள் தொடர்ந்து தாக்கினால், அவர்களை அழித்துவிடலாம்.' என்று சொல்லியிருக்கிறார்.[37] தீய நோக்கோடு அரசாங்கம் காவலர் படையைப் பயன்படுத்துகிறது என்ற எதிர்கட்சிகளின் குற்றச்சாட்டை மறுத்த சீனிவாச ஐயர், 'மோதல்களுக்குக் காரணம் ஒருபுறம் ஹரிஜன்களுக்கும், மறுபுறம் அவர்கள் பாதையை யாரும் வழிமறிக்க முடியாத, அவரது உத்தரவிற்குப் பணிந்தே தீரவேண்டிய கடவுள் போன்ற முத்துராமலிங்கத் தேவர் தலைமையிலான மறவர்களுக்கும் இடையில் காலம்காலமாக இருந்துவரும் பகைமைதான்' என்றார்.[38]

தேவருக்கு அதிக அளவில் பள்ளர்களின் வாக்குகள் கிடைத்துள்ளன என்பதை வைத்து அவர் மீதான அன்பின் காரணமாகவே 'ஹரிஜன்கள்' அவருக்கு வாக்களித்தார்கள் என்று நாம் கருதிவிட முடியாது என்றார் சீனிவாச ஐயர். 'ஏனெனில், எவ்வாறாயினும் 1932-லிருந்தே அவர் இப்பகுதியில் ஒரு பேரச்சத்தை ஏற்படுத்துபவராக, யாரும் அவர் பாதையில் குறுக்கிட முடியாத அளவு செல்வாக்கு மிக்கவராக இருக்கிறார். அவர் பாதையில் குறுக்கிட்டால், உயிருக்கும், பொருளுக்கும் ஆபத்து என்று எல்லோரும் அஞ்சுகிறார்கள். எனவேதான் அவர் மாபெரும்

36. மேலது, பப. 199-200.

37. மேலது, ப. 202.

38. மேலது, ப. 209.

வெற்றி பெறுகிறார்.'[39] 'ஹரிஜன்களின் நண்பர்கள்' என்று சொல்லிக் கொள்ளும் மறவர்கள், கிராமம் கிராமமாகச் சென்று தலித் வீடுகளுக்குத் தீ வைத்தார்கள் என்று கூறிய ஐயர், 2735 ஹரிஜன் வீடுகளும், 107 மறவர் வீடுகளும் தீக்கிரையாகின. '17 ஹரிஜன்களும் 8 தேவர்களும் கொல்லப்பட்டார்கள் என்றால், இதில் யார் வம்புச்சண்டைக்காரர்?' என்று கேட்டார். சில இடங்களில் உள்நோக்கத்தோடு காவலர்கள் விலக்கிய கொள்ளப்பட்டனர் என்ற குற்றச்சாட்டிற்குப் பதிலளித்த அவர், 'இதில் உண்மையை வேறுவிதமாகப் பார்க்க வேண்டும். 'மறவர்கள் போலீஸ் இல்லாத இடங்களை, தாம் திருப்பித் தாக்கப்படாத இடங்களைத் தேர்ந்தெடுத்துத் தாக்கினார்கள். அதனால் அவர்களால், ஹரிஜன்கள் தேவாலயத்திற்குள் இருந்தால்கூட எளிதாகத் தாக்க, அழிக்க முடிந்தது, என்றார்.[40]

ஆளும் கட்சி சார்பாக நிதியமைச்சர் சி.சுப்பிரமணியம் பதிலளித்தார். அப்பகுதியில் ஹரிஜன்களும், மற்ற சமூகத்தினரும் நல்லுறவோடு வாழ்ந்தார்கள் என்று சொல்லப்படுவதை மறுத்த அவர், அவர்கள் அனைவரும் சமமானவர்களாக வாழ்கிறார்களா? என்று கேட்டார். 'ஹரிஜன்கள் தம்மைப் பயன்படுத்திக் கொள்வோரின் விருப்பத்திற்கு ஏற்ப நடந்துகொண்டால், எல்லாம் சரியாக இருக்கும். ஆனால், அவர்கள் நிமிர்ந்துவிட்டால், பிறகு பிரச்சினைதான்' என்றார்.[41] மோதல்களுக்குப் பின்னால் உள்ள காரணங்களை சுப்பிரமணியம் உணர்ச்சிவசப்படாமல் எடுத்துரைத்தார். கிழக்கு ராமநாதபுரத்தில் பிரச்சனைகள் எவ்வாறு ஆரம்பித்தன என்பதை அவர் விளக்கினார்:

> 'அது ஒரு ஜமீன் பகுதி. விளைச்சலின் பெரும் பகுதியை ஜமீனின் பங்காகத் தந்துவிட வேண்டும் என்பதால், விவசாயிகளிடம் எந்த உற்சாகமும் கிடையாது... சிவகங்கை, திருப்பத்தூர் நீங்கலாக, கிழக்கு ராமநாதபுரத்தின் ஐந்து தாலுகாக்களும் பின்தங்கியவையாகக் கருதப்படுகின்றன. இப்பகுதியில் மழையை நம்பியுள்ள ஏரிகள் மட்டுமே உள்ளன. எனவே, பருவமழை எப்போதெல்லாம் பொய்த்துப் போகிறதோ, அப்போதெல்லாம் குற்றங்கள் அதிகரிக்கின்றன.' என்றார்.[42]

தேவர் காங்கிரஸைவிட்டு விலகியது, எதிர்க்கட்சிகள் எழுப்பிய பிரச்சனைகளில் ஒன்றாகும். இந்த விலகல் குறித்து காங்கிரஸின் தரப்பு நிலையை சுப்பிரமணியம் விளக்கினார்.

> பிரிட்டிஷ் ஆட்சி முடிந்ததும், போலீஸ் ராஜ்ஜியம் முடிந்துவிடும் என்று மறவர்கள் நினைத்தார்கள். காங்கிரஸ் ஆட்சியில் அது தொடர்ந்ததால், அவர்கள் காங்கிரஸை வெறுக்க ஆரம்பித்தார்கள். அவர்களது மனநிலையைப் பிரதிபலிக்கும் விதமாக, தேவரும் காங்கிரஸிலிருந்து விலக ஆரம்பித்தார். காங்கிரசுடன் தனது தொடர்புகளைப் படிப்படியாகத் துண்டித்துக்

39. மேலது, ப. 201.
40. மேலது, ப. 210.
41. The Hindu, 31 October 1957.
42 MLAD., vol.V. pp. 363-64.

கொண்டார். 1946 தேர்தலுக்குப் பிறகு அவர் சட்டமன்றக் கூட்டங்களில் கலந்து கொள்ளவில்லை. எனவே, அரசாங்கம் அவரது தொகுதியை காலி என்று அறிவித்தது. அங்கு ஒரு காங்கிரஸ் வேட்பாளர் நிறுத்தப்பட்டார். தேவர் போட்டியிடவில்லை. எனவே, காங்கிரஸிலிருந்து அவர் விலகியது முழுமையாகிவிட்டது. 1949-ல் அவர் பார்வர்ட் பிளாக்கில் இணைந்தார். தமிழ்நாட்டின் மாநிலத் தலைவரானார்.[43]

நாடார்கள் மீதான முக்குலத்தோர் சமூகத்தின் விரோதம் பற்றிய நூற்றாண்டுகால வரலாற்றை சுப்பிரமணியம் விளக்கினார். தனது நாடார் விரோத உணர்வுகள் மூலம் தேவர் தமது சமூகத்தின் மனநிலையைத்தான் பிரதிபலித்ததாக அவர் கூறினார். 'காமராஜ் நாடார் முதலில் தமிழ்நாடு காங்கிரஸ் கமிட்டியின் தலைவராகவும், பிறகு முதலமைச்சராகவும் உருவானது, தேவரின் மனதில் பொறாமையை எழுப்பியது,'[44] 1952-ல் தேவர் தேர்தல் பிரச்சாரம் செய்யவில்லை. காங்கிரஸ் கட்சிக்கு ஆதரவானவர்கள் வாக்குச் சாவடிக்குச் செல்ல முடியாதவாறு பார்த்துக் கொள்ளுமாறு தனது ஆதரவாளர்களிடம் கூறினார். வாக்காளர்களுக்கு எந்த அளவு போலீஸ் பாதுகாப்பு தரப்பட்டதோ, அந்த அளவிற்கு அவர்கள் காங்கிரசுக்கு வாக்களித்தார்கள். எனினும், 1952க்கும் 1957க்கும் இடையில், முதுகுளத்தூர் தொகுதியில் காங்கிரஸ் பெற்ற வாக்குகளின் எண்ணிக்கை 13,000 வாக்குகளாக அதிகரித்தது,' என்றார்.[45]

விவாதங்கள் 1957 அக்டோபர் 31ம் தேதி முடிவடைந்தபோது திமுக ஒரு அதிர்ச்சியைத் தந்தது. அதன் உறுப்பினர்கள் வெளிநடப்பு செய்தார்கள். திமுக 'தீர்மானத்தோடு உடன்படுகிறது' என்று கூறிய அண்ணாதுரை, தாங்கள் அவையைவிட்டு வெளியேறித்தான் அதைக் காட்ட வேண்டியதாக உள்ளது என்று வருத்தம் தெரிவித்தார். காங்கிரஸ் கட்சிக்கு விருப்பம் இல்லாவிட்டாலும்கூட, அரசாங்கம் ஒரு நீதி விசாரணைக்கு உத்தரவிடவேண்டும் என்று தான் விரும்புவதாகக் கூறினார். 'அதை ஒரு நம்பிக்கையில்லாத் தீர்மானம் மூலம் வலியுறுத்துவது, இரு அமைச்சர்கள் மீது நம்பிக்கை இல்லை என்று தெரிவிப்பதற்கு வழிவகுக்கும்,'என்ற அண்ணாதுரை, அவ்வாறு செய்து, அதன் விளைவுகளை அந்த அமைச்சர்கள் சந்திக்கும்படி செய்ய நாங்கள் விரும்பவில்லை. எனவே, நீதி விசாரணைக்கு உத்தரவிட மறுக்கும் அரசாங்கத்தின் செயலை எதிர்த்து, நானும், எனது கட்சி உறுப்பினர்களும் சபையை விட்டு வெளியேறுகிறோம்,' என்றார்[46] தீர்மானம் வாக்கெடுப்பிற்கு வந்தபோது, ஆதரவாக 25 வாக்குகளும், எதிராக 140 வாக்குகளும் கிடைத்தன. வெளிநடப்பு செய்ததால்

43. மேலது, ப. 369.
44. மேலது, ப. 371.
45. மேலது, ப. 402.
46. மேலது, ப. 402.

திமுகவின் 14 உறுப்பினர்களும் வாக்களிக்கவில்லை. பள்ளர் சமூகத்தைச் சேர்ந்தவரும், பார்வர்ட் பிளாக்கின் ஆதரவோடு முதுகுளத்தூர் தனித் தொகுதியில் வென்றவருமான சுயேச்சை உறுப்பினர் ஏ.பெருமாள் சட்டமன்றக் கூட்டத்தில் கலந்து கொள்ளவில்லை.

டி.எஸ்.சொக்கலிங்கம் வாக்களிப்பு முறையை ஜாதி அடிப்படையில் ஆய்வு செய்தார். ஒரு எதிர்க்கட்சி தலித் எம்.எல்.ஏ. நடுநிலை வகித்திருக்கிறார். எஸ்.பி.ஆதித்தன் (சாத்தான் குளம்) டாக்டர். ஈ.பி.மதுரம் (திருச்சிராப்பள்ளி, சுயேச்சை) என்ற இரு எதிர்க்கட்சி நாடார் உறுப்பினர்கள் சபைக்கு வரவில்லை. ஒரு எதிர்க்கட்சி தலித் உறுப்பினர் காங்கிரஸை ஆதரித்து, தீர்மானத்திற்கு எதிராக வாக்களித்திருந்தார். எதிர்க்கட்சிகளின் இரு தலித் உறுப்பினர்களும், ஒரு நாடார் உறுப்பினரும் ஆதரவாக வாக்களித்திருந்தனர்.[47] ஆனால் டி.எஸ்.சொக்கலிங்கம் அவர்களது பெயர்களைக் குறிப்பிடவில்லை. நம்பிக்கையில்லாத் தீர்மானம் பற்றி சொக்கலிங்கம் கீழ்கண்டவாறு குறிப்பிட்டார்.

> ‘இந்தத் தீர்மானம் தோற்கடிக்கப்படும் என்று அனைவருக்கும் தெரியும். அப்படித்தான் எதிர்க்கட்சி உறுப்பினர்களே பேசினார்கள். அனால் இப்படியொரு மோசமான தோல்வியை அது சந்திக்கும் என்று யாரும் எதிர்பார்த்திருக்க மாட்டார்கள். ஏனெனில் நம்பிக்கையில்லாத் தீர்மானம் கொண்டுவர முடிவு செய்த நேரத்தில், திமுக உறுப்பினர்கள் இப்படிக் கைவிடுவார்கள் என்று எதிர்க்கட்சிகளுக்குத் தெரிந்திருக்காது. அதேபோல, எதிர்க்கட்சிகளின் நாடார், தலித் உறுப்பினர்களில் பெரும்பான்மையினர் கைவிட்டுவிடுவார்கள் என்பதையும் எதிர்பார்த்திருக்கமாட்டார்கள். ஆனால், இவர்கள் எல்லோரும், தீர்மானத்திற்கு ஆதரவாக வாக்களித்திருந்தாலும்கூட, தீர்மானம் நிறைவேறியிருக்காது.[48]

முதுகுளத்தூர் பள்ளர் உறுப்பினர் ஏ.பெருமாளை சொக்கலிங்கம் சாடினார்.

> ‘அமைதிக் கூட்டத்தில், திரு.முத்துராமலிங்கத் தேவர், தன்னோடு தேர்ந்தெடுக்கப்பட்டவரான ஏ.பெருமாள் உண்மையிலேயே தலித்துகள் மத்தியில் செல்வாக்கு பெற்றவர் என்று கூறினார். திரு.சசிவர்ணத் தேவரும், ஏ.பெருமாள் காங்கிரஸ் வேட்பாளரைவிட அதிக வாக்குகள் பெற்றவர், எனவே ஹரிஜன்கள் அவரோடுதான் இருக்கிறார்கள் என்பது தெளிவு என்று சட்டமன்றத்தில் உரக்க அறிவித்தார். இத்தனை செல்வாக்குப் பெற்றவரான இந்த உறுப்பினரை நம்பிக்கையில்லாத் தீர்மானத்தின் விவாதத்தின்போது சட்டமன்றத்தில் பார்க்கவே முடியவில்லை. அவர் ஏன் வாக்கெடுப்பிற்கு வரவில்லை என்று எனக்குத் தெரியவில்லை’ என்று குறிப்பிட்டார்.[49]

47. T.S. Chokkalingam, Horrors of Mudukulathur, p.14.

48. மேலது.

49 மேலது, பப. 14-15.

தீர்மானத்தின் முடிவு பற்றிக் கூறிய அவர்,

'சட்ட மன்றத்தில் நம்பிக்கையில்லாத் தீர்மானம் கொண்டுவந்த எதிர்க்கட்சிகளின் நோக்கங்கள் என்னவாக இருந்தாலும், தீர்மானம் மீதான விவாதங்களால் இரண்டு நல்ல விஷயங்கள் ஏற்பட்டுள்ளன. முதலாவதாக, இது முதுகுளத்தூர் பகுதியில் நிலவும் அராஜகமான சூழல் பற்றியும், இப்பகுதியில் திரு.முத்துராமலிங்கத் தேவரின் ஆதரவாளர்கள் செய்யும் அட்டூழியங்கள் பற்றியும் மக்கள் அறிந்துகொள்ள வாய்ப்பு தந்திருக்கிறது. இரண்டாவதாக, கடந்த காலத்தில் அரசாங்கம் இவ்விஷயத்தில் அக்கறையின்றி இருந்ததை ஏற்றுக்கொள்ள நிர்பந்திக்கப்பட்டதுடன், எதிர்காலத்தில் தொடர்ந்து இதுபோல் நடந்து கொள்ளாது என்று உத்திரவாதம் தரவும் வைத்துள்ளது. மாநிலத்தின் நலனுக்கு இவை இரண்டும் மிகவும் முக்கியமாகத் தேவைப்படுகின்றன.'[50]

காமராஜரின் அரசாங்கம் முதுகுளத்தூரின் கலவரம் பற்றிய தங்கள் கருத்தை மக்களிடம் எடுத்துச் செல்ல அனைத்து முயற்சிகளையும் மேற்கொண்டது. தினகரன் (முதுகுளத்தூர் கலவரம், 1958) சொக்கலிங்கம் (முதுகுளத்தூர் பயங்கரம், 1958) ஆகிய இரு காங்கிரஸ் ஆதரவாளர்கள் இச்சம்பவங்கள் குறித்த காங்கிரஸின் பார்வையை விளக்க புத்தகங்கள் எழுதினர். செய்தி மற்றும் விளம்பரத் துறையின் இயக்குநர் 'முதுகுளத்தூரில் நடந்தது என்ன?' என்ற தலைப்பில் ஒரு சிறு பிரசுரம் வெளியிட்டு, பரவலாக சுற்றுக்கு விட்டார். இதில் முன்னுரையாக எம்.பக்தவத்சலம், சி.சுப்பிரமணியம் ஆகிய இருவரின் அறிக்கைகளும் இருந்தன.

இது எதிர்க்கட்சிகளுக்கு கோபமூட்டியது. 1957 நவம்பர் 16ல் எம்.கல்யாணசுந்தரம், இந்தப் பிரசுரம் 20,000 பிரதிகள் இயக்குனரால் அச்சடிக்கப்பட்டது தொடர்பாக, சபாநாயகர் யு.கிருஷ்ணாராவின் கவனத்தை ஈர்க்க உரிமைப் பிரச்சனை எழுப்பினார். சசிவர்ணத்தேவர் சபையை ஒத்தி வைக்கக் கோரினார். அன்றுதான் கூட்டத்தொடரின் கடைசிநாள் என்பதால், கோரிக்கையை வற்புறுத்த முடியவில்லை. கோரிக்கையை நிராகரித்த சபாநாயகர் 'உறுப்பினர்கள் நீதிமன்றத்தை அணுகலாம்' என்று ஆலோசனை வழங்கினார்.[51]

II

அரசாங்கம் நள்ளிரவு சோதனைகள், அதிகாலைக் கைதுகள் என்று எதிர்க்கட்சிகளையும், பத்திரிக்கைகளையும், அச்சுறுத்தியது. 1957 ஏப்ரல் 27அன்று சாயல்குடி பொதுக் கூட்டத்தில், 'போலீஸின் துப்பாக்கிகள் வெறும் சோளத் தட்டைகள்,' என்று தேவர் கூறியதாகச்

---

50. மேலது, ப. 16.

51. MLAD., vol.7-I. November 1957.

சொல்லப்பட்டதற்கான எதிர்வினைதான் கீழத்தூவல் துப்பாக்கிச் சூடு என்று கூறப்பட்டது. கீழத்தூவலில் ஐந்து தேவர்களைச் சுட்டபிறகு, ராய், 'துப்பாக்கிகள்' சோளத் தட்டைகள் அல்ல; அவற்றைச் சுட்டால் அவை மறவர்களையும் கொல்லும் என்று சொன்னதாகச் சொல்லப்படுகிறது. முதுகுளத்தூர் சார்பு ஆய்வாளர் எஸ்.நடராஜன் 1957 ஜுலை இடைத் தேர்தலின் போது, கீழத்தூவல் கிராமத்தில் காங்கிரஸ் வேட்பாளருக்கு வாக்கு சேகரித்ததாகச் சொல்லப்பட்டது.[52] ஓடைக்குளம் வாக்குச்சாவடியில் வாக்கு சேகரித்த ஒரு பெண்ணை அவர் தாக்கியதாகவும் சொல்லப்படுகிறது. பின்னர் கொல்லப்பட்ட ஐந்து தேவர்கள் இதற்காக அவரிடம் தகராறு செய்தார்களாம். பெண்ணை அடித்ததாக குற்றம் சாட்டினார்களாம். நடராஜன் பழிவாங்க சமயம் பார்த்திருந்தார் என்று சொல்லப்படுகிறது. தன்னைக் கேள்விகேட்ட ஐந்து தேவர்களை ஆய்வாளர் ராய் சுட்டுக் கொன்றுவிட்டார் என்று தேவர்கள் கூறினார்கள்.[53]

நாடார் ஜாதியைச் சேர்ந்த, கமுதி போலீஸ் ஸ்டேஷனின் சர்க்கிள் ஆய்வாளர் எஸ்.ஜான்சன் தேவர்களுக்கு விரோதமானவர் என்று கூறப்படுகிறது. தேவர்கள் அதிகம் உள்ள வேப்பங்குளம் கிராமத்தை அவர் சூறையாடி, ரூ.10,000/- பெறுமான நகைகள், ரொக்கத்தை எடுத்துச் சென்றார் என்று கூறப்படுகிறது.[54] சட்டமன்றத்தில் பேசும்போது சசிவர்ணத் தேவர் 'செப்டம்பர் 19ம் தேதி இரவு 9 மணிக்கு, ஜான்சன் பனகுடி கிராமத்திற்குச் சென்றார். போலீஸைப் பார்த்ததும் கிராம மக்கள் ஹரிகேன் விளக்குகள், டார்ச்லைட்டுகளை எடுத்துக்கொண்டு வெளியே வந்தனர். போலீஸ்காரர்கள் லத்திகளுடன் அவர்கள் மீது பாய்ந்தனர். மற்ற ஜாதியினரை விட்டுவிட்டு, பதினான்கு அகமுடையார்களை மட்டும் கைது செய்து, இரவு முழுவதும் போலீஸார் வேனிலேயே வைத்திருந்தனர். மறுநாள் ஜான்சன் தலைமையில் அதே போலீஸ் படை அழகாபுரி சென்றது. கிராமத்திற்கு வெளியே திரிந்து கொண்டிருந்தவர்களைத் தாக்கியது. தாக்கப்பட்டவர்களில் இரு கிராம அதிகாரிகளும், ஒரு கர்ணமும் அடக்கம். அவர்கள் தாம் யார் என்று கூறியதும், போலீஸ் மன்னிப்புக் கேட்டுக்கொண்டு சில 'கள்ளர்களை' மட்டும் கைது செய்துகொண்டு சென்றது, என்றார்.[55]

---

52. இந்த நடராஜன் 1957 தேர்தலுக்கு முன்பே மாற்றப்பட்டுவிட்டாலும்கூட, 1957 இடைத் தேர்தலுக்கு முன்பாக முதுகுளத்தூருக்குத் திரும்பக் கொண்டு வரப்பட்டார்.

53. The Hindu, 26 September 1957. ராய் தெற்கு கன்னடப்பகுதியைச் சேர்ந்தவர்.

54. ஜனசக்தி, 25 September 1957.

55. MLAD, vol. V, 1957, p.180

செப்டம்பர் 12ம் தேதி ஜான்சன் மாவட்ட போர்டு உறுப்பினர் துரைராஜ் தேவரைக் கைது செய்து, விலங்கிட்டு, கமுதி அழைத்துச் சென்று நாடார்கள் தெருக்களில் அவரை ஊர்வலாக அழைத்துச் சென்றார். ஒரு வீட்டில் ஜான்சன் அங்கிருந்த முத்துராமலிங்கத் தேவரின் படத்தை அகற்றி, கீழே போட்டு மிதித்து, அதற்குத் தீ வைத்தார்.[56] கம்யூனிஸ்ட் கட்சியின் மாவட்டச் செயலாளருக்கு அனுப்பிய தந்தியில் கந்தசாமித் தேவர் என்பவர் சுமார் 100 போலீஸ்காரர்கள் உஞ்சம்பட்டி, கரிசல்குளம், ஒழுகுபுளி கிராமங்களில் புகுந்து சுமார் 300 தேவர்களின் வீடுகளை நாசம் செய்து, ரூ.20,000/- மதிப்புள்ள பொருட்களை எடுத்துச் சென்றதாகத் தகவல் தெரிவித்தார். இத்தகவலை பின்னர் மாவட்ட ஆட்சியருக்கு அனுப்பிய தந்தியில் முதுகுளத்தூர் தனித் தொகுதி சட்டமன்ற உறுப்பினர் பெருமாள் உறுதி செய்தார்.[57] போலீஸ் மீதான புகார்கள் சட்டமன்றத்தில் எதிரொலித்ததால், துரைராஜ் தேவர் மற்றும் சட்டமன்ற உறுப்பினர் பெருமாள் ஆகியோரின் புகார்களின் அடிப்படையில் ராமநாதபுரம் கோட்டாட்சியரை விசாரணை நடத்துமாறு, அரசாங்கம் உத்தரவிட்டது.

கோட்டாட்சியர் பாதிக்கப்பட்ட கிராமங்களை (கரிசல்குளம், ஒழுகுபுளி, உஞ்சம்பட்டி, வண்ணான்குளம், வேப்பங்குளம்) பார்வையிட்டார். ஐந்து கிராமங்களிலும் தேவர் வீடுகளின் ஓட்டுக் கூரைகள் சேதப்படுத்தப்பட்டிருந்ததை அவர் கவனித்தார். பதினைந்து சாட்சிகளிடம் (அனைவரும் தேவர்கள்) விசாரித்ததில் இன்ஸ்பெக்டரும், அவரது படையும் 1957 செப்டம்பர் 24 அதிகாலையிலிருந்து மதியம் வரை சோதனை நடத்தியது தெரியவந்தது. ஓடுகள் சேதமடைந்தது போக, தாங்கள் பித்தளைப் பாத்திரங்கள், துணிமணிகள், சேலைகள், தங்க நகைகள், மாட்டுவண்டிகள், பலசரக்குச் சாமான்கள், பெரிய கண்ணாடிகள் ஆகியவற்றையும் இழந்ததாகக் கிராமத்தினர் விசாரணை அதிகாரியிடம் தெரிவித்தார்கள். போலீஸ்காரர்கள் தானியக் களஞ்சியங்களைத் திறந்து, அவற்றில் மண்ணெண்ணெயை ஊற்றியதாகவும் கூறப்பட்டது.[58] நடுப் பகுதி கிழித்து எடுக்கப்பட்ட ஒரு வீட்டுப் பத்திரத்தையும் அதிகாரியிடம் காட்டினார்கள். சாட்சிகள் பலரும் கமுதி சர்க்கிள் ஆய்வாளர் மீதுதான் பழி சுமத்தினார்கள். சிலர் ஜான்சன் என்று அவரை பெயர் குறிப்பிட்டே சொன்னார்கள். தேவர் அல்லாத யாரும் ஆய்வாளருக்கு எதிராக சாட்சி சொல்லவில்லை என்பது குறிப்பிடத்தக்கது.

56. மேலது, பப. 188-189.

57. ஜனசக்தி, 28 September 1957.

58. G.o.No.1450 (MS) public (General A) Department (confidential), 5 October 1958.

ஜான்சனின் கூற்று என்னவென்றால், அவர் 24 செப்டம்பர் அன்று காலை எட்டுமணிக்கு சிறப்பு ஆயுதப்படை ஒன்றுடன் வேப்பங்குளத்தில் சில குற்றவாளிகளையும், சர்க்கிள் ஆய்வாளருக்கு எதிராக வழக்கு நடத்த தொப்பபடிப்பட்டியில் ஒவ்வொரு தலித்திடமும் பணம் கேட்ட கரிசல்குளத்தின் தேவர்கள் சிலரையும் கைது செய்ய கமுதியிலிருந்து கிளம்பியிருக்கிறார். ஆனால் கிராமங்களில் யாருமே இல்லை. எனவே ஒரு சிலரைக் கைது செய்து கொண்டு மதியம் 2 மணி அளவில் கமுதி திரும்பிவிட்டார். மாலை நான்கு மணிக்கு கம்புகள், வேல்கம்புகளை எடுத்துக்கொண்டு பெரிய பள்ளர் கும்பல் ஒன்று கரிசல் குளம், மேலும் வேப்பங்குளம் நோக்கிச் செல்வதாக இருவர் அவருக்குத் தகவல் அளித்தார்கள். மாலை 5.30 மணிக்கு அவர் சம்பவ இடத்திற்குச் சென்றபோது வீடுகள் சேதமடைந்திருந்ததைப் பார்த்தார். ஆனால் குற்றமிழைத்தவர்கள் ஒருவரும் இல்லை. மேலும் வேப்பங்குளத்து தேவர்கள் தன் மீது வன்மம் கொண்டிருந்தார்கள், தனக்கு எதிராக விருதுநகர் கூடுதல் முதல் வகுப்பு மாஜிஸ்திரேட் நீதிமன்றத்தில் ஐந்து தனிப்பட்ட புகார்கள் அளித்தார்கள் என்பது ஜான்சனின் வாதம். தான் அவர்களது கிராமங்களுக்குச் சென்றதை வாய்ப்பாகப் பயன்படுத்தி, அவர்கள் தன் மீது பொய்யான குற்றச்சாட்டுகளைச் சுமத்திவிட்டார்கள் என்று அவர் கூறினார். அவர் 12 சாட்சிகளை அழைத்து வந்தார். சாட்சிகள் பள்ளர்கள் தமது கிராமங்களைத் தாக்கினார்கள் என்ற கதையையே மீண்டும் கூறினார்கள்.[59]

பாதிக்கப்பட்ட தேவர்கள் சொன்னது போல் காவல்துறைதான் நாசம் செய்ததா? அல்லது காவல்துறையினர் சொல்வது போல், பள்ளர்கள் கிராமங்களில் தேவர்கள் நடத்திய தாக்குதல்களுக்கு பதிலடியாக பள்ளர்கள்தான் நாசம் செய்தார்களா? என்பதுதான் கேள்வி. பாதிக்கப்பட்ட கிராமங்கள் ஒரு மைல் சுற்றுவட்டாரத்தில் இருந்தன. எல்லாம் தேவர் சமூகம் வலுவாக உள்ள கிராமங்கள். அசையும் சொத்துகளின் இழப்பு மதிப்பு ரூ.28000/- இருக்கும் என்று மதிப்பிடப்பட்டது. எந்தவொரு தேவருக்கோ அல்லது பள்ளருக்கோ காயம் ஏற்படவில்லை. தேவர்களது பொதுவான முரட்டு சுபாவத்தை வைத்துப் பார்க்கும்போது, அவர்கள் எதிர்ப்புக்காட்டி, பள்ளர்கள் நாசம் செய்வதைத் தடுக்க முயற்சி செய்திருப்பார்கள். எனவே பள்ளர்கள் இந்த நாசங்களைச் செய்தார்கள் என்ற கதையை நம்ப முடியவில்லை என்று கோட்டாட்சியர் கூறினார்.[60]

1957 செப்டம்பர் 24 அன்று தாலுகாவில் நிலவிய பதட்டமான சூழலைப் பயன்படுத்திக் கொண்டு, காவலர்படை உதவியோடு சர்க்கிள் ஆய்வாளர் ஜான்சன் வரம்பு மீறி நடந்துகொண்டார் என்று

59. மேலது

60. மேலது.

கோட்டாட்சியர் முடிவு செய்தார். இராமநாதபுரம் ஆட்சியர் ஜான்சன் மீது துறை ரீதியான நடவடிக்கைக்கும் பரிந்துரை செய்ய, அரசாங்கம் அதற்கு ஒப்புதல் வழங்கியது. எனினும், பல்வேறு நீதிமன்றங்களில் நடந்துவந்த ராமநாதபுரம் ஜாதிமோதல் வழக்குகள் முடியும்வரை இந்த அதிகாரி மீதான துறைரீதியான நடவடிக்கையை நிறுத்தி வைக்க அரசாங்கம் முடிவு செய்தது. இராமநாதபுரம் ஜாதி மோதல் வழக்குகள் முடிந்தபிறகு ஜான்சன் மீது துறைரீதியான நடவடிக்கை மேற்கொள்ளுமாறு ராமநாதபுரம் துணை கண்காணிப்பாளருக்கு, ஐ.ஜி பாலகிருஷ்ணன் ஷெட்டி (ராஜரத்தினத்திற்குப் பிறகு இப்பதவிக்கு வந்தவர்) உத்தரவிட்டார்.[61]

போலீஸ்துறை ஜான்சனை சார்பு ஆய்வாளராகப் பதவி இறக்கம் செய்யலாமா என்று யோசித்தது. எனினும் துறையின் விசாரணை அதிகாரி 'குற்றச்சாட்டுகள் நிரூபிக்கப்படவில்லை' என்று கருதினார். துறையின் விசாரணை அதிகாரியின் முடிவுகள் ஏற்கப்படுவதாகவும், கடமை தவறிய அதிகாரி குற்றச்சாட்டுகளில் இருந்து விடுவிக்கப்படுவதாகவும், காவல்துறைத் தலைவர் ஆணையர் அறிவித்தார். எனினும் ராமநாதபுரம் ஆட்சியர், கோட்டாட்சியரின் முடிவுகளோடு உடன்பட்டார். இராமநாதபுரத்தில் அப்போது நிலவிய அசாதாரணச் சூழல்களைக் கருதி பதவி இறக்கம் செய்யப்பட வேண்டும்' என்று கருதினார்.[62]

வேப்பங்குளத்தில் போலீஸ் அத்துமீறல்கள் பற்றி ஆட்சியருக்குத் தந்தியடித்த துரைராஜ் தேவர் தேவகோட்டை மாவட்ட மாஜிஸ்திரேட் நீதிமன்றத்தில் ஜான்சனுக்கு எதிராக ஒரு தனிப்பட்ட புகார் அளித்தார். புகார்தாரர் பின்னர் தனது சாட்சிகளை எல்லாம் காவல்துறை சரிகட்டிவிட்டது என்று ஒரு அறிக்கை சமர்ப்பித்ததால், குற்றம் சாட்டப்பட்டவரை மாஜிஸ்திரேட் விடுதலை செய்துவிட்டார். துரைராஜ் தேவர் ஒரு பொதுக்கூட்டத்தில் போலீஸ் இன்ஸ்பெக்டரைக் கடுமையாகத் திட்டி, தேவர் சமூகத்தின்மீது அவர் நடவடிக்கை எடுத்தால் கடுமையான விளைவுகளைச் சந்திக்க நேரும் என்று எச்சரித்திருந்தார். அந்தக் கூட்டத்திற்குப் பாதுகாப்புப் பணிக்காக, போலீஸ் படையுடன் ஜான்சனே சென்றிருந்தார். துரைராஜ் தேவரின் பேச்சு ஒலிப்பதிவு செய்யப்பட்டிருந்தது. இது அதிகாரிகளுக்கு துரைராஜ் தேவர் ஜான்சன்மீது ஏற்கனவே முன்விரோதம் கொண்டிருந்ததைக் காட்டியது.[63]

ஜான்சனும் மாவட்ட மாஜிஸ்திரேட் நீதிமன்றத்தில் துரைராஜ் தேவர் மீது புகார் அளித்திருந்தார். துரைராஜ் தேவரும் இதேபோல்

61. மேலது.

62. மேலது.

63. மேலது.

புகார் தந்திருந்தாலும் 1957 நவம்பர் 12ஆம் தேதி அவர் தான் சிறையில் இருப்பதாகவும், அதனால் வழக்கை நடத்த முடியவில்லை என்றும் தெரிவித்தார். மேலும் சாட்சிகளை குற்றவாளி (ஜான்சன்) சரிகட்டிவிட்டதால், தான் சாட்சிகளை குறுக்குவிசாரணை செய்யப்போவதில்லை என்றும் தெரிவித்தார். எனவே மாஜிஸ்திரேட் ஜான்சனை விடுவித்தார். ஜான்சனும் துரைராஜ் தேவர் மீது தாம் போட்ட மானநஷ்ட வழக்கை தொடர்ந்து நடத்த விரும்பவில்லை என்று தெரிவித்தார். சம்பந்தப்பட்டவர்கள் சமரசமாய்ப் போய்விட்டதால், வழக்கு வாபஸ் பெறப்பட்டதாக முடிக்கப்படுவதாக மாஜிஸ்திரேட் அறிவித்தார்.[64]

ஆளும் வர்க்கம் மோதலைக் கட்டுப்படுத்த காவல்துறையை நம்பி இருந்ததைத்தான் மேற்குறிப்பிட்ட போலீஸ் அத்துமீறல் சம்பவங்கள் காட்டுகின்றன. மாவட்ட நிர்வாகம் ஜான்சனைத் தண்டிக்க விரும்பினாலும், ஆளும் காங்கிரஸ் அரசாங்கம் சம்பந்தப்பட்ட போலீஸ் அதிகாரியைக் காப்பாற்றுவதில் உறுதியாக இருந்தது. ஏனெனில் முக்குலத்தோர் சமூகத்தின் பிடிவாத குணம் என்று அரசாங்கம் கருதியதை சமாளிக்க அவர் அரசாங்கத்திற்கு உதவியாக இருந்திருக்கிறார். அரசாங்கம் காவல்துறையை நம்பக்கூடாது, மக்களை நம்பவேண்டும் என்ற எதிர்கட்சிகளின் குரல் எவர் காதிலும் விழவில்லை. குறைந்தபட்சம் கீழத்தூவல் சம்பவத்திற்காவது ஒரு விசாரணை ஆணையம் அமைக்கப்பட்டது. ஆனால் மற்ற இடங்களில் நடந்த துப்பாக்கிச் சூடுகளுக்கு காவல்துறை பதில் தரவேண்டிய நிர்பந்தமே இல்லை.

III

கலவரத்தால் பாதிக்கப்பட்டோருக்கு உடனடி நிவாரணம் தர தமிழ்நாடு அரசாங்கம் பல நடவடிக்கைகளை எடுத்தது. இராமநாதபுரம் மாவட்டத்தில் கலவரங்களால் வீடிழந்த தலித்துகள் மற்றும் தேவர்களுக்கு நிரந்தர மறுவாழ்வு தர இரண்டாவது ஐந்தாண்டுத் திட்டத்தின் பிற்படுத்தப்பட்ட வகுப்பினர் நலன் தொடர்பான பிரிவுகளின் கீழ், சென்னை அரசாங்கத்தின் முன்மொழிவுகளை இந்திய அரசாங்கம் ஏற்றது. இத்திட்டத்தின் கீழ் செலவினங்களில் 50 சதவிகிதத்தை மானியமாகத் தர ஒப்புக்கொண்டது.[65] அதற்கேற்ப அரசாங்கம் பாதிக்கப்பட்டவர்களுக்கு பொருத்தமான வீடுகள் தர வீட்டு வசதித் திட்டத்தை அமுலாக்க உத்தரவிட்டது. இத்திட்டத்தின் கீழ் சுமார் ரூ.16.92 லட்சம் செலவில் 2980 வீடுகள் கட்டவும், கூரை சேதமடைந்த 300 வீடுகளை மராமத்து பார்க்கவும் நிதி ஒதுக்கியது.

64. மேலது.

65. G.o.No.1169 (MS) public (General A) Department, 11 April 1958.

ஒரு வீடு கட்ட ரூ.750/- ஆகும் என்று கணக்கிடப்பட்டது- இதில் ரூ.200/-ஐ பயனாளர் இலவச உழைப்பின் மூலம் பங்களிக்க வேண்டும். மொத்தச் செலவுகளை மத்திய, மாநில அரசாங்கங்கள் விகிதாசார அடிப்படையில் பகிர்ந்து கொள்ள வேண்டும் என்று முடிவு செய்யப்பட்டது.[66]

மத்திய துணை அமைச்சர் பி.என்.தாதர், கலவரப்பகுதிகளைப் பார்வையிட்டபோது கலவரத்தில் இறந்தவர்களின் குடும்பத்திற்கு (அவர் ஜாதிமோதலிலோ அல்லது போலீஸ் துப்பாக்கிச் சூட்டிலோ எப்படி இறந்திருந்தாலும்) ரூ.100/- இழப்பீடு தரவேண்டும் என்று அரசாங்கத்திற்குப் பரிந்துரை செய்திருந்தார். ஆனால் இழப்பீடு ரூ.100/-க்கு மேல் இருக்கக் கூடாது என்றும் சொல்லியிருந்தார்.[67] மாநில அரசாங்கம் ஒவ்வொரு தனிப்பட்ட குடும்பத்தின் நிதி நிலைமையையும் பரிசீலித்து சில குடும்பங்களுக்கு ரூ.250/ வழங்கியது. சில குடும்பங்களுக்கு ஒன்றுமே தரவில்லை.

தேவர்களின் வன்முறையில் உயிரிழந்த அரசன், வீரபெருமாள் மற்றும் ராமாயி அம்மாள் குடும்பங்களுக்கு அரசு ரொக்கப் பணமாக நிவாரணம் அளித்தது. அரசனின் மனைவி ராக்கம்மாளுக்கும். வீரபெருமாளின் மகன் செல்லையாவிற்கும் தலா ரூ.250/- தரப்பட்டது. இராமாயி அம்மாள் கணவருக்கு 100 ரூபாய் மட்டும் தரப்பட்டது. அதே சமயம், காயமடைந்த ஊர்காளி அம்மாளுக்கு நிவாரணமாக ரூ.250/- தரப்பட்டது. வீராம்பலில் செயிண்ட் பால் சர்ச்சில் தஞ்சம் புகுந்தபோது, தேவர்களால் சுட்டுக் கொல்லப்பட்ட பள்ளர்களான முத்து மற்றும் மோசஸ் ஆகியோரின் குடும்பங்களுக்கு தலா ரூ.100/- தரப்பட்டது. முத்துவின் மனைவி அமிர்தமும், மோசஸின் மனைவி பூரணமும் இதைப் பெற்றுக் கொண்டார்கள்.[68]

சொத்து சேதத்தில் சிவகங்கையும், அருப்புக் கோட்டையும் மிகவும் மோசமாகப் பாதிக்கப்பட்டிருந்தன. சிவகங்கையில் 73 கிராமங்களில் 1742 குடும்பங்களுக்கு அரசாங்கம் நிவாரணம் அறிவித்தது. இதில் தேவர் குடும்பம் ஒன்றே ஒன்றுதான். மீதி அனைத்தும் பள்ளர் குடும்பங்கள். அருப்புக்கோட்டையில் 42 கிராமங்களில் தீ வைப்புகளில் 853 குடும்பங்கள் பாதிக்கப்பட்டிருந்தன. இதில் 844 குடும்பங்கள் பள்ளர் சமூகத்தைச் சேர்ந்தவை. எஞ்சிய ஒன்பது குடும்பங்கள் பிற ஜாதியினர். கலவரத்தால் ஒரே ஒரு தேவர் குடும்பம் கூட பாதிக்கப்படவில்லை என்பது வியப்புதான். இது தீவைப்பு சம்பவங்கள் தேவர்களால் நடத்தப்பட்டதைக் காட்டுகிறது. முதுகுளத்தூர் தாலுகாவில் ஐந்து

66. மேலது.

67. G.o.No.15 (MS) Public (General A) Department, 3 February 1959.

68. மேலது.

கிராமங்களிலும், பரமக்குடித் தாலுகாவில் மூன்று கிராமங்களிலும் சொத்து சேதங்கள் நிகழ்ந்திருந்தன. பரமக்குடியில் பள்ளர்களால் தேவர்கள் பாதிக்கப்பட்டது வெளிப்படையாகத் தெரிகிறது. ஏனெனில் 42 தேவர் வீடுகள் சேதமடைந்திருந்தன. சேதமான பள்ளர் வீடுகள் 26 தான்.[69] பள்ளர்கள் பதிலடிக்குக் காரணம், அவர்களது உரிமை பற்றிய உணர்வை ஏற்படுத்தியிருந்த இம்மானுவல் சேகரனின் பணிதான்.

ஒவ்வொரு கிராமத்திலும், தீ வைப்பால் பாதிக்கப்பட்டவர்கள் அடையாளம் காணப்பட்டு, அவர்களுக்கு ரொக்கப்பணமாக ரூ.30/- நிவாரணமாகத் தரப்பட்டது. முதுகுளத்தூரின் வீராம்பல் கிராமத்தில் 45 குடும்பங்கள் இந்த நிவாரணத்தைப் பெற்றன. அதே தாலுகாவில் பேரையூர் கிராமத்தில் உள்ள செந்தகோட்டை, இருளாண்டிபட்டி குக்கிராமங்களில், 59 பள்ளர்கள் ரூ.30/- பெற்றார்கள். கரிசல்குளம் கிராமத்தில் 15 பள்ளர்களுக்கும், முதுகுளத்தூர் தாலுகாவில் கோதண்டம் கிராமத்தின் 23 தேவர்களுக்கும் இதே நிவாரணம் தரப்பட்டது.[70] அழிந்துபோன ஒவ்வொரு வீட்டையும் திரும்பக்கட்ட மத்திய அரசாங்கம் ரூ.100/- மானியம் அறிவித்தது. செலவை மத்திய, மாநில அரசாங்கங்கள் சமமாகப் பகிர்ந்து கொண்டன. மத்திய அரசாங்கத்தின் பங்கு ரூ.1.43 லட்சம் ஆகும். இதற்கு பட்டியலின மக்கள் மற்றும் பழங்குடியினர் நல்வாழ்வு நிதியிலிருந்து நிதி ஒதுக்கீடு செய்யப்பட்டது.[71]

அரசாங்க நடவடிக்கை, குறிப்பாக வீடிழந்தவர்களுக்கு உதவி செய்தது எஸ்.சி.மற்றும் எஸ்.டி.ஆணையாளரின் பாராட்டைப் பெற்றது. அவர் 1957-58 ஆண்டிற்கான தனது வருடாந்திர அறிக்கையில்,

> இச்சம்பவங்களை உடனடியாக கவனித்து, கலவரத்தால் பாதிக்கப்பட்டவர்களுக்கு இந்திய அரசாங்கத்தின் உதவியோடு சென்னை அரசாங்கம் உரிய நிவாரணம் அளித்தது குறித்து நான் மகிழ்ச்சியடைகிறேன். கலவரங்களில் வீடிழந்த ஒவ்வொரு குடும்பத்திற்கும் வீடு கட்டிக் கொள்ள ரூ.550/- மானியம் தரப்பட்டுள்ளது. பயனாளர் ரூ.200/-ஐ இலவச உழைப்பு மூலம் பங்களிக்க வேண்டும். புதிய கூரைகள் மட்டும் தேவைப்படும் இடங்களில், ஒவ்வொரு வீட்டிற்கும் ரூ.250/- மானியம் தரப்பட்டுள்ளது. பாதிக்கப்பட்டவர்களுக்கு உதவியாக 2940 புதிய வீடுகள் கட்டவும், 300 வீடுகளுக்கு, கூரை போடவும் சென்னை அரசாங்கம் ரூ.8,46,500/- நிவாரணம் தந்துள்ளது.[72] என்று குறிப்பிட்டிருக்கிறார்.

கலவரங்கள் முடிந்த பிறகு ஆளுநர் (பொறுப்பு) பி.வி.ராஜமன்னார் நவம்பர் 28 முதல் 30 வரை அந்த மாவட்டத்தில் சுற்றுப்பயணம்

69. G.o.No.1169 (MS) Public (General A) Department, 11 April 1958.
70. G.o.No.211 (MS) Public (General A) Department, 25 January 1958.
71. The Hindu, 31 October 1957.
72. The Report of the Commissioner of the SC and ST, 1957-58, p.25.

செய்தார். துப்பாக்கிச் சூட்டில் பலியானவர்களின் மனைவிகளுக்கு ஆளுநரே நேரடியாக இழப்பீட்டை வழங்கினால் நன்றாக இருக்கும் என்று ஆட்சியர் கருதினார்.[73] ஆளுநர் ராமநாதபுரத்தின் கலவரத்தால் பாதிக்கப்பட்ட இடங்களை 1958ஆம் ஆண்டு பிப்ரவரி மாதத்தில் பார்வையிட்டார். இளஞ்சம்பூர், அருங்குளம் கிராமங்களில் பள்ளிக்கூட கட்டிடம் கட்ட தலா ரூ.2000/- தனது தனிப்பட்ட நன்கொடையாக வழங்கினார். கலவரக்காரர்களால் சேதமான வீராம்பலின் பள்ளிக்கூடம், சர்ச் ஆகியவற்றை மராமத்து செய்ய ரூ.5000/- நிதி வழங்க வேண்டும் என்று அவரிடம் மனு அளிக்கப்பட்டது. இறந்த இருவர் குடும்பங்களுக்கும், ஊனமடைந்த மூவருக்கும் வாழ்க்கை நடத்த தாராளமான நிதி உதவி தரப்பட வேண்டும் என்று மனுதாரர்கள் ஆளுநரிடம் வேண்டினார்கள்.[74] ஆளுநரின் பரிந்துரையின் பேரில், தேவாலய மராமத்துப் பணிகளுக்கு ரூ.600/- ஒதுக்கீடு செய்ய அரசாங்கம் முடிவு செய்தது. அருங்குளத்திலும், இளஞ்சம்பூரிலும் பள்ளிக்கூடம் கட்ட ஆளுநர் தனது விருப்புரிமை நிதியிலிருந்து ரூ.4000/- வழங்கினார். இப்பணிகளை பரமக்குடி மற்றும் கடலாடி வட்டார வளர்ச்சி அதிகாரிகள் செய்ய வேண்டும் என்று உத்தரவிட்டார்.[75]

ஏ.ஜோசப் என்பவரின் வலது கை துண்டிக்கப்பட்டு அவர் நிரந்தரமாக ஊனமடைந்ததனால். அவரது வாழ்க்கை கேள்விக்குறியாகியிருந்தது. அவருக்கு 1 ஏக்கர் 18 சென்ட் நஞ்சை நிலம் இருந்தது. அவரது நிலையைப் பரிசீலித்த அரசாங்கம் நிலத்திலிருந்து வரும் வருவாய் அவர், மனைவி, 8 குழந்தைகள் கொண்ட அவரது குடும்பத்திற்கும் போதுமானது என்று சொல்லி அவரது இழப்பீடு கோரிக்கையை நிராகரித்துவிட்டது. 22 வயதான ஞானமணி என்ற நபர் பாதிக்கப்பட்டவர்களில் ஒருவர். இடது கையில் அடிபட்டு, நிரந்தர ஊனமாகியிருந்தார்- அவர் திருமணமாகாதவர். அவரது தந்தைக்கு சிறிய நிலம் இருந்தது. அது இருவருக்குப் போதாததாக இருந்தது.[76] மற்றொரு பாதிக்கப்பட்டவரான சாமுவேலுக்கு வலதுகையில் இரண்டு விரல்கள் மோசமாக சிதைந்துவிட்டன. அவரால் எந்த வேலையும் பார்க்க முடியாது; அவருக்கு எந்த சொத்தும் இல்லை. மனைவி, 6 குழந்தைகள் அவரை நம்பி இருந்தார்கள். ஆனால்

73. G.o.No.2971 (MS) Public (General A) Department, 3 February 1959.

74. G.o.No.16 (MS) Public (General A) Department, January3, 1959). See also S. Rajalakshmi, 'Caste Conflict in Muthukulathur, 1957', M.Phil dissertation (unpublished) submitted to Manonmaniam Sundaranar University, October 1999.

75. S.Rajalakshmi, 'Caste Conflict in Muthukulathur, 1957'.

76. மேலது.

இருவருக்கும் எந்த நிவாரணமும் தரப்படவில்லை.[77] திட்ட காலத்தில் கலவரத்தால் பாதிக்கப்பட்ட பகுதிகளில் ஏற்கனவே 2340 வீடுகள் மீண்டும் கட்டப்பட்டு வருவதால், அவை தவிர வேறு எதுவும் செய்ய முடியாது என்று கூறி, தீக்கிரையான வீடுகளுக்கு நிவாரணம் கோரிய வேண்டுகோள்களை அரசாங்கம் மறுத்துவிட்டது.[78]

கீழத்தூவலில் செப்டம்பர் 14ஆம் தேதி சுட்டுக் கொல்லப்பட்ட சிவனாண்டித் தேவர் மனைவி காளியம்மாள் ஆவார். அவருக்கு நிவாரணமாக ரூ.250/- வழங்கப்பட்டது.[79] கீழத்தூவல் துப்பாக்கிச் சூட்டில் வாத்து என்ற சிவமுனித் தேவரும் இறந்திருந்தார். அவருக்கு மனைவி மீனாட்சியும் (30 வயது), முனியம்மாள் (1½ வயது) என்ற பெண் குழந்தையும் இருந்தனர். இவர்களுக்கு எந்த சொத்தும் இல்லை. எனவே மீனாட்சியும், அவரது குழந்தையும் மிகவும் பரிதாபமான நிலையில் இருந்தனர். இந்த விஷயத்திலோ அல்லது அது மாதிரியான விஷயத்திலோ இழப்பீடு தர வேண்டும் என்று சட்டப்படி எந்தக் கட்டாயமும் இல்லை என்று அரசாங்கம் திட்டவட்டமாக அறிவித்துவிட்டது. இந்த இரு குடும்பங்களும் மிக ஏழ்மையான நிலையில் இருந்ததால், இழப்பீடு தருவது குறித்து ஆட்சியரின் பரிந்துரையை ஏற்கலாம் என்று அரசாங்கம் முடிவு செய்தது.[80]

துப்பாக்கிச் சூட்டில் இறந்த சித்திரவேலுத் தேவருக்கு நல்லாயி அம்மாள் என்ற மனைவியும் மூன்று மகள்களும் இருந்தார்கள். அவர்களுக்கு 6 ஏக்கர் புஞ்சை இருந்தது. அதிலிருந்து சொற்ப வருமானமே வந்தது.[81] இறந்துபோன முத்துமணித் தேவருக்கு அவினாசி அம்மாள் என்ற மனைவியும் மூன்று பதின்பருவ மகன்களும், ஒரு மகளும் இருந்தனர். நான்கு ஏக்கர் புஞ்சையை வைத்துக் கொண்டு அவினாசி அம்மாள் வாழ்க்கையை ஓட்ட மிகவும் சிரமப்பட்டார். இறந்து போன தவசியாண்டித்தேவருக்கு முனியம்மாள் என்ற மனைவியும், நான்கு பதின் பருவ மகன்களும், இரண்டு மகள்களும் இருந்தனர். அவர்களுக்கு 6 ஏக்கர் புஞ்சை இருந்தது. தவசியாண்டித் தேவரின் மரணத்திற்குப் பிறகு இவர்கள் நிலையும் மிகவும் மோசம்தான்.[82] ஆனால் ரூ.250/- இழப்பீடு தவிர வேறு எந்தவித தனிப்பட்ட நிவாரணமும் இவர்கள் யாருக்கும் தர அரசாங்கம் மறுத்துவிட்டது.

---

77. மேலது.

78. மேலது.

79.G.o.No.15 (MS) public (General A) Department, 3 February 1959.

80. மேலது.

81. G.o.No.2971 (MS) public (General- A) Department, 28 November 1959.

82. மேலது.

இம்மானுவலின் மரணத்திற்குப் பிறகு, அவரது குடும்பம் கடுமையான பொருளாதாரச் சிக்கலில் இருந்தது. அவரது நான்கு பெண் குழந்தைகளுக்கும் மாதாமாதம் தலா ரூ.15/- தரலாம் என்றும், இந்த உதவி அவர்களுக்குத் திருமணம் ஆகும் வரை அல்லது வேலை கிடைக்கும் வரை - எது முதலில் நடக்கிறதோ, அதுவரை-தொடரலாம் என்றும் ஆட்சியர் பரிந்துரை செய்தார். இதன்படி, அரசாங்கம் நான்கு குழந்தைகளுக்கு தலா ரூ.15/- வீதம் மாதந்தோறும் ரூ.60/- அவரது மனைவி அமிர்தத்திற்கு 1959 நவம்பர் முதல் வழங்க உத்தரவிட்டது.[83]

மொத்தத்தில், காவல்துறை வன்முறையில் பாதிக்கப்பட்டவர்களுக்கு அரசாங்கம் எந்தவிதமான இரக்கமும் காட்டவில்லை. ஜாதி வன்முறையால் பாதிக்கப்பட்டவர்களுக்குத் தந்த நிவாரணமும் சொற்பம்தான். இப்பகுதியில் வாழும் பல்வேறு சமூகத்தினரிடம் அமைதி தொடர ஆட்சியர் பல்வேறு நீண்ட கால நடவடிக்கைகளுக்கு ஆலோசனை தந்தார். காவல் நிலையத்தின் எல்லைக்கு உட்பட்ட பகுதி மிகப் பெரியது என்பதால் அவர்களால் கிராமங்களுக்கு அடிக்கடி செல்லமுடியவில்லை. சிறு குற்றங்கள் புகாராகப் பதிவாகாமலேயே போயின.[84] மாவட்டத்தில் தகவல் தொடர்பு வசதி இல்லாதது கலவரங்களின்போது நன்றாகத் தெரிந்தது. காவல்துறையால் சம்பவ இடத்திற்கு உடனடியாகச் செல்ல முடியவில்லை. ஒருகோடி ரூபாய்க்கும் அதிகமான செலவில் 252 மைல் நீளத்திற்கு சாலைகள் போடப்பட்டன.[85] ஒரு பாதுகாப்பு நடவடிக்கைத் திட்டத்தின் கீழ்தான் அரசாங்கத்தால் பல சாலைகளுக்கு ஒப்புதல் தர முடிந்தது. முடிந்த அளவு அதிகமாக சாலைகள் போடுவது கிராமத்தினரின் போக்குவரத்துக்கு உதவுவது மட்டுமின்றி, ‘நாகரிகமான நகர வாழ்வோடு தொடர்பு ஏற்படுத்தும்போது, குற்றமிழைக்கும் மனநிலையிலிருந்து கவனம் திசை திரும்பும் என்றும் நம்பப்பட்டது.[86] பிரச்சனை அதிகமான பகுதிகளில் உள்ள அனைத்து காவல் நிலையங்களையும் தொலைபேசி மூலம் இணைப்பது அவசியம் என்று கருதப்பட்டது. எவ்வாறாயினும் முதுகுளத்தூர், கமுதி, அருப்புக்கோட்டை, அபிராமம், மானாமதுரை, திருப்புவனம் ஆகிய காவல் நிலையங்களுக்கு தொலைபேசி வசதி கட்டாயம் தேவை என்று மாவட்ட நிர்வாகம் நினைத்தது. தொலைபேசி வசதியும், நல்ல சாலை வசதியும் இணைந்தால் உதவி தேவைப்படும் எந்த இடத்திற்கும் போலீஸ் விரைந்து சென்றுவிடலாம், பிரச்சனை மற்ற இடங்களுக்குப் பரவுவதற்கு முன்பு அடக்கிவிடலாம் என்று எதிர்பார்க்கப்பட்டது.[87]

---

83. G.o.No.3050 (MS) public (General- A) Department, 10 December 1959.

84. G.o.No.404 (MS) public (General- A) Confidential, 11 February 1958.

85. District Census Hand Book: Ramanathapuram, Census of India 1961, Madras, vol.IX,p.7.

86. G.o.No.404 (MS) public (General- A) Department, 11 February 1958.

87. மேலது.

இப்பகுதியில் அதிகப் பள்ளிக்கூடங்களைத் திறந்து, இளைய தலைமுறைக்குக் கல்வி வழங்கினால் குற்றமிழைக்கும் இயல்பை மாற்றலாம் என்று ஆலோசனை தரப்பட்டது. ஆயுதச் சட்டத்தைக் கடுமையாக அமுல்படுத்த வேண்டும் என்றும் பரிந்துரை செய்யப்பட்டது. சாதாரண சூழ்நிலைகளில் அப்பகுதியில் வசிப்பவர் யாராயினும் அவருக்கு துப்பாக்கி உரிமம் வழங்கக்கூடாது என்று முடிவு செய்யப்பட்டது. விதிவிலக்கு வழங்க வேண்டும் என்றால் துப்பாக்கி உரிம மனுவை ஆட்சியர் கவனமாகப் பரிசீலித்து முடிவு செய்ய வேண்டும். காலப் போக்கில் கிராமத்தினரிடம் உள்ள ஏராளமான கள்ளத் துப்பாக்கிகள் பறிமுதல் செய்யப்பட வேண்டும். அவர்களது அரிவாள்கள் விவசாய வேலைகளுக்குத் தேவைப்படும் அளவைவிட மிகவும் நீளமாக இருந்தன. வேல் கம்புகளையும்கூட ஆயுதச் சட்டத்தின் கீழ் கொண்டு வந்து, அவற்றை வைத்துக் கொள்வது தடை செய்யப்பட வேண்டும் என்று கருதப்பட்டது.[88] இதுவரை தண்டனை இடமாறுதலாகவே அதிகாரிகள் இப்பகுதிக்கு அனுப்பப்பட்டார்கள். எதிர்காலத்தில் திறமையான அதிகாரிகள் மட்டுமே இங்கு பணிக்கு அனுப்பப்பட வேண்டும். பதவி உயர்வு விரும்பும் அதிகாரி தனக்குப் பதவி உயர்வு தருவதற்கான தகுதியை நிரூபிக்க இப்பகுதியில் பணியாற்றி இருக்க வேண்டும் என்பதைக் கிட்டத்தட்ட கட்டாய நிபந்தனையாக ஆக்கவேண்டும் என்றும் முடிவு செய்யப்பட்டது.[மீ89]

மானாமதுரை, அருப்புக்கோட்டை விருதுநகரை இணைக்கும் ஒரு ரயில்பாதையும், பரமக்குடி, முதுகுளத்தூர், கமுதி, அருப்புக் கோட்டையை இணைக்கும் மற்றொரு ரயில்பாதையும் அமைக்க ஆட்சியர் பரிந்துரை செய்தார். இது இப்பகுதியில் தகவல் தொடர்பை மேம்படுத்தும். இது நடைமுறையில் சாத்தியப்படுமா என்ற ஐயத்தில் இந்த ஆலோசனையை அரசாங்கம் நிராகரிக்கக்கூடும் என்று எதிர்பார்த்த அவர், இது போன்ற பகுதிகளில் ரயில்பாதையை விஸ்தரிப்பதை வெறும் வர்த்தக சாதகங்களை மட்டுமே வைத்து முடிவு செய்துவிடக்கூடாது என்றார். அதன்படி இரயில்பாதை போடப்பட்டு, 1961இல் துவக்கப்பட்டது.[90]

முதுகுளத்தூர் தாலுகாவில் இருநூறுக்கும் மேற்பட்ட பள்ளிக்கூடங்கள் இருந்தன. பக்கத்து பரமக்குடி தாலுகாவிலும் இதே எண்ணிக்கையில் இருந்தன. ஆனால் இவற்றில் 25 சதவிகிதமானவை ஓராசிரியர் பள்ளிகள். இவை 1953-1956 காலகட்டத்தில்தான் ஆரம்பிக்கப்பட்டிருந்தன. இவை திறம்பட செயல்படவில்லை.

88. மேலது.

89. மேலது.

90. District Census Hand Book: Ramanathapuram, 1961, p.7.

ஆட்சியர் பணிக்கர் தேவர் வீட்டுக் குழந்தைகள் கல்வியில் ஆர்வம் காட்டுவதில்லை என்றும், தேவர் மற்றும் தலித் குழந்தைகளுக்கு (குறைந்தபட்சம் முதுகுளத்தூர் தாலுகாவிலாவது) கல்வியைக் கட்டாயமாக்குவது நல்லது என்றும் அரசாங்கத்திற்குத் தெரிவித்தார்.[91] இதுபோன்ற அனைத்துக் குழந்தைகளுக்கும் மதிய உணவு, இலவச உடை, புத்தகங்கள் ஆகியவை வழங்கப்பட வேண்டும் என்றும், அதனால் நிறைய குழந்தைகள் பள்ளிக்கு வருவார்கள் என்றும் கூறினார். முதுகுளத்தூர் தாலுகாவில் அப்போது ஹரிஜன் நலத்துறையின் கீழ் ஐந்து மறவர் பள்ளிக்கூடங்களும், ஒரு ஹரிஜன் பள்ளிக்கூடமும் இருந்தன. உடனடி நடவடிக்கையாக, இப்பள்ளிகளின் எண்ணிக்கையைக் கணிசமாக உயர்த்த வேண்டும் என்று அவர் பரிந்துரை செய்தார்.[92] ஹரிஜன் பள்ளிக்கூடம், மறவர் பள்ளிக்கூடம் என்று இப்போது வழங்கப்பட்டு வரும் சொல்லாடல்களை ஒழித்து மக்கள் நல பள்ளிக்கூடம் என்று பொதுவாக அழைக்கப்பட வேண்டும் என்றார்.

இப்பகுதி இளைஞர்களை இந்த ஜாதிமோதல்களிலிருந்து திசை திருப்பி, அவர்களது சக்தியை ராணுவத்திற்கு நல்ல நோக்கத்திற்குப் பயன்படுத்தும்வகையில் முதுகுளத்தூர் தாலுகா மற்றும் அதன் சுற்று வட்டாரங்களில் ராணுவத்திற்கு ஆள் சேர்க்கும் பணியை தீவிரப்படுத்த வேண்டும் என்றும் பரிந்துரை செய்யப்பட்டது. இவ்வாறு ராணுவத்தில் சேர்ந்த வீரர்களின் குடும்பங்களும் பொருளாதார ரீதியாக முன்னேறும். ‘பழைய சென்னை மாகாணத்தின் (தனி ஆந்திரா உருவாகுவதற்குமுன்) ஆந்திரப் பகுதியின் சில பிற்பட்ட வகுப்பினரிடையே நடந்ததுபோல’ இப்படிப்பட்ட ராணுவத்துக்கு ஆள் சேர்க்கும் பணி இரண்டு விதமாக நன்மை பயக்கும், என்றார் ஆட்சியர்.[93] மொத்தத்தில் எதிர்க்கட்சிகள், பத்திரிகைகளின் விமர்சனங்களைக் கண்டு கொள்ளாமல், காங்கிரஸ் தலைவர்கள், குறிப்பாக, கே.காமராஜ், எம்.பக்தவத்சலம், சி.சுப்பிரமணியம் ஆகியோர் இப்பிரச்சனையை மிக நிதானமாகக் கையாண்டார்கள்.

காமராஜர் மந்திரிசபைக்கு எதிராக நம்பிக்கையில்லாத் தீர்மானம் கொண்டுவரும் நிலைக்குத் தள்ளப்பட்ட எதிர்க்கட்சிகள், காங்கிரஸ் அரசாங்கத்தைப் பதவியிலிருந்து இறக்கும் தமது முயற்சியில் பரிதாபப்படக்கூடிய வகையில் தோற்றன. கடைசித் தருணத்தில் திமுக திடீரென நிலையை மாற்றி, வாக்கெடுப்பின்போது வெளிநடப்பு செய்தது. ஒருவேளை, முத்துராமலிங்கத் தேவரின் மரணத்திற்குப் பிறகு

---

91. G.o.No.4225 (MS) Public (General- A) Department, (confidential), 10 December 1958.

92 மேலது.

93.மேலது.

தேவர்களைத் தன் பக்கம் இழுக்க இது அதற்கு உதவியிருக்கலாம். எனினும், தனது போலீஸ் நடவடிக்கைகளால் காங்கிரஸ், முக்குலத்தோரிடமிருந்து தனிமைப்பட்டது. மாறாக, காங்கிரஸின் 'ஹரிஜன் ஆதரவு' நிலையால் மகிழ்ந்த பள்ளர்கள், அதற்கு அரசியல் ஆதரவு தருவதைத் தொடர்ந்தார்கள்.

அப்பகுதிக்கான குறுகிய மற்றும் நீண்டகால 'வளர்ச்சி நடவடிக்கை'களை மேற்கொண்டதன் மூலம் காங்கிரஸ் தான் வளர்ச்சி, முன்னேற்றத்திற்கான அக்கறை கொண்டு இருப்பதாகவும், பின்தங்கிய நிலையை நீக்கி, அராஜகங்களை அடக்குவதற்கு உறுதி பூண்டிருப்பதாகவும் சமிக்ஞை காட்டியது. இது 1962 பொதுத் தேர்தலில் வெற்றி பெறுவதற்கான யுக்தியாகவும் உருவாக்கப்பட்டது. காமராஜர் அரசாங்கம் மேற்கொண்ட நடவடிக்கைகள் அப்பகுதிக்கும், தேவர்களுக்கும் நன்மை விளைவித்ததாக காங்கிரஸ் கூறியது. மாவட்டத்தில் நிகழ்ந்த பல்வேறு வகையான குற்றச் சம்பவங்களை ஆராயும்போது, இந்த சீர்திருத்தங்களைத் தொடர்ந்த ஏழாண்டுகளில் கொலை, கொள்ளை, திருட்டு போன்ற குற்றங்களின் விகிதம் நன்கு குறைந்திருந்ததை நம்மால் பார்க்க முடிகிறது.[94] ஆனால் இந்த நடவடிக்கைகள் எதுவும் நிலமற்ற விவசாயக் கூலிகளாக இருந்த பள்ளர்களின் துன்பங்களைத் தீர்க்க உதவவில்லை. அதேபோல தேவர்களுக்கும் பள்ளர்களுக்கும் இடையிலான உறவிலும் எந்த முன்னேற்றமும் ஏற்படவில்லை.

நகரங்களிலும், கிராமங்களிலும் ஏற்பட்ட முன்னேற்றங்கள் பற்றி குறிப்பிடும்போது, 'புதிய சாலைகள் போடப்பட்டன. எரிந்துபோன குடிசைகளுக்குப் பதிலாக அரசாங்கம் ஓட்டு வீடுகளைக் கட்டித் தந்தது. தேவர் கிராமங்களின் நுழைவாசலில் காவல் நிலையம் அமைக்கப்பட்டது. கிராமத்தின் எல்லையில் புதிய துவக்கப்

94.

Year	Murder	Dacoity	Robbery	House breaking	Petty thefts	Cattle Lifting
1958	73(100)	11 (100)	22 (100)	333 (100)	1,161 (100)	179 (100)
1959	50(68.4)	8 (72.7)	32 (145)	303 (91)	974 (83.9	228 (127.3)
1960	55(75.3)	9 (81.8)	19 (86.3)	321 (96.3)	1,022 (88)	189 (105.6)
1961	58(79.4)	11 (50)	280 (84.8)	820 (70.6)	168 (89.4)	-
1962	52(71.2)	-5 (45.5)	13 (59)	220 (66)	842 (72.5)	146 (81.6)
1963	55(75.3)	-2 (18.1)	5 (22.7)	249 (74.7)	738 (63.6)	130 (72.6)
1964	40 (54.8)	-3 (27.2)	9(41)	276 (82.9)	723 (62.2)	125 (69.8)

Source: A.Ramaswamy (ed) Tamilnadu District Gazetteers: Ramanathapuram (Madras: Government press, 1972), pp. 656-678.

பள்ளிகள் அமைக்கப்பட்டன என்று ரையர்சன் எழுதுகிறார்.[95] 1962 தேர்தலில் பார்வர்ட் பிளாக் கட்சியின் வாக்குகள் சரிந்தன. 1951ல் 21000மாக இருந்த வாக்கு வித்தியாசம் இப்போது 8000 ஆகிவிட்டதாக ரையர்சன் அறிந்தார். மிக முக்கியமாக தேவர் இன இளைஞர்கள் பலரும் முத்துராமலிங்கத் தேவரிடமிருந்து விலகி, காங்கிரஸ் பக்கம் செல்லாமல், வளர்ந்துவந்த எதிர்க்கட்சியான திமுக பக்கம் சென்றார்கள்.

IV

முத்துராமலிங்கத் தேவர் மீதான வழக்கு தொடர்ந்து நடைபெற்றது. அரசாங்கம் அவரைத் தண்டிக்க வேண்டும் என்பதில் குறியாக இருந்தது. ஒரு தமிழ்ப் பத்திரிக்கையில் தனது அனுபவங்களை எழுதிய சென்னை உயர்நீதிமன்ற நீதிபதி கிருஷ்ணசாமி ரெட்டியார் (1965-75) தான் இம்மானுவல் சேகரன் வழக்கில் அரசு வழக்கறிஞராகப்பணியாற்றிய நாட்களைப் பற்றி பின்வருமாறு குறிப்பிட்டார்.

> ‘தாம்பரத்தில் இருந்த எனது வீட்டுக்கு வந்த ஐ.ஜி.பாலகிருஷ்ணன், ஒரு முக்கியமான விஷயம் பற்றி பக்தவத்சலம் (உள்துறை அமைச்சர்) என்னைப் பார்க்க விரும்புவதாகச் சொன்னார். நான் போனேன். முதுகுளத்தூர் வழக்கில் அரசு வழக்கறிஞராகப் பணியாற்ற எல்லோரும் அஞ்சுவதாகவும், நான் அந்தப் பொறுப்பை ஏற்கவேண்டும் என்று காமராஜர் (முதலமைச்சர்) விரும்புவதாகவும் தெரிவித்தார். நான் ஒப்புக்கொண்டு புதுக்கோட்டை சென்றேன். மாலையில் காவல்துறை பாதுகாப்போடு உலாவச் சென்றேன். எதிரில் 200-300 பேர் கொண்ட ஒரு கும்பல் வந்தது. ‘என்ன ஆனாலும் சரி’ என்று நான் பாட்டுக்கு நடந்து சென்றேன். அந்த சமயத்தில் 70 வழக்குகளில் சம்பந்தப்பட்ட சுமார் 1200 பேர் சிறையில் இருந்தார்கள்.[96] என் எதிரில் வந்தவர்கள் சிறையில் இருந்தவர்களின் உறவினர்கள். அவர்கள் எனக்கு வணக்கம் செலுத்தும் விதமாக தலைக்கு மேல் கைகளைக் கூப்பி, ‘ஐயா, நீங்கள் உங்களது சட்டதிட்டங்களின்படி நடந்து கொள்ளுங்கள். ஆனால் சிறையில் இருப்பவர்களின் குற்றம் செய்தவர்களோடு அப்பாவிகளும் இருக்கிறார்கள்’ என்று அலறினார்கள். கொலைகாரர்கள், குற்றவாளிகள் என்று கருதப்பட்ட அந்த மக்கள் பிறகு, நான் பத்திரமாக வீடு திரும்பும்வரை எனக்குத் துணையாக வந்தார்கள்.’[97]

முத்துராமலிங்கத் தேவர் பற்றிக் கூறும்போது,

> ‘மறுநாள் விசாரணை, மற்ற குற்றவாளிகளோடு முத்துராமலிங்கத் தேவரும் நிற்க வைக்கப்பட்டிருந்தார். அதைப் பார்த்ததும் நான்

---

95. Ryerson, Encounters in South India, p. 54.

96. இது சற்று மிகையாகச் சொல்லப்பட்ட எண்ணிக்கையாகத் தெரிகிறது. சட்டசபையில் தரப்பட்ட எண்ணிக்கை நூலின் வேறொரு பகுதியில் உள்ளது.

97. ஆனந்தவிகடன், 23 January 2000.

அதிர்ச்சியடைந்தேன். அவருக்கு ஒரு நாற்காலி கொண்டுவர உத்தரவிட்டேன். நீதிமன்ற ஊழியர்கள், 'நாற்காலி இல்லை' என்றார்கள். உடனே நான் எனது நாற்காலியைத் தரச் சொன்னேன். நீதிமன்றமே அதிர்ச்சியடைந்துவிட்டது. அவர்கள் நான் குற்றவாளியை ஆதரிப்பதாக நினைத்துவிட்டார்கள். தேவர் எந்தச் சலனமும் இல்லாமல் எல்லாவற்றையும் பார்த்துக்கொண்டிருந்தார். நீதிமன்றத்தில் அவரது கண்ணியமான நடத்தையைப் பார்த்து நான் வியந்தேன். மேடைகளில் இடிபோல் முழங்கும் ஒரு மனிதர், காலையிலிருந்து மாலை வரை நீதிமன்றத்தில் ஒரு யோகியைப் போல் அமர்ந்திருந்தது, நீதி மீது அவருக்கு இருந்த மரியாதையைக் காட்டியது. அவர் மதியம் எதுவும் சாப்பிடமாட்டார். மதிய உணவு இடைவேளையில் நானும், அவரும் நீதிமன்றத்திலேயே இருப்போம்.' என்றார்.[98]

கிருஷ்ணசாமி ரெட்டியாருடன், அரசுத் தரப்பில் வி.எல். எத்திராஜும் ஆஜரானார். முத்துராமலிங்கத் தேவர் தன் சார்பாக வாதிட மதராஸிலிருந்து வி.ராஜகோபாலாச்சாரி, கே.நாராயணசாமி ஆகியோரையும், மதுரையிலிருந்து வக்கீல் கே.குப்புசாமி ஐயரையும் நியமித்திருந்தார். இம்மானுவல் சேகரன் கொலை வழக்கின் தீர்ப்பு, **1959** ஜனவரி 7 அன்று புதுக்கோட்டையில், ராமநாதபுரம் முதல் வகுப்பு கூடுதல் செஷன்ஸ் நீதிபதி எம்.அனந்தநாராயணன், ஐ.சி.எஸ் அவர்களால் வழங்கப்பட்டது. தனது தீர்ப்பில் நீதிபதி 'அமைதிக் கூட்டத்தில் இம்மானுவல் சேகரன் பிடிவாதமாக நடந்துகொண்டதால்தான் கொலை நடந்தது' என்ற கருத்தை ஏற்றார். தேவர் தூண்டிவிட்டார் என்பதற்குப் போதுமான சாட்சியங்கள் இல்லை என்றார். 'என்னது, ஒரு பள்ளனை என்னை எதிர்த்து இந்த அளவு பேசவிட்டுவிட்டீர்களே! அவமானம். நீங்கள் மறவர்கள் தானா?' என்று தேவர் கோபப்பட்டதன் தாக்கங்களை அவர் ஆராய்ந்தார். (தேவரின் இந்தக் கூற்று **1959** ஜனவரி 7ம் தேதியிட்ட தீர்ப்பில் இடம் பெற்றுள்ளது.) இந்த வார்த்தைகள் இறுமாப்பாகச் சொல்லப்பட்டவை என்றாலும், அந்த நேரத்தின் பதட்டத்தில் கோபத்தில் சொல்லப்பட்ட வார்த்தைகள், சேகரன் கொல்லப்பட வேண்டும் என்று தூண்டுபவை அல்ல என்றார் நீதிபதி. இந்த

98. மேலது. தவசியாண்டித் தேவரின் வழக்கறிஞர் எஸ்.சாருஹாசன். ரெட்டியாரின் கூற்று பற்றி அவர், 'இது இந்த வழக்கில் அரசு வழக்கறிஞர் தந்த தகவல் அடிப்படையில் இருக்கிறது. தேவருக்கு இருக்கை தரச் சொல்லி அவர் சொன்னதை நான் மறுக்கவும் முடியாது. உறுதிப்படுத்தவும் முடியாது'. பெரும்பாலும் நீதிமன்றங்களில் நன்கு பிரபலமாக உள்ள குற்றவாளி என்றால் மரியாதையாக அமர வைப்பதுதான் வழக்கம் என்று நினைக்கிறேன். ஒரு சமயம், நான் நீதிபதியின் அறையில் இருந்தபோது ரிமாண்ட் செய்வதற்காக ஒரு பாராளுமன்ற உறுப்பினரை அழைத்து வந்தார்கள். அவரையும் என் அருகே உட்கார வைத்தார்கள். நாங்கள் பொதுவாகப் பேசிக் கொண்டோம். மாஜிஸ்திரேட் நட்பாக, கண்ணியமாக நடந்து கொண்டார். நீதிமன்றங்கள் எப்போதும் குற்றவாளிகளை உரிய மரியாதையோடு நடத்தும். (**2016** பிப்ரவரி **26** அன்று சென்னையில் எஸ்.சாருஹாசனுடன் நடத்திய நேர்காணல்.)

அம்சத்தின் முக்கியத்துவம் கருதி, தீர்ப்பில் இது சம்பந்தப்பட்ட பகுதி முழுமையாகக் கீழே தரப்படுகிது.

இம்மானுவல் (இறந்தவர்) தானும் ஹரிஜனங்களைப் பிரதிநிதித்துவப்படுத்த முடியும் என்று தைரியமாகச் சொன்னபோது முதல் குற்றவாளி (முத்துராமலிங்கத் தேவர்) கோபப்பட்டிருக்கக்கூடும். ஆங்கில வரலாற்றில் தனது ஆர்ச்பிஷப்பின் தன்னிச்சையான போக்கைத் தாங்க முடியாத ஒரு அரசன். 'எனக்காக யாராவது இந்த திமிர்பிடித்த பாதிரியை ஒழித்துக் கட்டுவார்களா?' என்று கூறினானே, அதைவிட இந்த வார்த்தைகள் குறைவான தாக்கம் ஏற்படுத்துபவைதான். அந்த கோபமான பேச்சு அந்தத் துறவியின் கொலைக்கு இட்டுச் சென்றாலும், அதற்காக அரசன் பிறகு பிராயச்சித்தம் செய்தாலும்கூட, எந்த வரலாற்றாசிரியனும், ஆங்கிலச் சட்டப்படி அந்த அரசன் கொலைக்குத் துணை புரிந்தவன் என்று கூறவில்லை. இந்தியாவில் இந்த அம்சத்திற்கு முக்கியத்துவம் கிடையாது.

எவ்வாறாயினும் கற்றறிந்த சிறப்பு அரசு வழக்கறிஞரோ அல்லது முதல் குற்றவாளியின் கற்றறிந்த வழக்கறிஞரோ என் முன்பாக எந்த முடிவையும் வைக்கவில்லை. ஆனால் கிளான்வில்லி வில்லியம்ஸின் கிளாசிகல் ட்ரீடைஸ் ஆன் கிரிமினல் லா (1953 பதிப்பு) நூலில் 57ம் பிரிவில் இதே அம்சம் பற்றி புகழ்பெற்ற சட்டநிபுணர் ஸ்டீபனின் கூற்று காணப்படுகிறது. ஸ்டீபன், உதாரணத்திற்கு, ஏ என்பவர் பி என்பவரிடம் சொல்லும் விஷயங்கள், பி, சி என்பவரைக் கொல்ல ஒரு நோக்கமாக அமைகின்றன என்று வைத்துக் கொள்வோம். சியின் மரணத்திற்கு ஏ ஒரு வகையில் சுற்றி வளைத்துக் காரணம் என்றாலும்கூட, ஏ, சியைக் கொன்றவர் என்று கூறுதல் தவறு என்கிறார். உதாரணத்திற்கு ஒத்தெல்லோ வழக்கிலும், டெஸ்டிமோனாவின் கொலையில், 'விஷத்தால் செய்ய வேண்டாம், படுத்திருக்கும்போது கழுத்தை நெரியுங்கள்.' என்ற ஒற்றை வாக்கியத்திற்காக லாகோ தண்டிக்கப்பட்டிருக்க மாட்டான் என்றே நான் கருதுகிறேன். இந்த வழக்கில் முதல் குற்றவாளியின் ஆதரவாளர்கள் அவரது வார்த்தைகளால் மிகவும் அவமானப்பட்டு, வெறுப்பில் கொந்தளித்தது இம்மானுவலின் மரணத்திற்கு இட்டுச் சென்றிருக்க முற்றிலும் வாய்ப்பிருக்கிறது என்றாலும், முதல் குற்றவாளி அதுபோன்ற செயலை நோக்கமாகக் கொண்டிருக்கவில்லை. அப்படிப்பட்ட ஒரு குற்றத்தைத் தூண்டும் எந்த வார்த்தைகளையும் பயன்படுத்தவில்லை.[99]

முத்துராமலிங்கத்தேவர் எல்லாக் குற்றச்சாட்டுகளிலிருந்தும் விடுவிக்கப்பட்டு, விடுதலை செய்யப்பட்டார். 'சட்டத்திற்கு மனிதர்களின் அதிகாரமோ, அந்தஸ்தோ முக்கியமல்ல. இதன் பொருள் சட்டபூர்வமான சான்றுகளை ஆராய்ந்து, கடுமையான குறுக்கு விசாரணைகளுக்கு உட்படுத்தி மட்டுமே ஒரு மனிதரை அது

99. Judgment Order in Sessions Case no. 189 of 1958 dated 7 January 1959.

தண்டிக்கும் என்பதாகும். குற்றம் செய்திருப்பாரோ என்ற சாதாரண மக்களின் சந்தேகமோ, ஊகமோ சட்டபூர்வமான ஆதாரத்திற்கு மாற்றாக அமைய முடியாது' என்று நீதிபதி தனது தீர்ப்பில் குறிப்பிட்டார்.[100]

குற்றம் சாட்டப்பட்ட பதினோரு பேரில் அங்குசாமித் தேவர், பேயன் முனியாண்டித் தேவர், தவசியாண்டித் தேவர் ஆகியோர் குற்றமிழைத்ததாக அறிவிக்கப்பட்டார்கள். உயர்நீதிமன்றம் தண்டனையை உறுதி செய்தபிறகு, தூக்கிலிடப்பட வேண்டும் என்று தண்டனை தரப்பட்டது. உயர்நீதிமன்றம் தூக்குத் தண்டனையை ஆயுள் தண்டனையாகக் குறைத்தது. திமுக ஆட்சிக்கு வந்தபோது முதலமைச்சர் அண்ணாத்துரையின் உத்தரவின்பேரில் மூவரும் விடுதலை செய்யப்பட்டார்கள். சல்லி குருசாமித்தேவர், காட்டுசாமித் தேவர், முனியசாமித் தேவர், சடையாண்டித் தேவர், திருக்கிண்ணத் தேவர், நல்லுத்தேவர், கருப்பன், பெரியசாமித் தேவர், ஆகிய எட்டு குற்றவாளிகளுக்கும் நீதிபதி சந்தேகத்தின் பலனை அளித்து, அனைத்துக் குற்றச்சாட்டுகளிலிருந்தும் விடுவித்தார்.[101]

நீதிபதி தண்டித்த தவசியாண்டித் தேவருக்கு உயர்நீதிமன்றத்தில் எஸ்.சாருஹாசன் ஆஜரானார். இவர் கைது செய்யப்பட்ட போது, மதுரையில் சாலையில் சாருஹாசனைப் பார்த்திருக்கிறார். சாருஹாசனிடம் தன் சார்பாக ஜாமீன் மனு தாக்கல் செய்யும்படி சாருஹாசனின் தந்தையும், பரமக்குடியின் புகழ்பெற்ற கிரிமினல் வக்கீலுமான டி.சீனிவாசனிடம் சொல்லுமாறு தவசியாண்டித்தேவர் தகவல் சொல்லிவிட்டார். சாருஹாசன் தன் தந்தையிடம் இதைச் சொன்னபோது தான் ஒரு காங்கிரஸ்காரன் என்பதால் அவருக்காக ஆஜராக முடியாது என்று சீனிவாசன் மறுத்துவிட்டார். எனவே சாருஹாசனே ஜாமீன் மனுவைத்தாக்கல் செய்ய, அது மறுக்கப்பட்டுவிட்டது. தவசியாண்டித் தேவர் இம்மானுவல் சேகரன் கொலையில் சம்பந்தப்படவில்லை என்று சாருஹாசன் என்னிடம் தெரிவித்தார். விடுதலையான பிறகு தவசியாண்டித்தேவர் 'ஒரு மாஜிஸ்திரேட்டின்' (ஒருக்கால் பிரமநாயகம் பிள்ளையாக இருக்கலாம்) கொலைக்குத் தான்தான் பொறுப்பு என்றும், அதற்கு சாட்சி எதுவும் இல்லை என்பதால் தான் அதில் கைது செய்யப்படவில்லை என்றும் சாருஹாசனிடம் ஒப்புக்கொண்டார். ''அவரது குற்றப் பின்னணி பற்றி அறிந்திருந்த க்ாவல்துறை அவரை சேகரன் வழக்கில் சேர்த்து விட்டது. அதேபோல கீழத்தூவலில் சுட்டுக் கொல்லப்பட்ட ஐந்து தேவர்களும் குற்றப் பின்னணி உள்ளவர்கள்தான்'' என்றார் சாருஹாசன். ஆனால் அவர்களுக்கு சேகரன் கொலையில் சம்பந்தம் கிடையாது. இராமநாதபுரம் மாவட்ட அரசு மருத்துவமனையில் பிரேத பரிசோதனை நடத்திய டாக்டர். ரங்கராஜன் என்பவர் சாருஹாசனின் உறவினர். பிரேத பரிசோதனைக்கு வந்த உடல்களின்

100. Bose, Forward Bloc, p. 108.

101. Bose, Forward Bloc, p. 108.

விலா எலும்புகள் முறிந்திருந்தது அவர்கள் சுட்டுக்கொல்லப்படுவதற்கு முன்பு போலீசால் தாக்கப்பட்டதைக் காட்டுவதாக அவர் சாருஹாசனிடம் கூறியிருக்கிறார்.

அமைதிக் கூட்டத்தின்போது முத்துராமலிங்கத் தேவருக்கும், இம்மானுவல் சேகரனுக்கும் இடையில் வாக்குவாதம் எதுவும் நடக்கவில்லை என்று நீதிமன்றத்தில் கூறிய ஆட்சியர் சி.வி.பணிக்கரை குறுக்கு விசாரணை செய்ய அரசு வழக்கறிஞர் கிருஷ்ணசாமி ரெட்டியாரை நீதிபதி அனந்தநாராயணன் அனுமதிக்கவில்லை என்று சாருஹாசன் கூறினார்.[102] தேவரின் விடுதலை 'இம்மானுவலின் கொலையை அவர்தான் திட்டமிட்டார்' என்ற பழியிலிருந்து அவர் தப்பிக்க உதவியது. வியப்பூட்டும் விதமாக, செஷன்ஸ் நீதிமன்றத் தீர்ப்பிற்கு எதிராக காங்கிரஸ் அரசாங்கம் மேல்முறையீடு செய்யவில்லை. காங்கிரஸ் அரசாங்கம் ஏன் உயர்நீதிமன்றத்தில் மேல் முறையீடு செய்யவில்லை என்று நான் கேட்டபோது, சாருஹாசன் 'முதலில் போடப்பட்ட எஃப்.ஐ.ஆரில் தேவரின் பெயர் குறிப்பிடப்படவில்லை' என்றார். அரசாங்கத்தின் மேல்மட்டத்தில் இருந்தவர்களின் வழிகாட்டுதலின் பேரில் அவரது பெயர் சேர்க்கப்பட்டதாகச் சொன்னார்கள். வேறு வகையில் சொன்னால், மேல்முறையீடு செய்யவேண்டாம் என்று அதிகாரிகள் அரசாங்கத்திற்கு ஆலோசனை தந்திருக்கக் கூடும்.

தனது ஐம்பது பக்கத் தீர்ப்பில், முதலமைச்சர் காமராஜர், மற்ற அமைச்சர்கள், குறிப்பாக, பக்தவத்சலம் ஆகியோரால் தன் மீது இந்த வழக்கு பொய்யாகச் சுமத்தப்பட்டது என்ற தேவரின் கூற்றுபற்றி செஷன்ஸ் நீதிபதி விரிவாக விவாதித்திருந்தார். காமராஜரும், பக்தவத்சலமும் சமூக ஒழுக்கநெறிகளை மீறுமளவு பக்குவமற்றவர்களாக, இதுபோன்று அற்பத்தனமாக நடந்து கொள்வார்கள் என்பதைத் தன்னால் நம்ப முடியவில்லை' என்றார். அரசாங்கமோ அல்லது காங்கிரஸ் போன்ற ஒரு முக்கியமான அரசியல் கட்சியோ ஒரே ஒரு தொகுதியின் முடிவை நம்பி இருப்பவை அல்ல என்பதை காமராஜரோ, பக்தவத்சலமோ உணராதவர்களாக இருப்பார்கள் என்பதைத் தன்னால் நம்பமுடியவில்லை என்றார் அவர்.[103]

எஃப்.ஐ.ஆர் மற்றும் சம்பந்தப்பட்ட இதர ஆவணங்களை ஆராய்ந்த நீதிபதி, இவ்வழக்கில் புலனாய்வு செய்த அதிகாரிகள் அதிகார துஷ்பிரயோகமோ, ஆவணங்களைத் திருத்தவோ செய்யவில்லை என்றார். 'காவல்துறை தலித்துகள், நாடார்களுடன் கூட்டு சேர்ந்துகொண்டது, அவர்களுக்கு ஆயுதங்கள் தந்தது' என்ற தேவரின் கூற்றையும் நீதிபதி நிராகரித்தார். தூவல் துப்பாக்கிச் சூட்டிற்கு தான் நீதிவிசாரணை கோரியதற்காக தன்னை அரசாங்கம் இந்த வழக்கில்

102. Interview with S. Charuhasan, Chennai, 26 February 2016.

103. Bose, Forward Bloc, pp.108-109.

சிக்கவைத்துவிட்டது என்ற தேவரின் கூற்றையும், வெங்கடேஸ்வரன் ஆணையத்தைக் காட்டி நீதிபதி மறுத்தார்.'[104]

தேவரின் விடுதலை, சேகரனின் கொலையை அவர்தான் திட்டமிட்டார் என்ற பழியிலிருந்து அவரை விடுவித்தது. பதினான்கு மாத சிறை வாசம் அவரை பெருமளவு சாந்தப்படுத்தியிருந்தது. சிறைவாசத்தின் கடுமை அவரது உடல்நலத்தை பாதித்துவிட்டது. எனினும் மோசமான உடல் நலத்தையும் மீறி 1962 மாநிலத் தேர்தலில் நின்று வெற்றி பெற்றார். ஆனால் தமிழ்நாட்டில் அரசியலைத் தொடர அவர் நீண்ட நாட்கள் உயிர் வாழவில்லை. 1963 அக்டோபர் 30ஆம் தேதி தேவர் மரணமடைந்தார்.

1963 மே மாதம் ரையர்சன் வீராம்பலுக்கும், அருகில் உள்ள தேவர் கிராமமான இளஞ்சம்பூருக்கும் சென்றபோது, அங்கு மாற்றங்களைப் பார்த்தார். தனது நாட்குறிப்பில் அவர், 'இந்தக் கலவரத்தின் மொத்தக் கதையும் 17 வயதான ஒரு தீண்டத்தகாத பையனின் ஒரு வார்த்தையில் எனக்கு அழகாகக் கிடைத்தது. அவன் மிகவும் பயந்து போயிருந்தான். ஆனால் அவன் என்னை நேராகப் பார்த்து, இனி ஒருபோதும் நான் ஒரு தேவருக்கு முன்னால், என் சட்டையை கழற்றிவிட்டு, வெற்றுடம்பாக நிற்கமாட்டேன்- அவர் என்னைக் கொன்று போட்டாலும் கூட,' என்றான். ரையர்சன் இதை ஒரு உணர்வுபூர்வமான புரட்சியாகப் பார்க்கவில்லை. மாறாக, உணர்வை வளர்த்துவரும் ஒரு புரட்சியாகப் பார்த்தார்.' அதைக் குறிப்பிடுகையில்

> 'தாம் பிறந்த இடத்தின் விதியின் அடிமைகள்' என்று தம்மைக் கருதிக்கொள்ள இப்போது மனிதர்கள் தயாராக இல்லை. இனிமேலும் வெறுமனே வாழ அவர்கள் தயாராக இல்லை. இப்போது அவர்கள் மற்ற மனிதர்களைப் போலவே உரிமையும், மரியாதையும் பெற்று வாழவும், மகிழ்வான இந்த வாழ்வின் அத்தனை செழிப்புகளிலும் பங்கு பெறவும் விரும்புகிறார்கள்.. என்னுடன் வந்த இந்து நண்பர் கிராமத்தின் சுத்தத்தை, கிராம மக்களின் மகிழ்ச்சியான முகபாவத்தைப் பார்த்து வியந்து போனார். அவர்களது நடத்தையில் மரியாதை தெரிந்தது. ஆனால் அடிமைத்தனம் இல்லை. பல தீண்டத்தகாதோர் கிராமங்களில் காணமுடியாத சூழல் இது.'[105]

104. மேலது, ப. 109.

105. Ryerson, Encounters in South India, p. 54.

முடிவுரை

1950களில் கூட கிழக்கு ராமநாதபுரத்தில் ஒரு குடிமை சமூகம், அச்சொல் குறிக்கும் உண்மையான பொருளில் உருவாகமுடியவில்லை. 1950களின் கிழக்கு ராமநாதபுரம் ஒரு நிலப்பிரபுத்துவ காலசமூகத்தில் சிக்கியிருந்தது போல் தோற்றமளித்தது. மாறுபட்ட பண்பாட்டு அடையாளங்களும், சமூக மதிப்பீடுகளும் கொண்ட சமூகப் பிரிவினர்கள் வாழ்ந்த அப்பகுதியில் ஜாதிப் படிநிலையின் இரும்புக்கரம் சில ஜாதிகளை மற்றவர்களுக்கு அடிபணியும் நிலையில் வைத்திருந்தது. பொருளாதார ரீதியாக சுரண்டப்பட்டு, அரசியல் மற்றும் கலாச்சார ரீதியாக ஒடுக்குமுறைக்கு உட்பட்டு வாழ்ந்த தலித் சமூகங்கள் அப்பகுதியில் கிராமப்புற ராணுவம் போல் நடந்துகொண்ட முக்குலத்தோர் சமூகத்தின் வன்முறைக் கொடுமைகளைத் தாங்கிக்கொள்ள வேண்டியதாக இருந்தது. தேவர்கள் தலித்துக்களை, குறிப்பாக பள்ளர்களை அனைத்து வகைகளிலும் - தீவைப்பு, ஆள்கடத்தல் உட்பட - ஒடுக்கினார்கள் என்பதை மதுரை மாவட்ட ஒடுக்கப்பட்டோர் கழகத்தின் செயலாளர் பி.மருதையாவின் ஆவணம் காட்டுகிறது. மருதையாவின் ஆவணத்திலிருந்து சங்கம் அமைத்தல், செய்த வேலைக்குக் கூலி கேட்பது, கோவில், குளம், கிணறு, உணவகம் போன்ற பொது இடங்களைத் தாங்களும் பயன்படுத்திக் கொள்ள உரிமை கேட்பது, சிறு வியாபாரம் செய்ய உரிமை கேட்பது, பள்ளிக்கூடம் செல்வது, நவீன உடைகளை உடுத்துவது, தெருக்களில் செருப்பு போட்டு நடப்பது, பள்ளர் பெண்கள் குடத்தை இடுப்பில் சுமக்க அனுமதி கேட்பது போன்ற காரணங்களுக்காக பள்ளர்கள் தாக்கப்பட்டது தெரிகிறது. தீண்டாமைக் குற்றங்கள் சட்டம் (1955) அமுலில் இருந்தது. அரசாங்கம் இச்சட்டத்தைப் பயன்படுத்தி, அதை மீறுபவர்கள் மீது விரைந்து நடவடிக்கை எடுத்திருக்கலாம். ஆனால், சென்னை சட்டமன்றத்தில் எதிர்க்கட்சிகள் குற்றம் சாட்டியதைப் போல, மாநிலத்தில் இந்த சட்டத்தைப் பிரயோகித்து, ஜாதி இந்துக்களை ஆத்திரமூட்ட காங்கிரஸ் அரசாங்கம் விரும்பவில்லை.

மருதையாவின் தொகுப்பைக் கவனமாக ஆராய்ந்தால், தேவர்கள் குறைந்த எண்ணிக்கையில் இருந்த ஓரிரு கிராமங்களில் அல்லது இளஞ்சம்பூர் போன்று சுற்றிலும் பள்ளர் குக்கிராமங்கள் இருக்கும் ஒரு தேவர் கிராமத்தில் மட்டுமே பள்ளர்கள் தாக்குதல் நடத்துபவர்களாக, அல்லது தம்மைக் காப்பாற்றிக் கொள்ள முடிந்தவர்களாக இருந்தது தெரியும். தேவர்கள் பெரும்பான்மையாக உள்ள கிராமங்களின் பள்ளர்கள் பணிந்துநின்று, அவர்கள் சொல்படிதான் வாழ முடியும். இம்மானுவல் உருவாக்கிய பள்ளர் இளைஞர் பிரிவுகூட அவர்களது வாழ்நிலை குறித்து மிகவும் நொந்துபோய், இஸ்லாமிற்கு மாற வேண்டுகோள் விடுக்க நேர்ந்தது. பள்ளர்கள் மீது வன்முறை கட்டவிழ்த்துவிடப்பட்ட ஒவ்வொரு சந்தர்ப்பத்திலும் தலித்துகள் இஸ்லாமிற்கு மாறப்போவதாக மிரட்டல் விடுத்தார்கள்.

முன்பு தென்கிழக்கு ஆசியாவிற்கு இடம் பெயர்ந்து, 1930களின் உலகளாவிய பொருளாதார வீழ்ச்சியின்போது தாய்நாடு திரும்பிய பள்ளர்கள் பலரும் தங்களது சொந்தக் கிராமங்களில் ஜாதி ஒடுக்குமுறைகளும், பாகுபாடுகளும் தொடர்வது கண்டு வருந்தினார்கள். கம்யூனிஸ்டுகளால் வர்க்கரீதியாகத் திரட்டப்பட்ட தஞ்சை மாவட்டத்தின் பள்ளர்கள் தமது பண்ணையார்களின் அனைத்துவிதமான நிலப்பிரபுத்துவ நடைமுறைகளையும் எதிர்த்து வெற்றிகரமாகப் போராடினார்கள். கூலி உயர்வு, குத்தகை நிர்ணயம், விளைச்சலில் அதிகமான பங்கு ஆகியவற்றையும் பெற்றார்கள்.[1] ஆனால் ராமநாதபுரம் மாவட்டத்தில் சங்கமாக அணிதிரள எந்த முயற்சியும் இல்லாத நிலையிலும், வலுவான தலைமை இல்லாத சூழலிலும், தமது துயரங்களை வெளிப்படுத்த பள்ளர்கள் நடத்திய போராட்டங்கள், அவர்களை ஒடுக்கிய தேவர்களோடு மோதலுக்கு இட்டுச்சென்றன. காலனிய நிர்வாகம் இதை ஒரு சட்ட ஒழுங்குப் பிரச்சனையாக மட்டுமே கையாண்டது வருந்தத்தக்கதாகும்.

நாடார்களை அடியொற்றி பள்ளர்களும் கிறிஸ்துவத்திற்கு மாறி, தம் குழந்தைகளைப் பள்ளியில் படிக்க வைக்க ஆரம்பித்தார்கள். கிழக்கு ராமநாதபுரத்தில் பெருமாள் பீட்டரும், அவருக்குப் பின்னர் இம்மானுவல் சேகரனும் தமது சமூகத்தினரை கிறிஸ்துவத்திற்கு மாறவும், குழந்தைகளைப் படிக்க வைக்கவும் அறிவுறுத்தினார்கள். கிறிஸ்துவ மிஷனரிகள் இவர்களுக்குப் பள்ளிக்கூடங்களை அளித்தார்கள். விழிப்புணர்வு பெற்ற பள்ளர்கள் பின்னர் இம்மானுவல் சேகரன் தங்கள் நலன் காக்க ஒடுக்கப்பட்டோர் கழகத்தை ஆரம்பித்தபோது அதில் இணைந்தார்கள். தலித் தலைவர்கள் போலன்றி, முத்துராமலிங்கத்

1. Kathleen Gough, Rural Society in Southeast India (Cambridge: University press, 1981) and Change in Southeast India: 1950s to 1980s (New Delhi: Oxford University Press, 1989).

தேவர் தமது ஜாதி மக்கள் கல்வியில் பின்தங்கி இருப்பது பற்றி பெரிதாக அக்கறை கொள்ளவில்லை. 1957ல் பெருமாள் பீட்டர் தலித் குழந்தைகளுக்காக பேரையூரில் ஒரு உயர்நிலைப் பள்ளியை உருவாக்கினார். அதே சமயம் தேவரின் ஆதரவாளர்கள், சேகரனைக் கொலை செய்தவர்களின் சொந்தக் கிராமமான கீழத்தூவலில் கிராமத்தினர் குழந்தைகளைப் படிக்க வைக்க தாமேதான் ஏற்பாடுகள் செய்யும் நிலைமை இருந்தது.

பெருமாள் பீட்டர் பள்ளர்கள் மனதில் விழிப்புணர்வை எழுப்பினார் என்றால், இம்மானுவல் பள்ளர் இளைஞர்களை ஓரளவிற்கு அரசியல்நெறிப்படுத்தி, அவர்களை உயர்ஜாதியினரின் ஒடுக்குமுறைக்கு எதிரான போராட்டத்திற்கு தயார்படுத்தினார். தலித்துகளுக்கு இழைக்கப்பட்ட ஒவ்வொரு கொடுமைக்கும் காவல் நிலையத்தில் புகார் தரப்பட்டது. கிழக்கு ராமநாதபுரம் பள்ளர்களை இனிமேலும் ஆதிக்க ஜாதிகள் வழக்கம்போல் நடத்த முடியாது என்பது தெளிவாகியது. முன்பு தன்னிகரற்ற தலைவராக விளங்கிய முத்துராமலிங்கத் தேவர் இப்போது ஆளும் காங்கிரஸ் கட்சியின் தாக்குதலுக்கு ஆளானார். எனவே அவர் காங்கிரஸை விட்டு விலகி, போஸின் அகில இந்திய பார்வர்ட் பிளாக் கட்சியின் தமிழ்நாட்டுக் கிளையை முக்குலத்தோர் சமூகத்தினரின் ஆதரவோடு உருவாக்கினார். உயர்குடியைச் சேர்ந்த முத்துராமலிங்கத் தேவரைப் பொருத்தவரை, காமராஜர் ஒரு சாமனியர். சூழலின் கட்டாயத்தால், நாடார்களுக்கும், தேவர்களுக்கும் இடையிலிருந்த பகைமையைப் பயன்படுத்தி அரசியல் ஆதாயம் பெற தேவர் முயற்சி செய்தார். 1950 களில் கிழக்கு ராமநாதபுரத்தின் அரசியல் வாழ்வில் ஒரு குறிப்பிடத்தகுந்த மாற்றம் நிகழ்ந்தது. ஆனால் தங்களது இயல்பின் கைதிகளாக இருந்த தேவர்களால் இந்த மாறிவிட்ட சூழலோடு பொருந்திச் செல்ல முடியவில்லை. தோல்வியின் அறிகுறிகளைக் கவனிக்கத் தவறிய முத்துராமலிங்கத் தேவர் தலித் எழுச்சிக்கு நாடார்களின் தூண்டுதலும், முதலமைச்சர் காமராஜரும்தான் காரணம் என்று கருதினார்.

கிழக்கு ராமநாதபுரத்தின் தேவர்கள், முத்துராமலிங்கத் தேவரை சட்டத்தைவிட வலிமையானவராகக் கருதினார்கள். 1947ல் குற்றப்பரம்பரைச் சட்டம் ஒழிக்கப்பட்டதும், தங்களது உள்நாட்டு தன்னாட்சி உரிமையை முழுமையாக மீண்டும் பெற்றுவிடலாம் என்று நம்பினார்கள். ஆனால் அது அவ்வாறு நடக்கவில்லை. தேவர் கிராமங்களில் சட்ட ஒழுங்குப் பிரச்சனை என்று அரசாங்கம் தலையிட ஆரம்பித்தபோது அவர்கள் கொதித்துப் போனார்கள். காங்கிரஸ் கட்சி பிரிட்டிஷ் ஆட்சியை விட அதிக அடக்குமுறைகள் செய்வதாக நினைக்க ஆரம்பித்தார்கள். அரசாங்கமும், தன் பங்கிற்கு அப்பகுதியில் நிலவிய பல்வேறு வடிவங்களிலான மூர்க்கத்தனங்களுக்கு ஒரு தனிநபரின்

- முத்துராமலிங்கத் தேவரின் - தீய குணாதிசயங்கள்தான் காரணம் எனக் கருதி தனது அதிகாரத்தின் இரும்புக் கரத்தை அவருக்கும், அவரது ஆதரவாளர்களுக்கும் எதிராக நீட்டியது. பதிலுக்கு நாடார்கள், பள்ளர்கள் என்ற இரு ஜாதியினரை தனக்கும் தனது ஜாதிக்கும் எதிராகத் திருப்பி விடுவதாக காங்கிரஸ் மற்றும் காமராஜர் மீது தேவர் குற்றம் சுமத்தினார்.

1937ல் தேர்தல் அரசியல் வந்ததிலிருந்து, முதுகுளத்தூர் பகுதியில் தேர்தல்கள் மோதல்களையும், முரண்பாடுகளையும் தூண்டிவிட்டன. சுதந்திரத்திற்குப் பிறகு, தேவர் காங்கிரஸிலிருந்து விலகியதால், தேர்தல்கள் நடத்துவது மேலும் பிரச்சனைக்குரியதானது. 1952 ஆம் ஆண்டு நடத்தப்பட்ட தேர்தல்களில் பெரிய வன்முறைகள் இல்லை. அருப்புக்கோட்டை இடைத்தேர்தலின்போதும் பெரிய வன்முறைகள் இல்லை. முதலமைச்சர் ராஜாஜி தென் தமிழ்நாட்டுத் தொகுதிகளின் நிகழ்வுகள் பற்றி அதிகம் அக்கறை காட்டவில்லை. 1957-ல் காமராஜர் முதலமைச்சர் பொறுப்பேற்றவுடன் சரிந்து வரும் காங்கிரஸின் செல்வாக்கை அதிகரிக்க, ராமநாதபுரம் கட்சி விவகாரங்களில் அவர் தனிப்பட்ட கவனம் செலுத்த ஆரம்பித்தார். ஒடுக்கப்பட்ட ஜாதியினர் மத்தியில் தனது கட்சியின் செல்வாக்கை அதிகப்படுத்துவதுதான் அவருக்கு உடனடியாக தோன்றிய வழிமுறை.

நடைமுறை மதிநுட்பம் கொண்டவரான காமராஜர், ராமநாதபுரம் மாவட்டத்தில் தேவரின் செல்வாக்கைக் குறைக்க பல்வேறு நடவடிக்கைகளை மேற்கொண்டார். தேவர் ஒரு பெரிய தொகுதியில் தோற்றுவிடுவார் என்று கருதி, அருப்புக்கோட்டை பாராளுமன்றத் தொகுதியை ஸ்ரீவில்லிபுத்தூர் தொகுதியோடு இணைக்க ஏற்பாடு செய்தார். 1952ல் பார்வர்ட் பிளாக்கிற்கு ஒதுக்கப்பட்ட சின்னத்தை (சிங்கம்) வாக்காளர்கள் மத்தியில் குழப்பத்தை ஏற்படுத்தும் நோக்கத்தோடு ஒரு சுயேச்சைக்கு அளிக்குமாறு செய்தார். தமிழ்நாட்டு அரசியலின் சிக்கலான சூழ்நிலையை காமராஜரும் எதிர்கொள்ள நேர்ந்தது. ராஜாஜி தலைமையில் காங்கிரஸ் ரிஃபார்ம் கமிட்டி - சி.ஆர்.சி - என்ற தனி அமைப்பாக இருந்த அதிருப்தியாளர்களை காங்கிரஸோடு ஒன்றிணைக்கும் கடுமையான சவால் அவர் முன் இருந்தது. 1957ல் சி.ஆர்.சி. பார்வர்ட் பிளாக்குடன் தேர்தல் உடன்பாடு வைத்துக் கொண்டது. காமராஜரின் அரசியல் எதிரிகள் தந்த ஆதரவால் பலமடைந்த முத்துராமலிங்கத் தேவர், காங்கிரஸையும், அதன் தலைவர் காமராஜரையும் கடுமையாகத் தாக்க ஆரம்பித்தார்.

1957 சட்டமன்றத் தேர்தலுக்கான அறிவிப்பு இப்பகுதியில் உள்ளே கனன்றுகொண்டிருந்த பதட்டத்தை வெளியே கொண்டுவந்தது. இத்தேர்தலின் சட்டமன்றத்திற்கு முதுகுளத்தூர் தொகுதியிலும்,

பாராளுமன்றத்திற்கு ஸ்ரீவில்லிபுத்தூர் தொகுதியிலும் போட்டியிட தேவர் முடிவு செய்தார். காங்கிரஸிற்குப் பிரச்சாரம் செய்தவர்கள் எந்த ஜாதியைச் சேர்ந்தவராக இருந்தாலும், தேவரின் ஆதரவாளர்களால் அச்சுறுத்தப்பட்டார்கள். தாக்கப்பட்டார்கள். தேவர் பிரச்சாரம் செய்யவில்லை என்றாலும் பாராளுமன்றம், சட்டமன்றம் ஆகிய இரண்டு தொகுதிகளிலும் வெற்றி பெற்றார். ஆனால் அவர் இரண்டில் ஒன்றை ராஜினமா செய்ய முடிவெடுத்ததால், முதுகுளத்தூரில் இடைத் தேர்தல் வந்தது. அங்கு பார்வர்ட் பிளாக் வேட்பாளராக டி.எல். சசிவர்ணத் தேவரை முத்துராமலிங்கத் தேவர் நிறுத்தினார். சசிவர்ணத்தேவர், முத்துராமலிங்கத் தேவரைப் போல், மறவர் ஜாதியின் கொண்டயன்கோட்டைப் பிரிவைச் சேர்ந்தவர். அகமுடையார்களின் வாக்குகளைப் பிரிக்க, சசிவர்ணத் தேவருக்கு எதிராக அகமுடையார் பிரிவினரான பி.எம்.பாஸ்கரன் சேர்வையை நிறுத்தியது.

இத்தேர்தலில், பள்ளர்கள் வெளிப்படையாகவே காங்கிரஸிற்குப் பிரச்சாரம் செய்தார்கள். மற்ற எந்த விஷயத்தையும் விட இது முத்துராமலிங்கத் தேவருக்கு மனவருத்தத்தைத் தந்தது. காங்கிரஸ், காமராஜர், நாடார்கள் மீது தேவர் மிக அவதூறான தாக்குதல்களை நடத்தினார். பேரையூர், சாயல்குடி, வடக்கம்பட்டி ஆகிய இடங்களில் அவர் ஆற்றிய உரைகளை பின்னர் காங்கிரஸ் அரசாங்கம் தடுப்புக் காவல் சட்டத்தின் கீழ் அவரைக் கைது செய்யப்பயன்படுத்தியது. பார்வர்ட் பிளாக் தொண்டர்கள், பாஸ்கரன் சேர்வைக்கு ஆதரவாக காங்கிரஸ் தொண்டர்கள் பிரச்சாரம் செய்வதைத் தடுக்கவும், வெற்றியை நிர்ணயிக்கக் கூடிய தலித் மற்றும் பெண் வாக்காளர்களைத் தேர்தலன்று வாக்குச் சாவடிக்கு வரவிடாமல் தடுக்கவும் தூண்டுவதில் அவரது இந்தப் பேச்சுகள்தான் முக்கியப் பங்காற்றின. முன்சீப், தலையாரி, கர்ணம், வருவாய் ஆய்வாளர் எல்லோரும் அவருக்கு உடந்தையாக இருந்தார்கள். நியாயமாக, அமைதியாக தேர்தல் நடக்க போதுமான ஏற்பாடுகள் செய்யப்பட்டு உள்ளன என்ற காமராஜர் அரசாங்கத்தின் அறிக்கைக்கு மாறாக இவையெல்லாம் நடந்தன.

காங்கிரஸின் செயல்பாடுகளும் எவ்விதத்திலும் விமர்சனத்திற்கு அப்பாற்பட்டு இருக்கவில்லை. முதுகுளத்தூர் பிரச்சாரத்திற்காக வேறுமாவட்டங்களிலிருந்து வந்திருந்த காங்கிரஸின் பாராளுமன்ற, சட்டமன்ற உறுப்பினர்கள் முத்துராமலிங்கத் தேவரை அவதூறாகப் பேசினார்கள். உள்துறை அமைச்சர் பக்தவத்சலம் தேவரைத் தனிப்பட்ட முறையில் தாக்கிப் பேசினார். இது பின்னர் தேவரின் ஆதரவாளர்களால் சட்டமன்றத்தில் சுட்டிக்காட்டப்பட்டது. தேனி தியாகராஜன், ஆர்.வி.சுவாமிநாதன், கே.டி.கோசல்ராம் ஆகியோர் அச்சுறுத்தும் விதமாகப் பேசியதாகக் கூறப்படுகிறது. தேவர் பகுதிகளில்

தேர்தல் பிரச்சாரம் செய்தபோது கோசல்ராம் தமது கைத்துப்பாக்கியைக் காட்டி மிரட்டியதாகக் குற்றம்சாட்டப்பட்டது.

காங்கிரஸ் கட்சியின் கடுமையான முயற்சிகளுக்குப்பிறகும் பாஸ்கரன் சேர்வை அதிக வாக்கு வித்தியாசத்தில் தோல்வி கண்டார். ஆனால் விஷயம் இதோடு முடியவில்லை. முதலில் சுயேச்சையாக வேட்புமனு தாக்கல் செய்து, பின்னர் வேட்பாளர் பட்டியல் அறிவிக்கப்படுவதற்கு முன்பு வாபஸ் பெற்ற வி.அருணகிரி மாநிலத் தேர்தல் கமிஷனிடம் சசிவர்ணத் தேவர் வெற்றி பெற்றதை எதிர்த்து ஒரு மனுவை அளித்தார். தவறான தேர்தல் நடவடிக்கைகள், தேர்தல் அதிகாரிகளின் பாரபட்சமான போக்கு, வாக்களிக்கும்போது, மக்கள் பார்வர்ட் பிளாக் தொண்டர்களால் மிரட்டப்பட்டது ஆகிய குற்றச்சாட்டுகளை அவர் குறிப்பிட்டார். அருணகிரியின் செயல் தேவரின் ஆதரவாளர்களுக்கு ஆத்திரமூட்டியது. பகுதி முழுக்க தேவர்கள், பள்ளர்களுக்கு இடையே ஜாதி மோதல்கள் மீண்டும் தொடங்கின. ஆள்கடத்தல், கற்பழிப்பு, கொள்ளை, தலித்துகள் மீது பொய்யாக திருட்டு வழக்குகள் போடுதல், தானியங்கள், வைக்கோல் போர்களுக்குத் தீ வைத்தல், எதிர் தரப்பின் கால்நடைகளைத் தூக்கிச் சென்று அடைத்து வைத்தல் என்று அனைத்து அராஜகங்களும் நடந்தன.

இந்தச் சம்பவங்களால் எச்சரிக்கையடைந்த ஆட்சியர் பணிக்கர் அனைத்து ஜாதித் தலைவர்களும் சூழ்நிலையை மேலும் மோசமாக்கும் நடவடிக்கைகளில் ஈடுபடாமல் தடுக்கவும், மாவட்டத்தில் ஜாதி மோதல்களைக் கட்டுப்படுத்தவும் அவர்களை பேச்சுவார்த்தைகளில் ஈடுபடுத்தவும் ஒரு அமைதிக் கூட்டத்தை நடந்த முடிவு செய்தார். சட்ட ஒழுங்குப் பிரச்சினைக்குக் காரணம் ஜாதி மோதல்கள் தான் என்று கருதிய அவர் 1957 செப்டம்பர் 10ம் தேதி முதுகுளத்தூர் தாலுகா அலுவலகத்தில் நடந்த கூட்டத்திற்கு ஜாதித் தலைவர்களை மட்டுமே அழைத்திருந்தார். நாடார்கள், தேவர்கள், பள்ளர்கள் ஆகியோர் சார்பாக அவர்களின் தலைவர்கள் கலந்துகொண்டார்கள். இவர்களோடு சிவகங்கை, அருப்புக்கோட்டை, திருவாடானை சட்டமன்ற உறுப்பினர்களும் கலந்து கொண்டார்கள், தனக்கும் தனது கட்சிக்கும் எதிராக நாடார்கள் தலித்துகளைத் தூண்டி விடுகிறார்கள் என்று கூறி, தான் வெற்றிபெற்றதிலிருந்து தனது தொகுதிக்கு வராமல் இருந்த தேவர் இந்த அமைதிக் கூட்டத்தில் கலந்து கொள்ள முடிவு செய்தார்.

கூட்டம் ஆரம்பிக்கும்போது அமைதிப் பேச்சு வார்த்தைகளில் பள்ளர்களை யார் பிரதிநிதித்துவப்படுத்துவது என்பது பற்றி பிரச்சனை வந்தது. முத்துராமலிங்கத் தேவரின் கூட்டாளியாகக் கருதப்படும்

பள்ளர் சட்டமன்ற உறுப்பினர் ஏ.பெருமாளா? அல்லது தலித் சமூகத்தின் விடிவெள்ளியாகக் கருதப்படும் இம்மானுவலா? என்ற பிரச்சினை மறைமுகமாகச் கிளம்பியது. கூட்டம் ஒரு கசப்புணர்வோடு நடந்துகொண்டிருக்க, ஆட்சியர் ஒவ்வொரு குழுவையும் தனித்தனியாகச் சந்திக்க முடிவு செய்தார். இறுதியில் அமைதியை நிலைநாட்ட உறுதியேற்கும் ஒரு அறிக்கையில் அவர்களைக் கையெழுத்திட வைப்பதிலும் வெற்றி பெற்றார். கூட்டு அறிக்கையில் இம்மானுவல் கையெழுத்திடுவதற்கு முத்துராமலிங்கத் தேவர் ஆட்சேபித்ததால், ஆட்சியர் ஒவ்வொரு குழுவையும் தனித்தனியாக கையெழுத்திடச் சொன்னார். ஆனால் வியப்பூட்டும் விதமாக இந்த அறிக்கையை பின்னர் ஆட்சியர் பயன்படுத்தவில்லை.

கூட்டத்தில் இம்மானுவல் வெளிப்படையாக எதிர்த்துப் பேசுவார் என்று தேவர் எதிர்பார்த்திருக்கவில்லை. அவரது வாழ்நாளில் தனது தலைமைக்கு இப்படிப்பட்ட ஒரு சவாலை அவர் சந்தித்ததில்லை. எனவே கூட்டத்திலிருந்து வெளியே வரும்போது மிகவும் மனவருத்தம் அடைந்ததுபோல் காணப்பட்டார். அந்தக் கசப்பான சூழல் பற்றி தனது ஆதரவாளர்களிடம் தனது கோபத்தை வெளிப்படுத்தினார். தேவர் மனம்வெறுத்துப் பேசியபோது அருகில் இருந்தவர்களில் அங்குசாமித் தேவரும் ஒருவர் என்று கீழத்தூவல்காரர்கள் நினைவு கூர்ந்தார்கள். தேவர் அங்கிருந்து பசும்பொன்னிற்கும், மறுநாள் அங்கிருந்து மதுரைக்கும் போய் விட்டாலும்கூட, அங்குசாமித் தேவர் கீழ்த்தூவல் போனதும், அமைதிக் கூட்டத்தில் முத்துராமலிங்கத் தேவர் அவமதிக்கப்பட்டதாகக் கருதியது பற்றி தம் ஊர்க்காரர்களிடம் பேசினார். தமது தலைவரை அவமதித்தவர் என்று அவர்கள் கருதிய இம்மானுவலைக் கொல்ல முடிவு செய்தார்கள்.

இம்மானுவலின் கொலை பள்ளர் சமூகத்தில் எந்தவித முறையான எதிர்ப்பையும் ஏற்படுத்தவில்லை. தேவர்களின் தாக்குதல்களையும் அது நிறுத்தவில்லை. இம்மானுவல் கொலை செய்யப்பட்ட பிறகும், அருங்குளத்தில் கோவில் திருவிழாவிற்காக ஏற்பாடு செய்யப்பட்டிருந்த அரிச்சந்திரா நாடகம் திட்டமிட்டபடி செப்டம்பர் 11ம் தேதி நடந்தது. தேவரைப் புகழ்ந்து பாடும்படி ஹார்மோனியக்காரர் நிர்பந்தம் செய்யப்பட்டார். இதை சில பள்ளர்கள் ஆட்சேபித்தார்கள். இதனால் கூட்டத்தில் குழப்பம் ஏற்பட, மோதல் ஏற்படாமல் தடுக்க கிராமத்தின் பெரியவர்கள் நாடகத்தை நிறுத்திவிட்டார்கள். நாடகம் இரண்டாவது நாளும் நாடகம் ரத்தானது. பள்ளர்கள் தம்மை அவமதித்துவிட்டார்கள் என்று கருதிய தேவர்கள், அவர்களுக்குப் பாடம் புகட்ட நினைத்தார்கள். செப்டம்பர் 12ம் தேதி ஐந்து பள்ளர்கள் கொலை செய்யப்பட்டார்கள். இதில் ஒருவர் பெண். பள்ளர் கிராமத்திற்குத் தீ வைத்த தேவர்கள்

பிணங்களை அந்தத் தீயில் தூக்கிப் போட்டார்கள். பதிலடியாக பள்ளர்கள் ஐந்து தேவர்களைக் கொன்றார்கள். இதில் பெண்கள் நால்வர். ஒரு தேவர் பெண்ணின் மரண வாக்குமூலத்திலிருந்து, வெளியூர்களிலிருந்து தேவர்கள் வந்ததைப் போலவே, கலகம் செய்ய வெளியூர்களிலிருந்து பள்ளர்களும் வந்திருந்தது தெரிந்தது. பின்னர் சென்னை சட்டமன்றத்தில் பேசும்போது சசிவர்ணத் தேவர் அருங்குளத்தில் கொல்லப்பட்ட நான்கு பள்ளர்களும் வெளியூர்க்காரர்கள் என்று உறுதியாகக் கூறினார்.

இந்த சம்பவங்கள் நடந்த அதே வேளையில், இம்மானுவல் கொலையில் சம்பந்தப்பட்டவர்களைத் தேடும் சாக்கில் இன்ஸ்பெக்டர் ராயும், அவரது சிறப்பு ஆயுதப்படையும் வந்து தேவர்களைச் சுட்டுக் கொன்றது. கீழத்தூவலில் ஆயுதமேந்திய ஒரு தேவர் கும்பல் காவல்துறையினரைத் தாக்க முயற்சி செய்தது என்றும், அவர்கள் தற்காப்பிற்காக சுடநேர்ந்தது என்றும் காவல்துறை தரப்பில் கூறப்பட்டது. வெங்கடேஸ்கரன் ஆணையம் போலீஸை விடுவித்துவிட்டாலும்கூட ஜாதி வேறுபாடின்றி, இன்றும் மக்களின் நினைவில் அது காவல்துறையினர் செய்த கொடூரமான கொலையாகத்தான் நிற்கிறது. அருப்புக்கோட்டை மற்றும் விருதுநகரின் நாடார்கள் உட்பட ராமநாதபுர மாவட்ட மக்கள் அனைவரும், ‘ஆய்வாளர் ராய் சில தேவர்களைக் கைகளைக் கட்டிப் போட்டு, சுட்டுக் கொன்ற பிறகுதான் தேவர்கள் அடங்கினார்கள்’ என்று நினைவுகூர்கிறார்கள்.

கிழக்கு ராமநாதபுரத்தில் முக்குலத்தோர் உள்ளூர் போலீஸாருடன் மோதுவது மிகவும் சகஜமான நிகழ்வு. எனவே, தேவர் கூட்டம் தம்மைத் தாக்கியது, தற்காப்பிற்காக சுட்டோம் என்ற வாதத்தை போலீசால் எளிதாக நம்ப வைக்க முடிந்தது. ஆய்வாளர் ராய் கேரளாவில் ‘என்கௌண்டர்கள்’ நடத்தியவராக ஏற்கனவே அறியப்பட்டவர். இரு கைதிகளை போலீஸ் என்கௌண்டர் செய்த வழக்கு ஒன்று அவர் மீது நிலுவையில் இருந்தது. வெங்கடேஸ்வரன் ஆணையம் தனது அறிக்கையில் துப்பாக்கிச் சூட்டை எவ்வளவுதான் நியாயப்படுத்தினாலும், அன்றைய பத்திரிகைகள், எதிர்க்கட்சிகள், பொதுமக்கள், யாருமே அதை நம்பவில்லை.

தேவர்களுக்கு எதிராக ஒரு கடும் நிலைபாட்டை எடுக்க வேண்டும் என்ற அரசாங்கத்தின் உறுதி நிலையின் விளைவே கீழத்தூவல் சம்பவம். இந்த உறுதிப்பாடு எந்த சமரசமும் இன்றி இரக்கமற்ற வகையில் தொடர்ந்தது, செப்டம்பர் 14ஆம் தேதி முதல் தேவர் கிராமமான இளஞ்சம்பூரில் காவல்துறை முகாமிட்டிருந்தது. அருங்குளம் சம்பவத்திற்குப் பிறகு பக்கத்து பள்ளர் கிராமமான

வீராம்பலிலிருந்து பிரச்சனை வரும் என்று காவல்துறை எதிர்பார்த்தது. இருப்பினும் செப்டம்பர் 16ஆம் தேதி காவல் படை திரும்பப் பெறப்பட்டது. காவலர்கள் சென்றவுடன், இளஞ்சம்பூரின் நான்கு தேவர்கள் கொல்லப்பட்டார்கள். தேவர்களைத் தண்டிப்பதற்காக காங்கிரஸ் அரசாங்கம் வேண்டுமென்றே காவலர்களைத் திரும்பப் பெற்றது என்று எதிர்கட்சிகள் குற்றம் சாட்டின. தேவர்களின் பதில் தாக்குதலை எதிர்பார்த்த வீராம்பல் பள்ளர்கள் உள்ளூர் செயிண்ட் பால் தேவாலயத்தில் தஞ்சம் புகுந்தார்கள். ஆனால் ஒரு தேவர் கும்பல் தேவாலயத்தின் ஜன்னல்களை உடைத்து, ஆதரவற்ற பள்ளர்களை நோக்கி சுட ஆரம்பித்தது. இறந்தவர்களின் ஏழு பேர் பள்ளர்கள். உயிர்சேதம் போக, பள்ளர்களின் குடிசைகளும் சேதமடைந்தன. இவ்வழக்கில் குற்றம்சாட்டப்பட்ட 61 பேரில், ஏழு பேருக்கு ஆயுள் தண்டனை விதிக்கப்பட்டது. எஞ்சியவர்கள் விடுதலை செய்யப்பட்டார்கள்.

தேவர்கள் மட்டுமே வசிக்கும் கீராந்தை கிராமத்தினர் முரட்டு சுபாவத்திற்கப் பெயர் பெற்றவர்கள். ஆனால் சுற்றிலும் பள்ளர் கிராமங்கள் இருந்தால், தாம் பாதுகாப்பற்று இருப்பதாக அவர்கள் கருதினார்கள். அவர்களைப் பாதுகாப்பதற்காகவும், பள்ளர்கள் தாக்குவதற்கு முன்பே தாம் தாக்கிவிட வேண்டும் என்பதற்காகவும் ஆயுதமேந்திய நூற்றுக்கணக்கான தேவர்கள் செப்டம்பர் 17ம் தேதி கீராந்தையில் கூடினார்கள். இதற்குத் தூண்டுதலாக அமைந்தது வடக்கம்பட்டியில் தேவர் ஆற்றிய ஆவேசமான உரை. தங்களது போர் மரபுகளின்படி ஆடையணிந்து கீராந்தை நோக்கி அணிவகுத்த அவர்கள் வழியில் புத்தாம்பல் கிராமத்தில் பள்ளர் வீடுகளுக்குத் தீ வைத்தார்கள். சிறப்பு ஆயுதப் படையோடு இவர்கள் மோதியபோது, போலீஸ் கலைந்து செல்லுமாறு எச்சரித்தது. பின்னர் நடந்த துப்பாக்கிச் சூட்டில் ஐந்து பேர் இறந்தார்கள். 81 தேவர்கள் மீது வழக்கு பதிவு செய்யப்பட்டது. தலித்துகளும் பதிலடி தரும் மனநிலையில் இருந்ததால் போலீஸ் சுமார் 100 தலித்துகளைக் கைது செய்தது.

செப்டம்பர் 20ஆம் தேதி அருப்புக்கோட்டை தாலுகா உளுத்திமடையில் மற்றொரு துப்பாக்கிச் சூடு நடந்தது. இதில் நான்கு தேவர்கள் கொல்லப்பட்டார்கள். உளுத்தி மடை துப்பாக்கிச் சூட்டில் சம்பந்தப்பட்ட ஆய்வாளர் எஸ்.ஜான்சன் ஆவார். இங்கும் கீழத்தூவல் சம்பவங்கள் திரும்பவும் நடந்தன. போலீஸ் ஐந்து தேவர்களை விடுவித்து விட்டு, அவர்கள் ஓடும்போது நான்கு பேரை சுட்டுக் கொன்றதுதான் ஒரே வித்தியாசம். இச்சம்பவம் வெங்கடேஸ்வரன் ஆணையம் விசாரணை நடந்துகொண்டிருந்தபோதே நிகழ்ந்தது. ஆனால் கீழத்தூவல் துப்பாக்கிச் சூட்டை மட்டுமே விசாரிக்கச் சொல்லி

வெங்கடேஸ்வரன் ஆணையத்திற்கு உத்தரவு தரப்பட்டிருந்தது. நீதி விசாரணை வேண்டும் என்ற எதிர்க்கட்சிகளின் கோரிக்கை நியாயமானதுதான் ஆனால் அது நிராகரிக்கப்பட்டது.

இந்த மோதல்களில் தேவர்கள் துப்பாக்கிகள், கைத்துப்பாக்கிகளைப் பயன்படுத்தினார்கள். பள்ளர்கள் தம் எதிரிகள் மீது நாட்டுக்குண்டுகளை வீசினார்கள்.[2] பேரையூரின் நாடார்கள் பள்ளர்களுக்கு நாட்டு குண்டுகளை அளித்தார்கள் என்றும், இந்தக் குண்டுகள் நாடார்களின் ஆதரவில் அருப்புக்கோட்டையில் தயாரிக்கப்பட்டன என்றும் சொல்லப்பட்டது. இதற்காகத்தான் முத்துராமலிங்கத் தேவர், தேவர்களை பேரையூரில் கூடச் சொல்லி அறைகூவல் விடுத்தார். முத்துராமலிங்கத் தேவர் கூறியதுபோல நாடார்கள் ஜாதிரீதியாக இதில் சம்பந்தப்பட்டிருந்தார்களா? என்பது தெரியவில்லை. ஆனால் இந்த நூலாசிரியர் அருப்புக்கோட்கடையின் முக்கியமான நாடார்களிடம் விசாரித்தபோது, அருப்புக்கோட்டை எஸ்.பி.கே. உயர்நிலைப் பள்ளி அருகே பெட்டிக்கடை வைத்திருந்த மூக்கன் என்பவர் குண்டு தயாரிக்கும்போது ஏற்பட்ட விபத்தில் இறந்ததாக அவர்கள் கூறினார்கள். ஆனால் மூக்கன் அந்த சமயத்தில் பள்ளர்களுக்கு குண்டுகள் செய்து தந்துகொண்டிருந்தாரா என்பது பற்றி அவர்களால் தெளிவாக நினைவுபடுத்திக் கூற முடியவில்லை. சட்டமன்றத்தில் தெரிவிக்கப்பட்டது போல பேரையூரில் சுமார் மூன்றரை மாத காலம் 70 ரிசர்வ் போலீஸ் முகாமிட்டிருந்தது, தேவர் தாக்குதலுக்கு எதிர்தாக்குதல் நடத்தும் மையப்புள்ளியாக பேரையூர் இருந்ததைக் காட்டுகிறது.

கீழத்தூவல் துப்பாக்கிச் சூடு பற்றி விசாரிக்க அரசாங்கம் வெங்கடேஸ்வரன் என்ற ஐசிஎஸ் அதிகாரி தலைமையில் ஒரு நபர் விசாரணை ஆணையத்தை அமைத்தது. தேவர்கள் சார்பாக மதுரையிலிருந்து வழக்கறிஞர்கள் ஆஜரானார்கள். சட்டமன்ற உறுப்பினர்கள் உள்ளிட்ட தலித் தலைவர்கள் வெங்கடேஸ்வரனைச் சந்தித்து தமது கவலைகளை, கருத்துகளைத் தெரிவித்தார்கள். இதை கட்சி வேறுபாடுகளைக் கடந்து செய்தார்கள். அரசாங்கம் ஆணையத்தின் அறிக்கையை சட்டமன்றத்தில் சமர்ப்பித்தது. ஆனால் அதில் எந்த

---

2. கமுதி யூனியன் கோவிலாங்குளத்திற்கு வடகிழக்கே ஐந்து கிலோமீட்டர் தூரத்தில் உள்ள நெஞ்சிப்பேட்டை கிராமத்தில் முத்துக் குடும்பன் என்ற பள்ளருக்குச் சொந்தமான காலி குடிசையில் மாலை சுமார் 6 மணிக்கு ஒரு நாட்டுவெடி குண்டு வெடித்தது. தகவல் அறிந்து சென்ற போலீஸ் ரோந்துப்படை சுவரில் மறைத்து வைக்கப்பட்டிருந்த 12 நாட்டு வெடிகுண்டுகளைக் கைப்பற்றியது. குடிசையில் இருந்த கண்ணாயிரம், சீனி என்ற இரு பள்ளர்கள் கைது செய்யப்பட்டார்கள். தேவர்கள் தாக்கினால் பயன்படுத்துவதற்கான பள்ளர்கள் குண்டுகளை சேகரித்து வைத்திருந்ததாகத் தெரிந்தது. G.O.No. 404 (MS)PUbli (General-A) Department (confidential) 11 september *1958*

விவாதங்களையும் அனுமதிக்கவில்லை. நம்பிக்கையில்லாத் தீர்மானம் மீதான விவாதத்தின்போது, தீர்மானத்தைக் கொண்டுவந்தவர் ஆய்வாளர் ராய் தலைமையிலான போலீஸ் படையை ஒரு தேவர் கும்பல் தாக்கியதாக போலீஸ் கூறியது பற்றிப் பேசினார். வெங்கடேஸ்வரனே கீழத்தூவலில் ஆயிரம்பேர் கூடுவதற்கு வாய்ப்பில்லை என்று கூறியிருந்ததைக் குறிப்பிட்டார். போலீஸைக் குற்றங்களிலிருந்து விடுவிக்க வெங்கடேஸ்வரன் கருதியதாலும், யாருமே அவரது கூற்றை ஏற்கத் தயாராக இல்லாததாலும், இது குறித்து சபையில் மற்ற உறுப்பினர்கள் அதிகமாக விவாதிக்கவில்லை. வெங்கடேஸ்வரனின் தகுதி பற்றிய கேள்வியைக் குறிப்பாக எழுப்பிய உள்துறை அமைச்சர், ஆணையத்தை கடுமையாக விமர்சிப்பவர்கள்கூட அந்த அதிகாரியின் அனுபவம், பாரபட்சமற்ற தன்மை, நேர்மை பற்றி புகழ்ந்துள்ளார்கள். என்றார்.[3] இதற்கு எதிர்க்கட்சிகளிடமிருந்து ஆட்சேபணை இல்லை.

பத்திரிகைகள், குறிப்பாக ஆங்கில நாளிதழ் இந்து, பரவலான ஜாதி மோதல்கள் குறித்த மக்களின் கவலைகளை பிரதிபலித்தன. முத்துராமலிங்கத் தேவர், காமராஜர் ஆகிய இருவரும் அமைதியை நிலைநாட்ட உதவவேண்டும் என்று இந்து நாளிதழ் விரும்பியது. அவர்களால் முடியவில்லை என்றால் ராணுவத்தை அழைப்பதுதான் அரசாங்கத்திற்கு உள்ள ஒரே வழி என்றது. செப்டம்பர் 19 மற்றும் 20ம் தேதிகளில் போலீஸ் துப்பாக்கிச் சூடு நடத்தியபோது, நீதிவிசாரணை வேண்டும் என்ற எதிர்க்கட்சிகளின் கோரிக்கையை அது ஆதரித்தது. பின்னர் வெங்கடேஸ்வரன் ஆணையத்தின் அறிக்கையை விமர்சித்தது. அதன் முடிவுகள் மக்களது ஐயங்களைத் தீர்க்க உதவவில்லை என்றது.[4] எதிர்க்கட்சிகள் சிறப்புப்படை இன்ஸ்பெக்டர் ராய், சர்க்கிள் இன்ஸ்பெக்டர் எஸ்.ஜான்சன் ஆகியோரை உடனடியாக பணியிட மாற்றம் செய்யவேண்டும் என்று கோரின. எனினும், அரசாங்கம் அவர்களது எந்தக் கோரிக்கையையும் ஏற்கத் தயாராக இல்லை. மாறாக, முத்துராமலிங்கத் தேவரை தடுப்புக்காவல் சட்டத்தின் கீழ் கைதுசெய்யும் கடுமையான நிலைபாட்டை எடுத்தது. கிழக்கு ராமநாதபுரத்தின் நிகழ்வுகள் ஜாதிப் பிரச்சனையல்ல. அரசியல் பிரச்சனை என்று முத்துராமலிங்கத் தேவரும், எதிர்க்கட்சியினரும் கூறிவந்தனர். வியப்பூட்டும் விதமாக தேவரை விடுவிப்பதற்கான ஜாமீன் மனுவை இரண்டு தலித்துகள்

---

3. ஐசிஎஸ்/ஐஏஎஸ் வட்டாரங்களில் அவர் காங்கிரஸ் ஆதரவாளராகக் கருதப்பட்டார். மேலது.

4. இந்தியன் எக்ஸ்பிரஸ், தினமணி ஆகியவற்றின் ஆசிரியர்களுக்கு எழுதியும், தொடர்புகொள்ள முயற்சித்தும்கூட, அவர்களிடமிருந்து எந்த சரியான பதிலும் வரவில்லை. அதனால் அந்தக் காலகட்டத்தின் இந்த இரு முக்கியமான பத்திரிகைகள் எனக்குக் கிடைக்கவில்லை.

அளித்தார்கள். மதுரை மாவட்டத்தில் நடந்த ஆர்ப்பாட்டங்களில் தலித்துகளும் பங்கேற்றார்கள். நிகழ்ச்சிகளின் போக்கால் விரக்தியடைந்த எதிர்க்கட்சிகள் சட்டமன்றத்தில் நம்பிக்கையில்லாத் தீர்மானம் கொண்டுவந்தன.

தீர்மானத்தைக் கொணர்ந்த சி.பி.ஐ.யின் எம்.கல்யாணசுந்தரம் காமராஜரையும், பக்தவச்சலத்தையும் கடுமையாகத் தாக்கினார். மற்ற மாவட்டங்களில் தலித்துகளுக்கு எதிராக நடக்கும் கொடுமைகளைக் கண்டுகொள்ளாத அரசாங்கம், தேவரையும், பார்வர்ட் பிளாக் கட்சியையும் அவமதிப்பதற்காக முதுகுளத்தூரில் மிதமிஞ்சி செயல்பட்டதாக குற்றம் சாட்டினார். எதிர்க்கட்சிகள், குறிப்பாக அண்ணாதுரை தலைமையிலான திமுக கிழக்கு ராமநாதபுரத்தில் ஆதரவற்ற பள்ளர்களைக் காக்கத் தவறிய காங்கிரஸின் தோல்வியை சுட்டிக்காட்டின. அண்ணாதுரை அரசாங்கத்தின் மீது திமுக நம்பிக்கை இழந்துவிட்டது என்றார். காங்கிரஸ் ஆட்சியில் இதுவரை இல்லாத அளவிற்கு போலீஸ் துப்பாக்கிச் சூடுகள் அதிகரித்துவிட்டதை குறிப்பாக அவர் விமர்சனம் செய்தார். தலித்துகளை ஒடுக்குவோர் மீது அரசாங்கம் தீண்டாமைக் குற்றங்கள் சட்டத்தை பிரயோகிக்காதது பற்றி சத்தியவாணி முத்து, எம்.ஜகந்நாதன், சி.சந்தானம் ஆகியோர் குறை கூறினர். சசிவர்ணத் தேவரும், கே.ராமச்சந்திரனும் கலவரங்களுக்கு மத்தியில் அமைதிக்காக தேவர் எடுத்த முயற்சிகளைக் குறிப்பிட்டு அவருக்கு ஆதரவாகப் பேசினர். தனது உரையில் சசிவர்ணத்தேவர், தேவர் சமூகத்தின் மீது காவல்துறையின் அடக்குமுறை பற்றி விரிவாகப் பேசினார். பள்ளர்களுக்கு போதுமான போலீஸ் பாதுகாப்பு தரப்படவில்லை என்பது அவரது உரையில் இருந்த முரண்பாடு.[5]

மானாமதுரை சட்டமன்ற உறுப்பினர் சிதம்பர பாரதி, பட்டுக்கோட்டை உறுப்பினர் ஆர்.சீனிவாச ஐயர் ஆகியோர் காங்கிரஸிற்கு ஆதரவாகப் பேசினர். மேலும் அவர்கள் தேவரையும் நேரடியாகத் தாக்கிப் பேசினர். நம்பிக்கையில்லாத் தீர்மானத்திற்கு பதிலளிக்கும்போது சி.சுப்பிரமணியம் காங்கிரஸ் தரப்பு வாதங்களை அருமையாக முன்வைத்தார். முழுவிவாதங்களிலும் முதலமைச்சர் காமராஜர் மௌனமாக இருந்தார். எல்லாக் குற்றச்சாட்டுகளுக்கும் பக்தவத்சலமும், சி.சுப்பிரமணியமும்தான் பதிலளித்தார்கள். எதிர்க்கட்சிகளின் எந்தக் கோரிக்கையையும் அரசாங்கம் ஏற்கவில்லை. எதிர்க்கட்சிகள் நீதி விசாரணை கோரின. ஆனால் உள்துறை அமைச்சர் நடுவட்டம் துப்பாக்கிச் சூட்டுக்கு (1954) டபிள்யூ.ஆர்.எஸ். சத்தியநாதன் ஆணையம், வால்பாறை துப்பாக்கி சூட்டுக்கு (1957) டி.என். எஸ்.ராகவன் ஆணையம் அமைக்கப்பட்ட முன்னுதாரணங்களைக்

5. MLAD., vol.7, I-v, p.185.

காட்டி, வருவாய் வாரிய உறுப்பினர் விசாரணை செய்வதை நியாயப்படுத்தினார். சாட்சிகள் பிரமாண உறுதிமொழியின் பேரில் சாட்சியளிக்க வருவதற்கு நிர்பந்தம் செய்யவும், அவர்கள் அளித்த சாட்சியத்தின் அடிப்படையில் அவர்கள்மீது எந்த சிவில் அல்லது கிரிமினல் நடவடிக்கைகள் எடுக்கப்படுவதிலிருந்து விலக்கு அளிக்கவும் விசாரணை அதிகாரிகளுக்கு விசாரணை ஆணையச் சட்டத்தின்படி அதிகாரம் அளிக்கப்பட்டுள்ளதாக அரசாங்கம் சபையில் அறிவித்தது.[6]

இம்மானுவல் சேகரனின் கொடூரமான கொலை பற்றி பெரிய விவாதம் நடக்கவில்லை என்பது வருந்தத்தக்க விஷயம். சௌந்திரம் ராமச்சந்திரன் மட்டும்தான் அவரது முற்போக்கான பார்வை பற்றியும், சமூக சேவை பற்றியும் பேசினார். வேறு எவரும் அவரது மறைவால் ஏற்பட்ட வெற்றிடம் பற்றிப் பேசவில்லை. கொல்லப்பட்ட இம்மானுவல் பற்றி எதுவுமே குறிபிடாதது பற்றி தீர்மானத்தை முன்மொழிந்தவரையும், வழிமொழிந்தவரையும் ஆர்.சீனிவாச ஐயர் கடிந்துகொண்டார். ‘அந்த விஷயம் நீதிமன்றத்தில் இருப்பதால் உறுப்பினர் அதுகுறித்து விரிவாகப் பேசவேண்டாம். இம்மானுவல் கொலை செய்யப்பட்டார் என்று குறிப்பிட்டால் போதுமானது. அதன் பின்னால் உள்ள நோக்கங்கள் பற்றி அவர் பேசத் தேவையில்லை. குறிப்பிட்ட நபர்கள் இந்த கொலையைச் செய்தார்கள் என்று குற்றம்சாட்டத் தேவையில்லை’ என்று சி.சுப்பிரமணியம் இடைமறித்துக் கூறினார்.[7]

போலீஸ் தனது அறிக்கைகளிலும், செயல்களிலும் தலித்துகளுக்கு ஆதரவாக இருந்ததுபோல் தெரிந்தது. பல இடங்களிலும் (இளஞ்சம்பூர் மேலவராயனேந்தல் போன்ற இடங்களில் இருந்தது போல) பள்ளர்கள் போலீஸ் அதிகாரிகள் மீது நம்பிக்கை வைத்திருந்தார்கள். தமக்கு வர இருக்கும் ஆபத்துகள் பற்றி அவர்களுக்குத் தெரிவித்தார்கள். சில இடங்களில் குற்றவாளிகளை அடையாளம் காட்ட பள்ளர்கள் காவல்துறையுடன் சென்றார்கள். 1950-களில் தேவர்களை விட பள்ளர்கள் அதிகமான நிவாரணம் பெற்றதாகத் தெரிகிறது. சமீபத்தில் இம்மானுவலின் மூத்த மகள் மேரி வசந்தராணி, காமராஜர் அரசாங்கம் மாதாமாதம் இம்மானுவலின் நான்கு மகள்களுக்கும் ரூ.15/- தந்ததை நன்றியோடு நினைவுகூர்ந்தார். ‘இதற்காக எங்கள் வீட்டில் இப்போதும் நாங்கள் காமராஜரை கடவுளுக்கு அடுத்த ஸ்தானத்தில் வைத்திருக்கிறோம்’, என்றார் அவர்.[8]

---

6. மேலது, ப. 33.

7. மேலது, vol.7, p. 204.

8. *The Hindu*, 11 September 2013.

கலவரத்தால் பாதிக்கப்பட்ட பகுதிகளுக்கு பல உண்மை அறியும் குழுக்கள் சென்று பார்வையிட்டன. வீராம்பல் சென்றவர்கள் செயிண்ட் பால் தேவாலயத்தில் நடந்த இதயத்தை உலுக்கும் சம்பவத்தால் கலங்கிப் போனார்கள். சிலர் அதை இரண்டாவது ஜாலியன்வாலாபாக் சம்பவம் என்றுகூடக் குறிப்பிட்டார்கள். ஆனால் ஓரிரு தலித் சட்டமன்ற உறுப்பினர்கள் தவிர யாரும் அதை சட்டமன்ற விவாதத்தில் குறிப்பிடவில்லை. தமிழ்நாட்டு அரசாங்கம் சார்பாக உள்துறை அமைச்சர், நிதியமைச்சர், மத்திய அரசாங்கம் சார்பாக பி.என். தாதர், எதிர்கட்சிகளின் நால்வர் அமைதிக்குழு, சர்வோதயா பீஸ் மண்டல், காந்திகிராம் ரூரல் இன்ஸ்டிட்யூட் என்று அனைவரும் இந்தக் கலவரங்கள் பற்றி விரிவாகப் பேசினார்கள். அதோடு எதிர்காலத்தில் இது போன்ற அசம்பாவிதங்களைத் தடுக்க பல பரிந்துரைகளையும் அளித்தார்கள். அவற்றில் பலவும் இப்பகுதியின் பின்தங்கிய நிலையை மாற்றுவதற்கான வளர்ச்சித் திட்டங்கள் ஆகும்.

காமராஜர் அரசாங்கம் மேற்கொண்ட நடவடிக்கைகள் இப்பகுதியில் முரண்பட்ட இரு சமூகங்களுக்கு இடையிலுள்ள ஜாதி விரோதத்திற்கு முடிவு கட்டாமல் போயிருந்திருக்கலாம். ஆனால் அவை முக்குலத்தோர் சமூகத்தினர், கல்வி, வேலை வாய்ப்புகளை அதிகம் பெற நிச்சயமாக உதவின. முத்துராமலிங்கத் தேவரின் மரணத்திற்குப்பின் நடந்த 1964 இடைத்தேர்தலில் காங்கிரஸ் பார்வர்ட் பிளாக் வேட்பாளரைத் தோற்கடித்தது நிச்சயமாக காமராஜரின் திட்டத்திற்குக் கிடைத்த வெற்றிதான்.[9] அதுவரை அத்தொகுதியில் தேவரல்லாத வாக்காளர்கள் அச்சுறுத்தலில்தான் வாக்களித்து வந்திருக்கிறார்கள், முத்துராமலிங்கத் தேவரின் மரணத்திற்கு பிறகுதான் அப்பகுதியில் சுதந்திரமான, நியாயமான தேர்தல் நடத்துவது சாத்தியப்பட்டிருக்கிறது என்று ஊகிக்கவும் இது உதவுகிறது.

எனினும் தமது ஜமீன்தாரி முறை எதிர்ப்பு, குற்றப்பரம்பரைச் சட்டத்திற்கு எதிர்ப்பு, மெஜுரா மில் தொழிற்சங்கத் தலைமை (இங்கு கள்ளர் மறுவாழ்வுத் திட்டம் மூலம் ஏராளமான கள்ளர் பிரிவைச் சேர்ந்த தேவர்கள் வேலை பார்த்தார்கள்), 1937லிருந்து அப்பகுதியின் சட்டமன்ற உறுப்பினராக ஒரு காங்கிரஸ் தலைவராக பணியாற்றியது ஆகியவை காரணமாக, முத்துராமலிங்கத் தேவர் மிகவும் மதிக்கப்பட்ட தவைராகத் திகழ்ந்தார் என்பதை ஏற்கத்தான் வேண்டும். அவர் ராமநாதபுரம் மாவட்ட ஹரிஜன் சேவா சங்கத்தின் தலைவராக இருந்திருக்கிறார். மதுரை மீனாட்சி சுந்தரேஸ்வரர் கோவிலில் ஹரிஜன ஆலயப் பிரவேசத்திற்கு ஹரிஜன்களை அழைத்துச் சென்றிருக்கிறார். தனது பூர்விக சொத்துகளை தலித்துகளிடம்தான் குத்தகைக்கு விட்டிருந்தார். அதனால் அவர்களுக்கு அவர்தான் புரவலராகத் திகழ்ந்தார். இத்தகைய பின்னணியில் முத்துராமலிங்கத்

9. பார்வர்ட் பிளாக்கைத் தோற்கடித்த காங்கிரஸ் வேட்பாளர் இராமநாதபுரம் ராஜாவின் சகோதரர் காசிநாதராஜா.

தேவர் தனது சாம்ராஜ்ஜியத்தை ஒரு இணையான சிறிய அரசாங்கமாக நடத்தி வந்ததில் வியப்பேதுமில்லை.

கல்யாணசுந்தரம் குறிப்பிட்டதுபோல் நம்பிக்கையில்லாத் தீர்மானம் காங்கிரஸ் குறித்து குறைவாகவும், காமராஜர் குறித்து அதிகமாகவும் இருந்ததாகவே தெரிகிறது. கம்யூனிஸ்டுகளுக்கு நெடுங்காலமாகவே காங்கிரஸ் பற்றி சந்தேகம் உண்டு. காங்கிரஸ் கட்சிக்கு வெகுஜன ஆதரவை உறுதிப்படுத்த முன்னிறுத்தப்படும் பிம்பம் என்று அவர்கள் காமராஜரைக் கருதினார்கள். கட்சியின் உள்வட்டாரங்களில் சி.சுப்பிரமணியம் முதலமைச்சர் பதவிக்குப் போட்டியிட்டார். பக்தவத்சலத்தின் ஆதரவு இருந்தபோதும் அவர் தோற்றார். ஆனாலும் ஒரு சிறந்த அரசியல் மதிநுட்பவாதியாக, கட்சியின் ஒற்றுமையைக் காக்கும் பொருட்டு, காமராஜர் இருவரையும் அமைச்சரவையில் சேர்த்துக் கொண்டார். இந்த இரு மூத்த தலைவர்களோடும் அவருக்கு இருந்த பலவீனமான உறவைக் கருதித்தான் எதிர்கட்சியினர் காமராஜரை நெருக்கடி கொடுக்க திட்டமிட்டனர். ஆனால் எதிர்க்கட்சிகளின் தந்திரம் பலிக்கவில்லை. காங்கிரஸ் தலைவர்களின் திறமை, சட்டமன்றத்தில் காங்கிரஸ் உறுப்பினர்களின் எண்ணிக்கை ஆகியவை காரணமாக அரசாங்கத்தை எதிர்க்கட்சிகளால் வீழ்த்த முடியவில்லை.

இராமநாதபுரம் மாவட்டத்தில் தலித் நலன்களின் பாதுகாவலனாக காங்கிரஸ் தன்னைக் காட்டிக் கொண்டது. தஞ்சைப் பகுதியில் விவசாயக் கூலிகளாக தலித்துகளின் நலன்களைப் பாதுகாத்து வந்த இந்திய கம்யூனிஸ்ட் கட்சி, ராமநாதபுரத்தில் தலித் விரோத போக்கை ஆதரிப்பதாகப் பார்க்கப்பட்டது. இதனால் ராமநாதபுரம் மாவட்டத்தில் நிலமற்ற தலித் தொழிலாளர்களைத் திரட்டும் பணி அவர்களுக்குச் சிரமமாக இருந்தது. நம்பிக்கையில்லாத் தீர்மானத்தில் திமுக வாக்களிக்காமல் வெளிநடப்பு செய்தது அதற்கு தேர்தல் ஆதாயங்களை அளித்திருக்கக்கூடும். இராமநாதபுரத்தின் பள்ளர்களுக்கு ஆதரவாக தனது தலித் உறுப்பினர்களைப் பேச அனுமதித்ததன் மூலம் அது தான் அவர்களோடு உணர்வுபூர்வமாக இணைந்திருப்பதாக சமிக்ஞை காட்டியது. அதே சமயம், 1963ல் முத்துராமலிங்கத் தேவரின் மறைவிற்குப் பிறகு, அப்போது மாநிலத்தில் முக்கியமான எதிர்க்கட்சியாக உருவாகி வந்துகொண்டிருந்த திமுக, மூக்கையா தேவரோடு ஒரு உடன்பாடு செய்துகொண்டு, 1967 தேர்தலில் முக்குலத்தோர் வாக்குகளைப் பெற்றது.

காமராஜர் ஏதும் அறியாதவரல்ல. மிக மதிநுட்பம் வாய்ந்த அவரது முத்துராமலிங்கத் தேவர் குறித்த அணுகுமுறை, அரசியல்ரீதியாக ஆதாயம் தந்தது. தேவரது பாணியை விரும்பாதவர்கள் காமராஜரின் உறுதியைப் புகழ்ந்தார்கள். காங்கிரஸ் எந்த அளவிற்கு தேவரைத்

தாக்கியதோ, அந்த அளவிற்கு முக்குலத்தோரிடையே தேவரின் செல்வாக்கு வளர்ந்தது. தேவரைக் கடவுளாகப் போற்ற ஆரம்பித்தார்கள். மாநில அரசியலில் காமராஜரைக் கைதூக்கி விட்ட தங்களது தலைவருக்கு, காமராஜர் துரோகம் செய்துவிட்டதாக தேவரின் ஆதரவாளர்கள் நினைக்க ஆரம்பித்தார்கள்.[10] காங்கிரஸ் அரசாங்கம் தங்கள்பால் இரக்கமற்று நடந்துகொண்டதாக தேவர்கள் கருதினர். கீழத்தூவல் மற்றும் இதர இடங்களில் துப்பாக்கிச் சூட்டில் பலியானோரின் குடும்பத்தினர் கலவர இடங்களைப் பார்வையிட வந்த அமைச்சர்களைச் சந்திக்க அனுமதிக்கப்படவில்லை. வரலாற்றாசிரியர் எஸ்.கதிர்வேல், 'காலனிய ஆட்சியில் குற்றப்பரம்பரைச் சட்டத்தால் பாதிக்கப்பட்டவர்களுக்கு மறுவாழ்வு தர நாட்டில் சிறப்பு நலத்திட்ட நடவடிக்கைகள் மேற்கொள்ளப்பட்டு வந்த காலத்தில், தமிழ்நாட்டில் 1957 முதுகுளத்தூர் கலவரத்தைத் தொடர்ந்து மறவர்கள் காங்கிரஸால் கடுமையாகக் கையாளப்பட்டார்கள்' என்று குறிப்பிடுகிறார்.[11] காங்கிரஸ்காரரும், தேவரை விமர்சிப்பவருமான சிதம்பர பாரதிகூட சட்டமன்றத்தில் 'குற்றமிழைக்கும் அவர்களது மனோபாவத்தை மாற்றாமல், அரசாங்கம் அவர்களது குற்றங்களுக்காக அவர்களைத் தண்டிக்க மட்டுமே செய்கிறது.' என்றார்.[12]

பள்ளர்கள் புலம்பெயர்வு மூலமாகவோ கிறிஸ்துவத்திற்கு மதமாறியது மூலமாகவோ பின்னாளில் கல்வி மூலம் விழிப்புணர்வு பெற்றது ஆதிக்க ஜாதிகளின் உருட்டல், மிரட்டல்களுக்கு அஞ்சாத ஒரு தலைமையை உருவாக்கியது. 1950களில் இந்த புதிய தலைமுறை தலைமையின் உருவமாக இம்மானுவல் திகழ்ந்தார். அடிமைத்தனம் கண்டு உணர்வு பெற பள்ளர்களை யாரும் தூண்டிவிட வேண்டிய அவசியம் இருக்கவில்லை. எனவே, முதலமைச்சர் காமராஜரோ அல்லது சில பணக்கார நாடார் வர்த்தகர்களோ தூண்டிவிட்டுத்தான் பள்ளர்கள் கிளர்ச்சி செய்தார்கள் என்ற வாதம் ஏற்கத்தக்கதல்ல. ஆதிக்க ஜாதியினரான தேவர்கள், பள்ளர்கள் மீது சமூக வழக்கங்களில் பல கடுமையான கட்டுப்பாடுகளைத் திணித்திருந்தனர். ஜாதி இந்துக்களுக்கு பாரம்பரியமாக பல சேவைகளைச் செய்யவும் அவர்கள் கட்டாயப்படுத்தப்பட்டார்கள். தேவர்கள் ஒரு காலத்தில் இப்பகுதியை ஆட்சி புரிந்தவர்கள் என்பதால் பள்ளர்கள் அவர்களுக்கு அடங்கியிருந்தார்கள். காலனிய

10. தேவர் காமராஜருக்கு ஒரு ஆட்டைப் பரிசளித்தார். காமராஜர் அந்த ஆட்டிற்கு முனிசிபல் வரி கட்டினார். வரி செலுத்துபவர் என்பதால் சென்னை மாகாண பிரதிநிதி அமைப்புகளின் தேர்தல்களின் போட்டியிடும் தகுதியைப் பெற்றார் என்று சொல்லப்படுகிறது.

11. Presidential Address, Tamil Nadu History Congress, 1999.

12. MLAD., vol.VII, pp. 264-65.

ஆட்சிக்கு முந்தைய காலங்களில் சில மறவர் தலைவர்கள் பள்ளர்களை தமது படைவீரர்களாகவும் பயன்படுத்தி இருக்கிறார்கள். காலனிய காலத்தில் அவர்களுடைய உட்பூசல் சண்டைகளுக்கும் பள்ளர்களைப் பயன்படுத்திக் கொண்டார்கள். இராமநாதபுரம் மாவட்டத்தின் பள்ளர்களின் முரட்டு சுபாவத்திற்கு இதுவும் காரணமாக இருக்கக்கூடும்.

காந்தியடிகளின் தலைமையிலான காங்கிரஸ் ஆலயப்பிரவேச இயக்கம், தனது சமூக சேவைப் பிரிவான ஹரிஜன சேவா சங் ஆகியவற்றின் மூலம் தலித்துகளுடன் நல்ல உறவு கொண்டிருந்தது. எனவே தமிழ்நாட்டில் நீதிக்கட்சியிலிருந்து எம்.சி.ராஜா விலகியதிலிருந்தே காங்கிரஸ்தான் அவர்களது அரசியல் கூட்டணியாக இருந்தது. தஞ்சாவூர் மாவட்டத்தில் (ஸ்ரீபுரம்) கள ஆய்வு செய்த ஆந்த்ரே பெத்தேல் பள்ளர்கள் காங்கிரஸிற்கு அரசியல் ஆதரவு தந்ததாகக் குறிப்பிடுகிறார்.[13] தஞ்சாவூர் மாவட்டத்தில் தலித்துகளைத் தூண்டிவிடுவதாக கம்யூனிஸ்டுகளைக் குற்றம்சாட்டிய காங்கிரஸ் ராமநாதபுரம் மாவட்டத்தில் தலித்துகள் பக்கம் நின்றது. தமது கட்சி இருந்த இடங்களில் ஜாதி மோதல்கள் இல்லை என்று திமுக சொன்ன அதே வேளையில், கம்யூனிஸ்டுகள் தஞ்சாவூரில் தலித்துகளின் விவசாய இயக்கத்தை நசுக்கும் காங்கிரஸ், ராமநாதபுரத்தில் அவர்களுக்காக முதலைக் கண்ணீர் வடிக்கும் முரண்பாட்டை சுட்டிக்காட்டினார்கள்.

தொடர்ச்சியான சில சம்பவங்களை தேசிய அரசியல் கண்ணோட்டத்தில் பார்க்கலாம்: இராமநாதபுரம் ஜமீனுக்கு மேல்வாரம் (குத்தகை) தரவேண்டாம் என்று குத்தகைதாரர்களுக்கு தேவர் அறைகூவல் விடுத்ததைத் தொடர்ந்து சிதம்பர முதலியார் தாக்கப்பட்டார். முதலியார் ராமநாதபுரத்தில் டெபுடி தாசில்தார் ஆவார். இவர் ஜமீன் வழக்கு தொடர்பாக மதுரை கூடுதல் மாவட்ட மாஜிஸ்திரேட் மற்றும் நீதிமன்றக் காப்பாளரின் கீழ் ஜமீன் இருந்தபோது ஜமீன் அதிகாரிகள் சார்பாக குத்தகைகளை மிகவும் கெடுபிடியாக

13. Andre Beteille, Caste, Clan and Power (New Delhi: Oxtard University Press, 1969) p. 218. ‘ஆதி திராவிடர்களின் காங்கிரஸ் ஆதரவிற்கும் ஆளும் கட்சி கடைப்பிடித்த கொள்கைகளுக்கும் நெருங்கிய தொடர்பு இருக்கிறது. உண்மையில், தங்களைவிட ஆதிதிராவிடர்களைத்தான் காங்கிரஸ் அதிகமாக ஆதரிக்கிறது என்று பிராமணர், பிராமணரல்லாதோரிடம் சிறிது விமர்சனம் கூட இருந்தது. அதிகாரத்திற்காக ஆதிதிராவிடர்களின் பெறும் ஆதரவை உறுதி செய்துகொள்ளும் அரசியல் நோக்கம் அதற்கு இருந்ததாக நினைத்தார்கள். பிராமணர்களும், பிராமணரல்லாதோரில் சில பகுதியினரும் ஆதிதிராவிடர் சமூகத் தலைவர்களால் காங்கிரஸ் அமைச்சர்களை எம்.எல்.ஏக்களை எளிதாக அணுக முடிந்தது என்றாலும் அவர்கள் ஆதிதிராவிடர்களின் குறைகள் பற்றி சற்று அதிகமான புரிதலும் பரிவான கண்ணோட்டம் கொண்டிருந்தார்கள் என்றும் கருதினார்கள், என அவர் எழுதியிருக்கிறார். அதோடு கூடவே, ‘மேல்மட்ட காங்கிரஸ் தலைவர்களின் இந்த பரிவான போக்கு உண்மையில் ஆதிதிராவிட மக்களுக்கு எந்த அளவு பயனுள்ளதாக இருந்தது என்பது சந்தேகம்தான்’ என்றும் கூறியுள்ளார்.

வசூலித்தவர்.[14] ஜமீன்தாரி நிலங்களில் உள்ள குத்தகைதாரர்கள் எஸ்டேட் அதிகாரிகளைத் தாக்குவது ராமநாதபுரம் ஜமீனில் மட்டும் நடந்ததல்ல. 1930களில் ஏற்பட்ட பொருளாதாரப் பெருவீழ்ச்சியின் காரணமாக சிறு விவசாயிகள், குத்தகைவிவசாயிகள், நிலமற்ற கூலித்தொழிலாளிகள் ஆகியோர் கடுமையாகப் பாதிக்கப்பட்டிருந்ததால், தென்னிந்தியாவின் பல பகுதிகளில் இதுபோன்ற சம்பவங்கள் சகஜமாக நடந்தன.[15]

பல வன்முறைச் சம்பவ வழக்குகளில் தேவர் கூட்டாளியாக, அல்லது தூண்டிவிட்டவராக சேர்க்கப்பட்டிருந்தார். முதல் வழக்கு 1937ஆம் ஆண்டு தேர்தலின்போது ராமநாதபுரம் ராஜாவிற்காக வேலை பார்த்த கமுதியின் உதவி தாசில்தார் நாகராஜ ஐயர் தாக்கப்பட்ட வழக்கு. இரண்டாவதாக, சிந்தாமணி தியேட்டர் அருகே நடந்த ஒரு கல்வீச்சு வழக்கில் சேர்க்கப்பட்டிருந்தார். இந்தத் தியேட்டர் முதலாளிக்குச் சொந்தமான பஞ்சாலைத் தொழிற்சாலையில் வேலை பார்த்த தொழிலாளர்கள் தம் போராட்டத்தின்போது கல்வீசினார்கள். மூன்றாவதாக, 1939ல் மெஜுரா மில் தொழிலாளர் போராட்டத்தில் அவரது பங்கிற்காக, தேவர் முதல் வகுப்பு மாஜிஸ்திரேட்டால் சிறை வைக்கப்பட்டார்.[16] வரலாற்று பக்கங்களில் இது போன்ற சம்பவங்கள் கருதப்படுவதைப் போலவே முத்துராமலிங்கத் தேவரையும் ஒரு முக்கியமான ஏகாதிபத்திய எதிர்ப்பாளராக, தேசிய இயக்கத்தின் தலைவராகத்தான் கருதவேண்டும்.

ஆனால் சுதந்திரத்திற்குப் பிறகு தேவரின் நடவடிக்கைகள் அவரது தேசிய பாரம்பரியத்தை அழித்துவிட்டன. கட்டப் பஞ்சாயத்துகள் மூலம் உடனடியாக நீதி வழங்கும் தேவர் கூட்டாளிகளின் பாணி அவருக்கு அவப்பெயரை ஏற்படுத்தியது. தேவரின் ஆதரவாளர்கள் அத்துமீறி நடந்துகொண்டதை அவரது எதிரிகள் பதிவு செய்தார்கள்.[17]

---

14. இந்தக் குற்றங்களை நீதிமன்றத்தில் நிரூபிக்க போதுமான சாட்சியங்கள் இல்லாவிட்டாலும்கூட, அவர் ஒரு சர்வாதிகாரி போல நடந்துகொண்டார், அமைதிக்குப் பங்கம் விளைவிக்க மக்களைத் தூண்டினார் என்பதற்கு போதுமான ஆதாரங்கள் உள்ளன. தன்னைச் சுற்றிலும் ரௌடிகளை வைத்திருக்கிறார். தான் பின்னணியில் இருந்துகொண்டு, தான் நினைப்பதை அவர்கள்மூலம் செய்கிறார். தனது செயல்களுக்கும், இந்த நபர்களின் செயல்களுக்கும் அவரே முற்றிலும் பொறுப்பு. அமைதியைக் குலைக்கும் குற்றங்களை அவர் தொடர்ந்து செய்கிறார். மற்றவர்களையும் அவ்வாறு செய்யத் தூண்டுகிறார் என்று நான் நினைக்கிறேன்.' என்று கூடுதல் மாஜிஸ்திரேட் குறிப்பிட்டார். T.S.Chakkaliapan, Hrrors of Mudukulathur. p. 12

15. K.A. Manikumar, *A Colonial Economy in the Great Depression*, Chapter 7.

16. St. George Gazette, Part V. Government of Madras, 1957.

17. 1938ல் ஐயாரப்பன் ராமுத்தேவருக்கு ரூ 2000 கடன் கொடுத்திருந்தார். முத்துராமலிங்கத் தேவர் கடனில் பெரும்பகுதியைக் குறைத்துக் கொள்ளும்படி ஐயாரப்பனிடம் சொன்னார். அவர் அதற்கு ஒத்துக்கொள்ளவில்லை. தேவரின் அடியாட்களான சோலையும் தங்கவேல் தேவரும் ஐயாரப்பன் அறுவடை செய்திருந்த பருத்தியை எடுத்துச் செல்ல விடாமல் தடுத்தனர். ஐயாரப்பன் கமுதி காவல்நிலையம் சென்று புகார் கொடுத்தார். மறுநாள் போலீசும், ஐயாரப்பனும்

இவரோடு மனவேறுபாடு கொண்ட அவரது சிறிய தாயாரே, தேவரின் ஆட்கள் தனது தானியங்களைக் கொள்ளையடித்ததாக தேவர் மீது காவல்நிலையத்தில் புகார் செய்தார்.[18] 1957இல் கூட, தேவரது நிலங்களுக்குப் பக்கத்திலிருந்த நிலக்கிழார்கள், தமது நிலங்களுக்கான நியாயமான பாசன வசதிகளை தேவரது ஆட்கள் தடுத்ததாக அவர்மீது வழக்குத் தொடுத்தார்கள்.[19] எனவே, அபிராமம் கிராமத்தில் மறவர்களுக்கும், முஸ்லீம்களுக்கும் இடையில் ஏற்பட்ட மோதலில் முஸ்லீம்களை ஆதரித்த சண்முகவேலு சேர்வையின் கொலை, இந்த மோதலில் முஸ்லீம்களுக்கு ஆதரவாக செயல்பட்டதாகக் கருதப்பட்ட உத்திரகோசமங்கை மாஜிஸ்திரேட் பெரியண்ணத் தேவரின் கொலை ஆகியவற்றில் தேவர் சம்பந்தப்பட்டிருக்கக்கூடும் என்ற சந்தேகம் எழுந்தது. ஆனால், இம்மானுவல் கொலை வழக்கைப் போலவே, இந்த வழக்குகள் எவற்றிலும் அவரது சம்பந்தம் நிரூபிக்கப்படவில்லை; அவர் தண்டிக்கப்படவும் இல்லை.

கிழக்கு ராமநாதபுரத்தில் பள்ளர்கள், முக்குலத்தோருக்கு இடையிலான மோதலை நாம் எரிக் ஹாப்ஸ்பாம், பாலோ

செங்குளம் வந்தபோது, ஐயாரப்பன் வீட்டு வாசலில் கையில் கம்போடு சோலை நின்றுகொண்டிருந்தார். சார்பு ஆய்வாளர் அவரை அங்கிருந்து போகச் சொன்னார். தான் 'பெரிய ஐயாவின்' (முத்துராமலிங்கத் தேவர்) உத்தரவின்படி அங்கு நிற்பதாகச் சொல்லி, அவர் போக மறுத்தார். அவர் மீது பிரிவு இந்தியத் தண்டனைச் சட்டம் 107ன் படி நடவடிக்கை எடுக்கப்பட்டது. தனக்கு ஆதரவாக யாருமே சாட்சி சொல்ல முன்வரமாட்டார்கள் என்பதை ஐயாரப்பன் உணர்ந்தார். எனவே வேறு கிராமத்திற்கு வீடு மாற்றிக் கொண்டு போய்விட்டார்.

18. தன் தகப்பனாருடனான சொத்து வழக்கில் தேவர் ஜெயித்தார். அதனால் அவரது சிறிய தாயாரோடு மனவேறுபாடு ஏற்பட்டது. அவருக்கு கொஞ்சம் நிலம் இருந்தது போல் தெரிகிறது. அதை தன் அடியாட்களை ஏவி தேவர் பறித்துவிடுவார் என்று அவர் அஞ்சினார். தனது பயிர்கள் கொள்ளை போகும் என்று பயந்து போலீசில் புகார் செய்தார். அவர் எதிர்பார்த்தது போலவே நடந்ததும், ராமநாதபுரம் சார்பு ஆய்வாளர் இது தேவரது ஆட்களின் வேலைதான் என்று முடிவுசெய்தார். எனினும், சாட்சி சொல்ல யாரும் முன்வராததால், தேவரின் சிறிய தாயார் விஷயத்தை நீதிமன்றத்துக்கு எடுத்துச் செல்ல நேர்ந்தது. நீதிமன்றம் சாட்சி இல்லை என்று தள்ளுபடி செய்தது. 'தினகரன், முதுகுளத்தூர் கலவரம்,' பக் 48-49

19. சுதந்திரத்திற்கு முந்தைய காலத்தில் காலனிய அரசாங்கம் அவர் மீது போட்ட வழக்குகளை நடத்துவதற்காக பசும்பொன்னில் இருந்த தனது ஏராளமான நிலங்களில் பெரும்பகுதியை பல தனிநபர்களிடம் தேவர் அடகு வைத்திருந்தார். தேவருக்குக் கடன் கொடுத்தவர்களில் பசும்பொன்னின் ராமுத்தேவரும் ஒருவர். தேவரின் ஆட்கள் ராமுத்தேவரிடமிருந்து தேவரின் நிலங்களை மீட்க முயற்சி செய்தார்கள். இந்த முயற்சி தோற்றபோது பிரச்சினை சிவில் நீதிமன்றத்திற்குப் போனது. அங்கு ராமுத்தேவருக்கு சாதகமாக தீர்ப்பு வந்தது. ராமுத்தேவரின் பக்கத்து நிலக்காரர்கள் சிலர் தேவரின் ஆதரவாளர்கள். பாசனத்திற்காக பொதுவான கால்வாய் இருந்தது. 1957 ஜுலை 22 அன்று ராமுத்தேவரும், பக்கத்து நிலத்துக்காரர் முனியாண்டித் தேவரும் தத்தமது நிலங்களுக்கு நீர்பாய்ச்ச முயன்றபோது, இரு நிலத்துக்காரர்களின் ஆதரவாளர்களுக்கு இடையே மேலும் மோதல் ஏற்பட்டது. இருகோஷ்டிகளுமே அரிவாள், வேல்கம்புகளோடு இருந்தன. கலகத்தில் 12 பேருக்கு காயம். கமுதி போலீஸ் ஸ்டேஷனில் இரு கோஷ்டிகளின் மீதும் வழக்கு பதிவு செய்யப்பட்டது. G.O.No. 405 (MS) Public (General-A) (Confidential) 11 February, 11 February 1958

ஃபிரையர் ஆகியோரின் கண்ணோட்டங்களின் மூலம் புரிந்துகொள்ள முடியும். விவசாய சமூகங்களில் விவசாயிகள் அரசாங்கத்தை ஒரு உண்மையான அரசாகக் கருதுவதில்லை, மாறாக, அதன் வரிவசூலிப்போர், போலீஸ், நீதிமன்றம் போன்றவை அவ்வப்போது தம்மீது பாய்வதால் அதை கொள்ளைக்கூட்டத்தின் ஓர் சிறப்பான வடிவமாகத்தான் பார்க்கிறார்கள் என்பார் ஹாப்ஸ்பாம். தனது 'பிரிமிடிவ் ரெபல்ஸ்' என்ற நூலில் அவர், 'படிப்பறிவற்றதும், தனிமைப்படுத்தப்பட்டதுமான விவசாயிகளின் வாழ்க்கை, அடியாட்கள் சூழ்ந்த அவர்களது எஜமானர் மற்றும் அவரை அண்டிப்பிழைப்போர் மற்றும் அவர்களது தற்காத்தலுக்குரிய நடைமுறைகள், நிறுவனங்களுக்கு நடுவேதான் அமையப்பட்டிருக்கின்றது. கிராமங்களின் பொருளாதாரமும், அரசியலும் மிகப் பழமையான பாணியில் நகர்ந்து சென்றன. அதிகாரம், அரசு எல்லாம் தேவையற்ற இடையூறுகளாக அவர்களுக்கு தெரிந்தன.' என்று குறிப்பிடுகிறார்.[20] சட்டத்திற்குக் கட்டுப்படாத சமூகங்களில் அதிகாரம், போட்டியிடும் பல்வேறு தனிநபர்களிடம் பரவலாக இருப்பதில்லை. மாறாக, உள்ளூர் அதிகார மையத்தில் குவிந்திருக்கும். அதன் வழக்கமான வடிவம் புரவலர் தன்மையாகும். அந்த அதிகாரத்தை வைத்திருப்பவர் தம்மை அண்டிப்பிழைப்போர், அடியாட்கள் சூழ இருக்கும் தலைவராக இருப்பார். அவரது செல்வாக்கின் காரணமாக, மக்கள் தம்மை அவரது பாதுகாப்பிற்குள் உட்படுத்திக் கொள்வார்கள் என்று கூறுகிறார்.[21] தேவர் அப்படிப்பட்ட ஒரு தலைவர். முதுகுளத்தூர் பகுதி அப்படிப்பட்ட ஒரு சமூகத்தின் வெளிப்பாடு.

வன்முறை என்பது ஒடுக்குபவர்களாலும், சுரண்டுபவர்களாலும், பிறரை மனிதர்களாகக் கருதாதவர்களாலும் ஆரம்பிக்கப்படுகிறதே அன்றி, ஒடுக்கப்பட்டவர்களாலோ, சுரண்டப்பட்டவர்களாலோ, அங்கீகாரமற்றவர்களாலோ அல்ல என்கிறார். ஃபிரையர். 'வரலாற்றில் வன்முறை ஒருபோதும் ஒடுக்கப்பட்டவர்களால் ஆரம்பமானது கிடையாது. அவர்களே 'வன்முறையின் விளைவு' எனும்போது, அவர்கள் எவ்வாறு அதை ஆரம்பித்தவர்களாக இருக்க முடியும்? என்று அவர் வாதிடுகிறார். அவர்களது அடிமைத்தனத்தை உறுதிப்படுத்த முன்னரே ஒரு வன்முறைச் சூழல் இல்லாமல் இருந்திருந்தால், ஒடுக்கப்பட்டவர்களே இருந்திருக்கமாட்டார்கள், என்கிறார் ஃபிரையர்.'[22]

'அடக்குமுறையாளர்களின் வன்முறைக்கு எதிரான ஒடுக்கப்பட்டோரின் பதிலடியில்தான் அன்பின் வெளிப்பாடு காணப்படும் என்பது முரணாகத் தெரியலாம். நோக்கத்துடன் அல்லது நோக்கமற்ற ஒடுக்கப்பட்டோரின்

20. Eric Hobsbawm, *Primitive Rebels: Studies in Archaic Forms of Social Movement in the 19th and 20th Centuries* (Manchester: Manchester University Press, 1973), pp. 32-36

21. மேலது.

22. மேலது, ப. 31.

கிளர்ச்சி அன்பை உருவாக்க முடியும். ஒடுக்குவோரின் வன்முறை ஒடுக்கப்பட்டோரை முழு மனிதராக இருப்பதைத் தடுக்கும் அதே வேளையில், இந்த வன்முறைக்கான பின்னவர்களின் எதிர்வினை மனிதராக வாழும் உரிமைக்கான விருப்பத்திலிருந்து எழுகிறது. அடக்குமுறை பிறரின் மனிதத்தன்மையை நீக்கி, அவர்களது உரிமைகளைப் பறிக்கும்போது, அடக்குமுறையாளர்கள் மனிதத்தன்மையற்றவர்களாக மாறிவிடுகிறார்கள். ஒடுக்கப்பட்டோர் மனிதர்களாக வாழப் போராடுவதால், அடக்குமுறையாளர்களின் ஆதிக்கம் செலுத்தும், நசுக்கும் சக்தியை நீக்கி, அடக்குமுறையை கையாண்டதன் மூலமாக அவர்கள் இழந்த மனிதத் தன்மையை அவர்களுக்கு மீட்டுத் தருகின்றனர்.'[23]

ஃபிரையரின் வாதத்தை நாம் இங்கு பயன்படுத்தினால், அதன் சாரம் பின்வருமாறு இருக்கும். ஒடுக்கப்பட்டோர்தான் தம்மை விடுவித்துக் கொள்வதன் மூலம் அடக்குமுறையாளர்க்கும் விடுதலை பெற்றுத் தர முடியும். இங்கு ஒடுக்கப்பட்டோர் பள்ளர்கள். அடக்குமுறையாளர்கள் தேவர்கள். ஃபிரையர் குறிப்பிடுவதுபோல, 'தமது அதிகாரத்தால் ஒடுக்கும், சுரண்டும், கற்பழிக்கும் அடக்குமுறையாளர்கள் அந்த அதிகாரத்தில் தம்மையோ அல்லது ஒடுக்கப்பட்டோரையோ விடுதலை செய்வதற்கான சக்தியைப் பெறமுடியாது. ஒடுக்கப்பட்டோரின் பலவீனத்திலிருந்து எழும் சக்திதான் இருவருக்குமே விடுதலை தரத்தக்க பலத்தோடு இருக்கும்.[24] இந்த வகையில் பள்ளர்கள் காட்டிய எதிர்ப்புணர்வில் ஒரு முற்போக்கு அம்சம் உள்ளது. இம்மானுவலின் தியாகமும், காங்கிரஸ் அரசாங்கத்தின் நேர்மறைத் தலையீடும் தேவர்-பள்ளர் சமூக உறவுகளில் அடிமைத்தனத்தை ஒழிக்க உதவியிருப்பது உண்மைதான். அந்த நேரத்தில் இப்பகுதியில் ஒரு புரட்சிகரமான நிலச்சீர்திருத்தம் செய்யப்பட்டிருந்தால் ஒடுக்கப்பட்டோர் விடுதலையை அது முழுமைப்படுத்தியிருக்கும். அப்படிப்பட்ட ஒரு முற்போக்கான நடவடிக்கை இல்லாததால், அத்திசை நோக்கிய முன்னேற்றம் தாமதமாகிவிட்டது.

23. மேலது, ப. 32
24. Paulo Freire, *Pedagogy of the Oppressed* (Harmondsworth: Penguin, 1972), p. 21

நன்றி

இந்த நூலை எழுத பலர் எனக்கு உதவியிருக்கிறார்கள். இத்திட்டம் பற்றி முதலில் என்னிடம் விவாதித்த என் நண்பர் ஆ.இரா.வேங்கடாசலபதி முத்துராமலிங்கத்தேவர் மற்றும் இம்மானுவல் சேகரன் பற்றிய பல நூல்களை எனக்குத் தந்தார். முக்கியமாக டி.எஸ்.சொக்கலிங்கத்தின் முதுகுளத்தூர் பயங்கரம், அதன் ஆங்கில மொழிபெயர்ப்பு 'ஹரர்ஸ் ஆஃப் முதுகுளத்தூர்' ஆகியவற்றையும் அவர் தந்தார். இலண்டனில் இந்தியா ஆபீஸ் லைப்ரரியில் அவருக்குக் கிடைத்த வெளிநாட்டு அறிஞர் சார்லஸ் ஏ.ரையர்சனின் நாட்குறிப்பையும் தந்தார். மதுரையின் மக்கள் கண்காணிப்பகத்தைச் சேர்ந்த எல்.பெர்னார்ட், தினகரனின் முதுகுளத்தூர் கலவரம் நூலின் பிரதியை அளித்தார். அந்த நூலுக்கு மறுபதிப்பு அதுவரை வரவில்லை. இராமநாதபுரம் மாவட்டத்தின் சிபிஎம் முன்னாள் செயலாளர் எஸ்.ஏ.பெருமாள் இம்மானுவல் சேகரன் கொலை வழக்கில் புதுக்கோட்டை செஷன்ஸ் நீதிமன்றம் அளித்த தீர்ப்பின் நகலைத் தந்தார்.

1957ல் இது சம்பந்தமான செய்திகள் வந்த இந்து பத்திரிகை பிரதிகளைப் பார்க்க அனுமதித்த அப்போதைய அதன் தலைமை ஆசிரியர் என்.ராமிற்கு நான் நன்றிக்கடன் பட்டிருக்கின்றேன். இதற்கு ஏற்பாடு செய்த பிரண்ட்லைன் பத்திரிகையின் ஆசிரியர் ஆர்.விஜயசங்கர், எஸ்.விஸ்வநாதன் ஆகியோருக்கு எனது விசேஷமான நன்றி. இந்நூல் குறித்த பின்னணித் தகவல்களைச் சேகரிக்க உதவிய சென்னையின் கன்னிமாரா நூலகம், மெட்ராஸ் இன்ஸ்டிட்யூட் ஆஃப் டெவலப்மெண்ட் ஸ்டடீஸின் நூலகர்கள், அலுவலர்களுக்கு எனது நன்றி.

தேவையான தகவல்களைச் சேகரித்து, இந்த சிறுநூலை எழுதுவதற்காக மனோன்மணியம் சுந்தரனார் பல்கலைக்கழகத்தின் அப்போதைய துணை வேந்தர் பேராசிரியர் சிந்தியா பாண்டியன் எனக்கு அன்போடு ஓராண்டிற்கு முழுநேர ஆய்விற்கான அனுமதி அளித்தார். சென்னையின் மெட்ராஸ் இன்ஸ்டிட்யூட் ஆஃப் டெவலப்மெண்ட் ஸ்டடீஸின் இயக்குநர் பத்மினி சுவாமிநாதன், அந்நிறுவனத்தில் இந்த நூலுக்காக பேராசிரியர் கே.நாகராஜுடன் பணியாற்ற ஒப்புதல் தந்தார். திருநெல்வேலியைச் சேர்ந்தவர்களான, நவஜீவன் டிரஸ்டின் நளன் சந்திரசேகரனும், களத்தின் பரதனும், கலவரம் நடந்த பகுதிகளில் எனது களப்பயணங்களுக்கு உதவிபுரிந்தார்கள். கிழக்கு ராமநாதபுரத்தைச் சேர்ந்தவரான சிபிஎம்-தோழர் கருமலையான்

கீழத்தூவல் கிராமத்து தேவர் பெரியவர்களை நேர்காணல் செய்ய எனக்கு உதவினார்.

எனது நண்பர் கே.விஜயகுமார், ஐ.பி.எஸ் ஆய்விற்கு மிகவும் தூண்டுதலாக இருந்தார். அவரால்தான் என்னால் கமுதி, முதுகுளத்தூர்,பரமக்குடி தாலுகா காவல் நிலையங்களின் ஆவணங்களைப் பார்க்க முடிந்தது. அவரது வேண்டுகோளுக்கிணங்க, காவல்துறை கண்காணிப்பாளர் என்.மணிவண்ணன் ஐபிஎஸ், தமது துணைக் கண்காணிப்பாளர் ஆர். பொன்னரசு, கமுதி காவல் நிலைய ரைட்டர் எஸ்.ராமநாதன் ஆகியோர் மூலம் வேண்டிய உதவிகளைச் செய்தார்.

எஸ்.சாருஹாசனுக்கு எனது சிறப்பான நன்றி. சினிமா நட்சத்திரப் புகழ் கமல்ஹாசனின் மூத்த சகோதரரான இவர், அப்போது பரமக்குடியில் வழக்கறிஞராகப் பணியாற்றியவர். 1957 கலவரங்கள் தொடர்பான சம்பவங்களை அவர் நினைவுகூர்ந்தது, சில நிகழ்வுகள் பற்றி எனக்கு தெளிவு கிடைக்க உதவியது. இந்த நூலின் முதல்கட்ட வரைவு அத்தியாயங்களை நவாயனாவின் ஆசிரியர் எஸ்.ஆனந்த் படித்துப் பார்த்து அவற்றை செம்மைப்படுத்த தனது கூர்மையான விமர்சனங்களை வழங்கினார். லெஃப்ட்வேர்ட் புக்ஸின் தலைமை ஆசிரியர் விஜய் பிரசாத்தின் திறமையான தொகுப்பாக்கம், ஆங்கிலப் பிரதிக்கு தெளிவு சேர்க்க உதவியது.

நூல் ஆங்கிலத்தில் வெளிவந்து வெளியீட்டு விழா நடந்தபோது கலவரங்களில் ஈடுபட்ட பிரிவினர் பற்றிய வரலாற்றுப் பின்னணி எழுதியிருந்தால், இக்கலவரத்தின் முழு பரிமாணத்தையும் புரிந்துகொண்டிருக்கமுடியும் என்ற கருத்து சொல்லப்பட்டது. இந்த ஆலோசனையின்படி தேவர்கள், பள்ளர்கள், நாடார்கள் குறித்த வரலாற்று விவரங்கள் இத்தமிழ் புத்தகத்தில் பின் இணைப்பாக சேர்க்கப்பட்டுள்ளது.

இந்நூல் தமிழிலிலும் வரவேண்டும் என பாரதி புத்தகாலயம் பதிப்பாளர் கா.நாகராஜன் விரும்பினார். தானே மொழிப்பெயர்ப்புக்கு ஏற்பாடுகளைச் செய்து இப்புத்தகம் சிறப்பாக தமிழிலிலும் வருவதற்கு முழுக்காரணமாக இருந்த தோழர் நாகராஜனுக்கு எனது நன்றி. நூலை ஆங்கிலத்திலிருந்து தமிழில் சிறப்பாக மொழியாக்கம் செய்த நண்பர் ச.சுப்பாராவ் அவர்களுக்கு எனது பாராட்டுக்கள். மேலும் செழுமையாக்கி செம்மைப்படுத்தித் தந்த வின்சன்ட் எனது பாராட்டுக்குரியவர் எனது மனைவி ஜெயா அச்சுப் பிழைகளை சரி பார்த்துத் தந்தார்.

2006 மார்ச்சில் எங்களது மூத்த மகன் விஷ்ணுவின் மரணம் ஏற்படுத்திய துக்கத்தைக் கடக்க இந்த நூல் பற்றிய சிந்தனைதான் உதவியது. அந்த துக்கமான நேரத்திலும் இந்த நூலை எழுதுவதற்காக சென்னைக்குக் குடிபெயரும் எனது முடிவிற்கு எனது மனைவி ஜெயாவும், இளைய மகன் சரணும் உறுதுணையாக இருந்தார்கள். எனவே, அவர்களின் விருப்பத்திற்கேற்ப, இந்த நூலை விஷ்ணுவிற்கு சமர்ப்பணம் செய்கிறேன்.

பின்னிணைப்பு

தேவர்கள் பள்ளர்கள், நாடார்கள் குறித்து

இராமநாதபுரம் மாவட்டத்தில் மக்கள் தொகையில் தேவர்கள் 16.70% (அகமுடையார்கள் 5.55% மறவர்கள் 8.52% கள்ளர்கள் 2.63%) பள்ளர்கள் 9.16%, நாடார்கள் 6.53%, என்ற விகிதத்தில் இருந்தார்கள்.[1] எண்ணிக்கை ரீதியாக அதிகமாக இருந்த முக்குலத்தோரின் இயல்பு, குணாதிசயங்கள், தொழில் ஆகியவை பற்றியும், இரு முக்கியமான விளிம்புநிலை சமூகங்களான நாடார்களும், பள்ளர்களும் பொருளாதார சமூக, அரசியல் ஆதிக்கங்கள் காரணமாகவே தாம் ஒடுக்கப்படுகிறோம் என்பதை உணர்ந்து, இப்பகுதியில் எண்ணிக்கையில் அதிகமாக இருந்த முக்குலத்தோர் சமூகத்தின் மேலாதிக்கத்தை எதிர்த்த வரலாறு பற்றியும் இங்கு நாம் பார்க்கப் போகிறோம்.

II

முக்குலத்தோர் என்று அழைக்கப்பட்ட மறவர்கள், அகமுடையார்கள், கள்ளர்கள் ஆகியோர் போர்க்குண மிக்கவர்கள். காலனிய காலத்திற்கு முந்தைய தென் தமிழகத்தின் இவர்கள் காவல்காரர்களாகவோ (பாரம்பரிய காவலர் பணி) அல்லது மறவர் அரசுகள், பாளையங்களில் படை வீரர்களாகவோ இருந்தார்கள். பிரிட்டிஷாருக்கு எதிராக மருது சகோதரர்களின் தலைமையில் நடந்த திருநெல்வேலியின் மேற்கு பாளையக்காரர்களின் எழுச்சி (மறவர்கள்), சிவகங்கை பாளையத்தின் எழுச்சி (கள்ளர்கள் மற்றும் அகமுடையார்கள்) போன்றவை ஏகாதிபத்திய எதிர்ப்புப் போர்களாக நடந்தன. ஏராளமான ரத்தம் சிந்தியது. தங்களது மேலான ஆயுத பலத்தால் இறுதியில் கிழக்கிந்தியக் கம்பெனி வென்று நிர்வாகத்தைக் கைப்பற்றியபோது, அவர்கள் பாளையக்காரர் முறையை ஒழித்தார்கள். இதனால் மறவர் படை கலைக்கப்பட்டது. அதோடு முக்குலத்தோரில் பெரும்பான்மையினரின் வாழ்வாதாரமான காவல் முறையையும் அவர்கள் ஒழித்தார்கள்.

தென் தமிழகத்தின் காவல் முறையில் மறவர்கள், கள்ளர்கள், அகமுடையார்கள்தான் ஆதிக்கம் செலுத்தி வந்தார்கள். எனவே

1 *Census of India, 1921,* Vol. XIII, 118-123.

காவல்காரர்கள் என்றழைக்கப்பட்ட இந்த போர் தளபதிகள், அரசியல் ஸ்திரத்தன்மையற்ற அந்த கொந்தளிப்பான கால கட்டத்தில் மிகவும் சக்திவாய்ந்தவர்களாக இருந்தார்கள். 1816ல் பிரிட்டிஷார் இந்த காவல் முறையை ஒழித்த பிறகும்கூட பரம்பரையாக வந்த காவல்காரர் என்ற பதவி அங்கீகரிக்கப்பட்டு வந்தது. ஏனெனில் மதுரை, திருநெல்வேலி மாவட்ட கிராமப்புறங்களில் இந்த வழக்கத்திற்கு மாறாக நடந்து கொள்ள யாரும் துணியவில்லை. பிரிட்டிஷாரும், சில இடங்களில் தெரியவருவதுபோல, இந்த முறைசாரா நிறுவனத்தின் செயல்பாட்டை கண்டுகொள்ளவில்லை. 'இதனால் ஏற்படக் கூடிய பொருளாதார இடைவெளியை நிரப்பாமல், காவல் முறையை ஒழிக்க முயல்வது, வரலாற்றை மீண்டும் நிகழ்த்துவதாக அமையும். அதனால் ஏற்படக் கூடிய குற்றங்கள் அதிகமாக இருக்கும் என்று அடுத்த ஒன்றேகால் நூற்றாண்டிற்குப்பிறகு (1945-ல்) கூட மாவட்ட போலீஸ் சூப்பிரண்டென்ட் எச்சரிக்கைக் குறிப்பு எழுதியிருக்கிறார்.[2]

திருடனைப் பிடிக்க திருடனைப் பயன்படுத்துதல் என்ற அடிப்படையில் குற்றங்களைக் கண்டுபிடிக்க மறவர்களைப் பயன்படுத்தும் வழக்கமும் இருந்தது. பின்னாளில் போலீஸ் டி.ஐ.ஜி.யுமான லாங்டன் சென்னை மாகாணத்தில். இந்த 'மோசமான பழைய வழக்கத்தை' ஒழிக்க நடவடிக்கை மேற்கொண்டார்.[3] ஆனாலும் டேவிட் அர்னால்ட் குறிப்பிடுவதுபோல, 'பல சமயங்களில் மறவர்களின் செல்வாக்கும், துணிச்சலும், அவர்களுக்கு எதிராக நடவடிக்கை எடுக்க முடியாதபடி போலீசை சக்தியற்றவர்களாக்கியது. மறவர் கொள்ளைக்காரர்களை நீதிமன்றத்தில் நிறுத்த முயற்சி செய்த கடமை உணர்வு மிக்க ஒரு போலீஸ் அதிகாரி வீட்டிலேயே கொள்ளையடிக்கப்பட்டது. அவரது சாட்சியங்கள் அழிக்கப்பட்டன. அவரது சாட்சிகள் அச்சுறுத்தப்பட்டார்கள்.'[4] எனினும், நவீன போலீஸ் படை உருவாக்கப்பட்ட பிறகும், தங்களது காவல் துறைக்கு இணையாக ஒரு அமைப்பு செயல்பட்டு வருவதை காலனிய அதிகார வர்க்கம் விரும்பவில்லை.

பாளையக்காரர்கள் ஒழிப்பு, காவல்முறை ஒழிப்பு ஆகியவற்றால், நிலமற்ற முக்குலத்தோர் பிழைப்பு வழிதேடி சிறு திருட்டு, கொள்ளைகளில் ஈடுபடும் நிலைக்குத் தள்ளப்பட்டார்கள். காலப்போக்கில் அவர்கள் இத்தொழிலில் நன்கு தேறிவிட்டார்கள். 'மறவர்களுக்கு இருக்கக்கூடிய அந்தஸ்து அவர்களுக்கு வன்முறைக் குற்றங்களில் கிட்டத்தட்ட வெற்றியை உறுதி செய்வதோடு, பதில்

2 S.H. Blackburn, 'The Kallars: A Criminal Tribe Reconsidered', *Journal of South Asian Studies,* Vol. I, March 1971, 40, Quoted in K. Bose, *Forward Bloc, 61.*

3 Edgar Thurston and K. Rangachari, *Castes and Tribes of Southern India,* Vol. V. 29.

4 *David Arnold, Police Power and Colonial Rule: Madras,* Delhi: Oxford University Press, 1986, 139

தாக்குதலிலிருந்தும் பாதுகாக்கிறது. மறவரைக் கண்டால் எல்லோரும் அஞ்சுகிறார்கள் என்று 1886ம் ஆண்டிற்கான சென்னை நிர்வாக ஆண்டறிக்கை குறிப்பிடுகிறது.[5] 1897ல் மதுரை சிறையில் இருந்த தண்டனைக் கைதிகளில் சுமார் 42 சதவீதத்தினரும், பாளையங்கோட்டை சிறைக் கைதிகளில் சுமார் 30 சதவீதத்தினரும் முக்குலத்தோர் சமூகத்தின் ஏதாவது ஒரு பிரிவைச் சார்ந்தவர்களாக இருந்ததாக சிறைத் துறை ஐ.ஜி. குறிப்பிடுகிறார்.[6] 1891 மக்கள்தொகை கணக்கெடுப்பின்படி அம்மாவட்ட மக்கள் தொகையில் மறவர்கள் வெறும் 10 சதம்தான். ஆனாலும் கடந்த ஐந்தாண்டுகளில் அம்மாவட்டத்தில் நடந்த கொள்ளைகளில் 70 சதம் அவர்களால் செய்யப்பட்டவை.[7]

இந்த நிலமையில், அப்போதைய மதுரை ஆட்சியர் கல்விச் சலுகைகளை அளிப்பதற்காக 'கள்ளர்கள் மற்றும் மறவர்களை'ப் பிற்படுத்தப்பட்ட மக்கள் என்ற பிரிவில் சேர்க்க வேண்டும் என்று அரசாங்கத்திற்கு எழுதினார். பத்தாண்டுகளுக்குப் பிறகு 1899ல் காலனியை அரசாங்கம் இந்தப் பரிந்துரையை ஏற்றது.[8] ஆனால், அவருக்கு முன்னால் அப்பதவியில் இருந்த ஒருவர், வறுமையின் காரணமாகவே கள்ளர்களும், மறவர்களும் குற்றச் செயல்களில் ஈடுபடுகிறார்கள். அவர்களுக்கு சாப்பிட போதுமான அளவு கிடைக்காதவரை கல்வியில் அவர்கள் முன்னேற வாய்ப்பில்லை என்று குறிப்பிட்டிருந்தது சரியாகத்தான் இருந்தது.[9] தேவர்கள் அதே மோசமான நிலையில்தான் தொடர்ந்து இருந்து வந்தார்கள். இது கடைசியில் 'அவர்களைத் திருத்த' மிகவும் அஞ்சத்தக்கதான குற்றப்பரம்பரைச் சட்டத்தைப் பிரயோகிக்க காலனிய அரசாங்கத்திற்கு நிர்பந்தம் தந்தது.

1865ல் முதல் இந்திய வனச் சட்டம் போடப்பட்டதைத் தொடர்ந்து வனங்களிலிருந்து வெளியேற்றப்பட்ட ஆதிவாசிகளின் (பழங்குடியினர்)' குற்ற நடவடிக்கைகளைத்' தடுப்பதற்காக பிரிட்டிஷ் இந்தியாவில் 1871ல் குற்றப் பரம்பரைச் சட்டம் அறிமுகம் செய்யப்பட்டது. எந்த ஒரு பழங்குடி இன மக்களோ, மக்கள் கூட்டமோ, அல்லது குழுவோ, தொடர்ந்து பிணையில் விடமுடியாத குற்றங்களைச் செய்து வருமேயானால் அவர்களை 'குற்றப் பரம்பரையினர்' என

5 மேலது

6 Edgar Thurston, Castes and Tribes, vol.V, 64. Ramanathapuram district was established only in 1910.

7 G.O. No. 535, Judicial, dated 29 March 1899.

8 G.Os of Education Department 72 of February 9, 1899 and 573 of September 19, 1902, quoted in Radhakrishnan, 'Backward Classes in Tamil Nadu: 1872–1988', Economic and Political Weekly, March 10, 1990, 513. It is to be remembered that Ramanathapuram district was created only in 1910.

9 Ibid., 513.

அறிவிக்க இச்சட்டம் அரசாங்கத்திற்கு அதிகாரம் அளித்தது. [10] இவ்வாறு அறிவிக்கப்பட்டு விட்டால், அச்சமூகத்தினர் நீதிமன்றத்தில் அதற்கு எதிராக முறையீடு செய்ய முடியாது. பதிவு செய்யும் அதிகாரிகளிடம் தமக்கு விலக்கு அளிக்குமாறு மட்டுமே கோர முடியும். பதிவு செய்யும்போது, அச்சமூகத்தினர் தமது கைரேகைகளை பதிவு செய்ய வேண்டும். மறுப்பது கிரமினல் குற்றமாகும். அதற்கு ஆறுமாத சிறைவாசம் அல்லது ரூ.200 அபராதம் அல்லது இரண்டும் தண்டனையாகத் தரலாம். இக் குற்றப் பரம்பரையினர் ஓரிடத்திலிருந்து மற்றொரு இடத்திற்குச் செல்லவும் கடுமையான கட்டுப்பாடுகள் விதிக்கப்பட்டன. சொந்த கிராமத்தை விட்டு குறிப்பிட்ட காலங்களில் மட்டுமே வெளியே செல்ல முடியும். நிர்வாக அதிகாரிகள் ஒப்புதல் அளித்த இடங்களில் மட்டுமே வசிக்க அனுமதிக்கப்படுவார்கள். இச்சட்டத்தின் பிரிவு 10(a) படி 'மோசமான நடத்தை கொண்ட குற்றவாளிகள் குறிப்பிட்ட நேரங்களில் காவல் நிலையத்தில் ஆஜராக வேண்டும்.''[11]

1871 சட்டத்தின்படி, ஆரம்பத்தில் அரசாங்கம் குடியேற்றப் பகுதிகளை அமைத்து, குற்றப்பரம்பரையினர் என்று குறித்த சமூகத்தினரைத் திருத்த நடவடிக்கைகள் மேற்கொள்ள வேண்டும் என்று இருந்தது. பின்னர் இந்த கட்டுப்பாடு சில திருத்தங்கள் மூலம் திரும்பப் பெறப்பட்டது. இதனால் அரசாங்கம் இச்சட்டத்தை பெரிய சமூகங்கள் முழுமைக்கும் பிரயோகிக்கும் அதிகாரத்தைப் பெற்றது. இச்சட்டம் சென்னை மாகாணத்திற்கு விரிவுப்படுத்தப்படவில்லை. 1897 வரையிலும் கூட இச்சட்டத்தை ஏற்குமாறு 'மேல்மட்ட அரசாங்கம் தந்த ஆலோசனையை சென்னை அரசாங்கம் நிராகரித்திருந்தது. எனினும் பதினான்கு ஆண்டுகளில் இச்சட்டம் மாகாணத்திற்கு அவசியம் என்று கருதப்பட்டதால், 1911ல் இச்சட்டம் ஏற்கப்பட்டது. சென்னை மாகாணத்தில் குற்றப் பரம்பரைச் சட்டம் முதன் முறையாக 1914ல் மதுரை மாவட்டத்தின் கள்ளர்களுக்கு எதிராகப் பிரயோகிக்கப்பட்டது.[12]

கட்டற்ற விடுதலையும், சுதந்திரமும் கொண்ட கள்ளர்கள் இச்சட்டம் விதித்த கடுமையான கட்டுப்பாடுகளை ஏற்கத் தயாராக இல்லை. பதிவு செய்து கொள்ளத் தவறியவர்களைக் கைது செய்யும் காவல்துறையின் முயற்சியைத் தடுக்க ஏப்ரல் 3ம் தேதி ஆயிரத்திற்கும் மேற்பட்ட கள்ளர்கள் பெருங்காமநல்லூரில் கூடினார்கள். அப்போது ஏற்பட்ட மோதலில் ஈட்டிகள், கம்புகள், கல், அரிவாள் ஏந்திய

10 David Arnold, Police Power and Colonial Rule, 138–144.

11 Ibid., 144.

12 Ibid., 138–144.

கிராமத்தினர் மீது போலீஸ் 89 சுற்று குண்டுகளையும் 17 ரவை தோட்டாக்களையும் சுட்டது. பதினோரு பேர் சம்பவ இடத்திலேயே கொல்லப்பட்டார்கள். கடுமையாக காயமடைந்த எட்டு பேரில், பின்னர் மூவர் இறந்தார்கள்.[13] காலனிய போலீஸ் அடக்குமுறை நடவடிக்கைகளை மேற்கொண்டதால், பதிவு செய்து கொள்ளாமல் தப்ப தேவர்கள் செய்த முயற்சி பலிக்கவில்லை. திருமங்கலம் மற்றும் அதன் பக்கத்தில் உள்ள மதுரை மாவட்டத்தின் மற்ற தாலுகாக்களில் வசித்த சுமார் 70,000- 80,000 கள்ளர்களில் 1920 ஜூலை வாக்கில் 14,283 பேரும், 1924ன் இறுதியில் 32,054 பேரும் பதிவு செய்யப்பட்டார்கள்.[14] இச்சட்டத்தின்படி பதிவு செய்யப்பட்டவர்கள் இரவு 11 மணிக்கும் காலை 4 மணிக்கும் காவல் நிலையத்தில் ஆஜராக வேண்டும். அவர்கள் காவல் நிலையத்திலேயே தூங்க வேண்டும், இரவு நேரங்களில் குற்றம் செய்ய முடியாது என்பதற்காகவே இந்த ஏற்பாடு.[15]

II

ஐரோப்பிய கிறிஸ்துவ மிஷனரிகளின் மதமாற்ற முயற்சிகள், ஜாதி அமைப்பின் மீது அவர்களது தாக்குதல், அனைவரையும் சேர்த்துக் கொள்ளும் கல்வி நிறுவனங்கள் அமைக்கப்பட்டது, அடிமைமுறை ஒழிப்பு, கீழ்ஜாதி மக்கள் பிழைப்பு வழி தேடி சாம்ராஜ்ஜியத்தின் காலனிகளுக்குக் குடியேறுவதற்கு உதவிய ஒப்பந்தத் தொழிலாளர் சட்டங்களின் அறிமுகம் அனைத்தும் சேர்ந்து பத்தொன்பதாம் நூற்றாண்டு தமிழ் சமூகம் வேகமாக மாற்றம் பெற உதவின. இந்த புதிய சமூக- பொருளாதாரச் சூழலில் அதிகாரம் பெற்ற விளிம்புநிலை சமூகங்கள் (ஒடுக்கப்பட்ட வர்க்கங்கள்) தமது விருப்பத்தையும் எண்ணவோட்டத்தையும் தைரியமாக வெளியே சொல்ல ஆரம்பித்தன. இவர்களது சமூக எதிர்ப்பு இரு மாறுபட்ட வடிவங்களில் வெளிப்பட்டது. ஒன்று தமது ஒடுக்குமுறைக்குக் காரணம் என்று அவர்கள் கருதிய இந்து மதத்திலிருந்து தப்பிக்க கிறிஸ்துவத்திற்கு மதம் மாறுவது. மற்றது ஒப்பந்தத் தொழிலாளிகளாக

---

13 Ibid., 115

14 Ibid., 145.

15. David Arnold. Police power and Colonical Rule, 144-46 2 153. மதுரை மாவட்டத்தில் கள்ளர்கள் குற்றமிழைப்பதைத் தடுக்க அரசாங்கம் உருவாக்கிய கள்ளர் மறுசீரமைப்புத் திட்டம் சிறப்புப் பள்ளிகள் துவக்குதல், கிராமப்புற கூட்டுறவுகள் அமைத்தல். குடிசைத் தொழில்கள், கடன் வழங்குதல், நில மானியம், மதுரையின் பஞ் சாலைகளில் அல்லது நீலகிரி ஆனமலை தேயிலை, காப்பி எஸ்டேட்டுகளில் வேலைவாய்ப்பு என பல அம்சங்கள் கொண்டது. மறுவாழ்வுத் திட்டத்தின் ஒரு பகுதியாக 1920களில் சுமார் 5000 பிரமலைக் கள்ளர்கள் ஆனமலைக்கு அனுப்பப்பட்டார்கள். மதுரைக்காகப் போடப்பட்ட இத்திட்டம். 1930களில் பெருமந்த காலத்தில் அரசின் நிதிநிலமை மோசமாக இருந்ததால், ராமநாதபுரம், திருநெல்வேலி மாவட்டங்களின் மறவர்களுக்கு விரிவுப்படுத்தப்படவில்லை.

நாட்டை விட்டு வெளியேறி விடுவது. 'தீண்டத்தகாத ஜாதியாக நடத்தப்பட்ட நாடார்களில் பெரும்பான்மையோர் முதல் வடிவத்தை மேற்கொண்டார்கள். தலித்துகள் (தீண்டத்தகாதோர்) இரண்டாவது வழியைத் தேர்ந்தெடுத்தார்கள். இந்துமதத்திலேயே இருந்த நாடார்கள், ஐரோப்பிய வர்த்தக சமூகத்தின் ஆதரவால், வியாபாரத்தை மேற்கொண்டு செழிப்படைந்தார்கள். தலித்துகளைப் பொறுத்தவரை, அவர்கள் பெரும்பாலும் விவசாயத்தோடு தொடர்பு கொண்டிருந்ததால், பஞ் சகாலங்களில் தமது வசிப்பிடங்களை விட்டு இடம் பெயர்ந்துதான் பட்டினிச் சாவிலிருந்து தப்பமுடிந்தது.

ஐரோப்பிய கிறிஸ்துவ மிஷனரிகள் ஜாதி மேலாதிக்கத் தன்மை குறித்து கேள்வி எழுப்பியது நாடார்களைக் கவர்ந்தது. நற்செய்திக் கூட்டங்களில் அவர்கள் ஜாதிய முறையைத் தாக்கியதற்கு நாடார்களிடம் உற்சாகமான ஆதரவு கிடைத்தது.[16] காலனிய ஆட்சியாளர்களால் அரசியல் ரீதியாகப் பாதுகாக்கப்பட்ட மதம் மாறிய நாடார்கள் ஆங்கிலக் கல்வி பெற்று, திருநெல்வேலி மாவட்டத்திலும், தென் திருவிதாங்கூரிலும் (இன்றைய கன்னியாகுமரி மாவட்டம்) அரசாங்க மற்றும் திருச்சபை நிறுவனங்களில் பணி நியமனம் பெற்றார்கள். மதுரை, திருமங்கலம், சிவகாசி, அருப்புக் கோட்டை மற்றும் கமுதியில் இருந்த நாடார்கள் மாறிய சமூக சூழலில் ஐரோப்பிய வர்த்தகர்களின் ஆதரவோடு வர்த்தகத்தில் ஈடுபட்டு, செழிப்படைந்தார்கள். பணப்பயிர் விவசாயம் அறிமுகமான போது, நாடார் விவசாயிகள் பணப் பயிர்களைப் பயிரிட்டு, மிளகாய் வற்றல், புகையிலை, பருத்தி வியாபாரத்தில் ஈடுபட்டார்கள். மத அடையாளங்களைத் தாண்டிய அவர்களது ஜாதிப் பிணைப்பு அவர்களது வர்த்தக இணைப்புகளை ஒன்றுபடுத்தி, வலுப்படுத்த உதவியது. 1860களின் பருத்திக்கான கிராக்கி சில நாடார் குடும்பங்களை வளப்படுத்தியது. ஒவ்வொரு நாடார் குடும்பமும் நல்வாழ்வு நிதிக்கு பங்களிக்கும் விதமாக உறவின் முறை என்ற ஜாதி அமைப்பை ஏற்படுத்தி, நாடார்கள் தம் குழந்தைகள் படிக்க பள்ளிக் கூடங்களை நிறுவினார்கள். விருதுநகர் சத்திரிய வித்யாசாலை பள்ளி (1889), அருப்புக்கோட்டை சைவ பானு சத்திரிய பள்ளி (1889) கமுதி சத்திரிய நாடார் பள்ளி ஆகியவை ராமநாதபுரம் மாவட்டத்தில் ஆரம்ப காலத்தில் தோன்றியவைகளாகும்.

பத்தொன்பதாம் நூற்றாண்டின் கடைசி கால் நூற்றாண்டு கால கட்டத்தில், 1876, 1878, 1885, 1890, 1895, 1899-1890 ஆகிய ஆண்டுகளில் ஏற்பட்ட பஞ்சங்களின் விளைவாக வந்த பொருட்களின் பற்றாக்குறை, விலையேற்றம் ஆகியவற்றைப் பயன்படுத்தி சிறு வியாபாரிகளாக,

16 It was composite Tirunelveli district consisting of present day Tirunelveli, Thoothukudi [Tuticorin], and Virudhunagar districts. A. J. Stuart, Manual of Tinnevelly District, 12.

வர்த்தகர்களாக பெரும் லாபமீட்டி, நாடார்கள் பொருளாதார முன்னேற்றம் அடைந்தார்கள். இதே காலகட்டத்தில் குத்தகை விவசாயிகளாக இருந்து தேவர்கள் மிகவும் சிரமப்பட்டார்கள் என்பதை நாம் நினைவில் கொள்ள வேண்டும். இதுவும், நாடார்களின் கல்வி அடிப்படையிலான முன்னேற்றமும்தான் சமூகரீதியாக தாழ்ந்தவர்கள் என்று கருதப்பட்ட நாடார்களுக்கும் தேவர்களுக்கும் இடையில் கசப்புணர்வு ஏற்பட முக்கியமான காரணங்களாகும்.[17]

நாடார்களின் கல்வி முன்னேற்றமும், புதிதாய் சேர்ந்த செல்வமும் அவர்களை உயர்ந்த சமூக அந்தஸ்திற்கு ஆசைப்பட வைத்தது. அவர்களுக்கு அனுமதி மறுக்கப்பட்ட இந்துக் கோவில்களுக்குள் நுழையத் துணிந்தார்கள்.

தென் தமிழகத்தைப் பொறுத்தவரை பெரும்பாலான கோவில்கள் மறவர் ஜமீன்தார்களின் பொறுப்பில் இருந்தன. எனவே நாடார்கள் கோவில் நுழைவு உரிமை கோரியபோது, தேவர்களுக்கும் நாடார்களுக்கும் இடையே கடுமையான மோதல்கள் வெடித்தன. நாடார்களின் செல்வச் செழிப்போடு இருந்தவர்கள் கோவிலுக்குச் சென்று, இறைவனை வழிபடும் உரிமை பெறுவதில் உறுதியாக இருந்தார்கள். ஆலய நுழைவில் நாடார்கள் காட்டிய உறுதி பாரம்பரியமாக நிலவி வந்த சமூக ஏற்பாடுகளுக்கு அச்சுறுத்தலாக இருந்தது. மாறாக உயர்குடி மறவர்கள் இப்போதுள்ள நிலை தொடர வேண்டும் என்று இந்து நாடார்களின் முயற்சிகளை எதிர்த்தார்கள்.[18]

கமுதியில், 1898ல் நாடார்கள் தடையை மீறி கோவிலில் நுழைந்ததைத் தொடர்ந்து, ராமநாதபுர ராஜாவான பாஸ்கர சேதுபதி, 'பரம்பரை அறங்காவலர்' என்ற வகையில், நாடார்களின் நுழைவால் கோவிலின் புனிதம் கெட்டுவிட்டது என்று உள்ளூர் நீதிமன்றத்தில் வழக்குத் தொடர்ந்தார். சாட்சிகள் நாடார்கள் கோவிலின் புனிதத்தைக் கெடுத்துவிட்டார்கள் என்று கூறாதது, எங்குமே கோவில் மரியாதைகள் குறித்து குறிப்பிடப்படாதது ஆகியவற்றால் நீதிபதி குழப்பமடைந்தார். ஏராளமான தகவல்களைச் சேகரித்த நீதிபதி நாடார்களை வழிபடவிடாமல் தடுப்பது கமுதி கோவிலில் நிலவிய பழக்கம் என்பதை அறிந்தார். எனவே நாடார்கள் கோவிலுக்குள் நுழையக் கூடாது என்று தீர்ப்பளித்தார். வழக்கு உயர்நீதிமன்றம் சென்றது. (சங்கரலிங்க நாடார் Vs ராஜ ராஜேஸ்வர துரை வழக்கு). அங்கிருந்து பிரிவி கவுன்சிலுக்குச் சென்றது. அதேநேரத்தில் நாடார்களுக்கு பாரம்பரியமாக கோவிலுக்குள் நுழைய உரிமை இல்லை என்ற நீதிபதியின் தீர்ப்பையொட்டி, 1901ல் ஒரு சமரச முயற்சி நடந்தது. நாடார்களும், சேதுபதியும் தமது சமரசத்தை

17 See my article 'The First Social Movement in Tamilnadu' in Puthu Visai, 1999 for further details.

18. மேலது. இந்தக் கலவரங்களின்போது, தமது பிழைப்பிற்கு தேவர்களை நம்பியிருந்த தலித்துகள், குறிப்பாக பள்ளர்கள் தேவர்கள் பக்கம் நின்று, நாடார்களைத் தாக்கினார்கள்.

அறிவித்தார்கள். 'வெள்ளாளர், செட்டியார் மற்றும் இந்து சமூகத்தின் இதர, சூத்திர ஜாதிகள் அனுமதிக்கப்பட்ட அதே விதத்தில் அதே அளவிற்கு, நாடார்களும் கோவிலில் வழிபட அனுமதிக்க சேதுபதி ஒப்புக் கொண்டார்.'[19]

எனினும், உயர்நீதிமன்ற நீதிபதி நாடார்கள் மற்றும் சேதுபதியின் கூட்டு முன்மொழிவை ஏற்க முடியாதது என்று நிராகரித்தார். கீழ் நீதிமன்ற நீதிபதி நாடார்களை வழிபட அனுமதிக்காததற்கு கமுதி கோவிலின் வழக்கம் என்று கூறியிருந்தார். இந்த வழக்கத்தின் அடிப்படையில், சமரசம் செய்து கொள்வதற்கு சேதுபதிக்கு அதிகாரம் இல்லை என்று உயர்நீதிமன்றம் கூறியது. ஏனெனில் இந்த சமரசம், 'நீதி அதிகாரத்தின்படி கோவிலின் அடிப்படைத் தன்மை மற்றும் பயன்பாட்டை மாற்றிவிடும்' என்றது. சமரச முன்மொழிவு தரப்பட்டதற்கு ஏழாண்டுகளுக்குப் பிறகு (1908ல்) லண்டனில் இருந்த பிரிவி கவுன்சிலின் நீதிக் கமிட்டி இந்த இரு நீதிமன்றங்களின் முடிவுகளை உறுதி செய்தது.

கமுதி கோவிலில் நாடார்களை அனுமதிக்காதது சரிதான் என்ற பிரைவி கவுன்சில், கோவிலை புனிதப்படுத்த ரூ.500/ இழப்பீடு தர உத்தரவிட்டது. அவர்களது சமூக அந்தஸ்தைக் கவனமாகப் பரிசீலித்த பிரிவி கவுன்சிலின் நீதிக் கமிட்டி பொதுவாக நாடார்களின் சமூக அந்தஸ்து பள்ளர்கள், பறையர்கள் மற்றும் சக்கிலியர்களுக்கு சற்று மேலானது என்றும், வெள்ளாளர்கள், மறவர்கள் மற்றும் பொதுவாக சூத்திரர்கள் என்று வகைப்படுத்தப்படும் இதர வேளாண் ஜாதிகளுக்கு கீழானது என்றும் தெரிந்தெடுத்தது. 'நாடார்களின் ஆலய நுழைவு சிவ வழிபாட்டின் இந்து மதக் கொள்கைகளுக்கு முரணானது. ஜாதி இந்து பக்தர்களின் உணர்வுகளுக்கும், வழக்கங்களுக்கும் எதிரானது, என்று தீர்ப்புக் கூறியது.[20]

1899 சிவகாசிக் கலவரத்திற்குப் பிறகு தேவர்கள், நாடார்களுக்கு இடையிலான உறவு சரி செய்ய முடியாத அளவிற்கு மோசமாகிவிட்டது. அந்த ஆண்டு சிவகாசியில் சில நாடார்களின் கிடங்குகளுக்குத் தேவர்கள் தீ வைத்ததற்குப் பழிவாங்கும் விதமாக, நாடார்கள் தேவர்களின் வீடுகளைச் சூறையாடி பெரும் நஷ்டத்தை விளைவித்தனர். இதற்கான பதிலடியிலிருந்து நாடார்களால் தப்பிக்க முடியவில்லை. அதே

19. உயர் ஜாதி பெரிய மனிதர்களின் எதிர்ப்பின் காரணமாக ராஜாவே தமது மனதை மாற்றிக் கொண்டார் என்றும், பிரமாணப் பத்திரத்தில் தான் கூறியிருந்தவற்றை பொருட்படுத்த வேண்டாம் என்று உயர்நீதிமன்ற நீதிபதிக்கு ஒரு தந்தி அனுப்பினார் என்றும் கூறப்படுகிறது. பார்க்க: B.Sobhanan, Temple Entry Movement and the Sivakasi Riots (Raj ..... 1985) ஆனால் நீதிபதி பரிசீலிக்க வேறு மனுதாரர்களின் மனுக்களும் இருந்தன.

20 Milton B. Singer, Bernard S. Cohn, Structure and Change in Indian Society (New Jersey, 1970), 305.

ஆண்டு ஜூன் 6ம் தேதி சிவகாசியில், ஊரின் சில வெள்ளாளர்கள், மற்றும் பக்கத்து கிராமங்களில் தங்கள் ஜாதியினரின் உதவியோடு தேவர்கள் நாடார்களைத் தாக்கினார்கள். இந்தக் கலவரத்தில் 25 நாடார்கள் கொல்லப்பட்டார்கள். ரூ.43000 மதிப்புள்ள சொத்துக்கள் சேதமடைந்தன. காவல்துறையினர் வருவதற்குள் தேவர் கும்பல் தப்பிவிட்டது. செல்லும் வழியில் சுரண்டை மற்றும் தென்காசியில் நாடார் வீடுகளைக் கொள்ளையடித்து சூறையாடியது.[21]

கமுதி மீனாட்சி சுந்தரேஸ்வரர் கோவிலில் நுழையும் தங்களது உரிமையை வலியுறுத்தி நாடார்கள் பிரிட்டிஷ் பிரிவி கவுன்சிலில் மனு அளித்ததும் நீதிமன்றங்களில் கோரிக்கை நிராகரிக்கப்பட்டதும் கிழக்கு ராமநாதபுரத்தில் தேவர்கள் நாடார்களுக்கு இடையிலான உறவை மேலும் சீரழித்தது. கமுதியில் சந்தையில் ஒரு நாடாருக்கும், ஒரு தேவருக்கும் மோதல் வந்தபோது கோபத்தில் இருந்த தேவர்கள் இதைக் காரணமாக வைத்து நாடார்களின் கடைகளையும், வீடுகளையும் தாக்கினார்கள். 1918 செப்டம்பர் 17 அன்று நடந்த அந்தக் கலவரத்தில் 21 நாடார் வீடுகள் தீக்கிரையானதாகவும், ரூ.15000 மதிப்புள்ள பொருட்கள் சாம்பலானதாகவும் மாவட்ட நிர்வாகம் பின்னர் அறிவித்தது. அப்பகுதியில் கலவரம் பல வாரங்களுக்கு நீடித்தது. பிறகு ராணுவம் வரவழைக்கப்பட்டது. 100 நபர்கள் மீது கிரிமினல் வழக்கு தொடரப்பட்டது. அப்பகுதி முழுவதும் கலவரப்பகுதியாக அறிவிக்கப்பட்டது. ஒவ்வொரு வீட்டிற்கும் ஒரு அபராத வரி விதிக்கப்பட்டது. இந்த அபராத வரித் தொகை கமுதியில் ஒரு ஆய்வாளர், ஒரு சார்ஜென்ட், ஐந்து தலைமைக் காவலர்கள், ஐம்பது காவலர்கள் உள்ள சிறப்பு ஆயுதப்படையை நிறுத்துவதற்கான செலவிற்குப் பயன்படுத்தப்பட்டது.[22] இந்தக் கலவரம் முத்துராமலிங்கத் தேவர் அரசியலுக்கு வருவதற்கு முன்பே நடந்தது என்பதை நாம் நினைவில் கொள்ள வேண்டும்.

புதிதாக உருவாகியிருந்த நாடார் வியாபாரிகள், இடைத் தரகர்களாக விவசாயிகளை ஏமாற்றி, அவர்களைச் சுரண்டியதாக முத்துராமலிங்கத் தேவர் கருதினார். நாடார் விரோத கருத்துகளை வெளியிடும்போது அவர் சிறுவிவசாயிகள், குத்தகை விவசாயிகளின் நிலையிலிருந்து, முக்குலத்தோர் சமூகத்தின் உணர்வுகளைத் தான் பிரதிபலித்தார். அரசியல் ரீதியாகவும், அப்பகுதியில் காங்கிரஸை முத்துராமலிங்கத் தேவர் பிரதிநிதித்துவப் படுத்தியபோது, கமுதி, அதன் சுற்றுவட்டார கிராமங்களின் குறிப்பாக பேரையூரின் நாடார்கள், அதற்கு மாறாக

21 See my article "Samuga Vanmuraigal in Modern Tamilnadu," (Social Violence in Modern Tamilnadu)in *Manorama Year Book*, 2002, 258-260.

22 K. A. Manikumar "Samuga Vanmuraigal in Modern Tamilnadu," (Social Violence in Modern Tamilnadu) in *Manorama Year Book,* 2002.

நீதிக் கட்சியின் பலப்படுத்த திரண்டார்கள். 1930களில் இப்பகுதியில் காங்கிரஸ் கட்சியை பலப்படுத்த காமராஜர் முயன்றபோது, அவர் எவ்வாறு கமுதி நாடார்களால் துரத்தப்பட்டார் என்பதை ராபர்ட் ஹார்ட்கிரேவ் தனது நாடார்ஸ் ஆஃப் தமிழ்நாட் என்ற நூலில் பதிவு செய்திருக்கிறார். நாடார்கள் நீதிக்கட்சியை தீவிரமாக ஆதரித்ததும், தேவர்கள் முத்துராமலிங்கத் தேவர் தலைமையில் காங்கிரஸை ஆதரித்ததும் சேர்ந்து, கட்சி அரசியலாலும் உறவு மேலும் கெட்டது.[23]

III

தேவர் பலவந்தமாக திணித்த பாதுகாப்பை எதிர்க்க வேண்டிய நிலையில் இருந்த பள்ளர்கள், விவசாயக் கூலி வர்க்கமாக இருந்தார்கள். பொதுவாக இவர்கள் பழைய ஒன்றுபட்ட தஞ்சாவூர், திருச்சிராப்பள்ளி, மதுரை, ராமநாதபுரம், திருநெல்வேலி மாவட்டங்களில் இருந்தார்கள். இராமநாதபுரம் மாவட்டத்தின் தலித் மக்கள் தொகையில் இவர்கள் 62 சதவீதமும், மற்ற முக்கிய விளிம்புநிலை சமூகங்களில் பறையர்கள், சக்கிலியர்கள் முறையே 21 மற்றும் 10 சதவிகிதமாகவும் இருந்தார்கள்.[24] 1843ல் இந்தியாவில் அடிமைமுறை ஒழிக்கப்படும்வரை பள்ளர்கள் ஆதிக்க ஜாதிகளைச் சேர்ந்த பண்ணையார்களிடம் விவசாய அடிமைகளாக இருந்தார்கள். தஞ்சாவூரில் இவர்கள் பிராமண நிலஉடைமையாளர்களைச் சார்ந்திருந்தார்கள். திருநெல்வேலியில் வெள்ளாளர் நிலஉடைமையாளர்களைச் சார்ந்திருந்தார்கள். ஒன்றுபட்ட இராமநாதபுரத்தில், தேவர்கள் நிலஉடைமை ஜாதியாக இல்லாவிட்டாலும்கூட, ராமநாதபுரம் ஜமீனின் நிலங்களின் குத்தகைதாரர்களாக நிலங்களில் ஆதிக்கம் செலுத்தினார்கள். விவசாய உற்பத்தியில் பள்ளர்களுக்கு தேவர்களுடன் அண்டி வாழும் உறவுதான் நிலவியது. முத்துராமலிங்கத் தேவரின் பசும்பொன் எஸ்டேட்டில் இருந்த 200 தொழிலாளர்களில் 180 பேர் பள்ளர்கள். மற்றொரு தேவர் எஸ்டேட்டில், 400 தொழிலாளர்களில், பள்ளர்கள் எண்ணிக்கை 300 ஆக இருந்தது. [25]

பள்ளர்கள் மாட்டுக்கறி சாப்பிடுவதில்லை என்பதால், தாங்கள் பறையர்கள், சக்கிலியர்களை விட மேலானவர்கள் என்று தம்மை கருதிக் கொண்டார்கள். ஆனாலும் அவர்கள் பண்ணை அடிமை நிலையில்தான் இருந்தார்கள். தஞ்சாவூர் பகுதியைப் போலவே, தென் தமிழ்நாட்டின் பல பகுதிகளும் ஒரு பள்ளர் குடும்பம் ஒரு

---

23. தினகரன், முதுகுளத்தூர் கலவரம். கடும் விரோதத்தின் உச்சத்தில், நாடார் பலசரக்குக் கடைகளை தமது ஜாதியினர் புறக்கணிக்க வேண்டும் என்று தேவர் பாரதமாதா ஸ்டோர்ஸ் என்று ஒரு பலசரக்குக் கடை ஆரம்பித்ததாகச் சொல்லப்படுகிறது.

24 *District Census Hand Book: Ramanathapuram, Census of India, 1961,* Part X-VI, 22

25 *MLAD, vol. V, 1957, 136*

பண்ணையாருக்கு அடிமைப்பட்டுதான் இருக்கும். ஒரு பள்ளரால் வேறு ஊரில் போய் வசிக்க முடியாது. வேறு எந்த வேலையையும் செய்ய முடியாது. ஓடிப் போன பள்ளர் தன் எஜமானரிடம் மீண்டும் வந்து சேர கட்டாயப்படுத்தப்படுவார். பள்ளர் விவசாய அடிமைகளுக்கு கூலியாக தானியம் தரப்படும். விசேஷ நாட்களில் ஏதாவது கொடை வழங்கப்படும்.[26] நிலங்கள் கைமாறும் போது, பள்ளர்களும் புதிய எஜமானருக்கு கைமாறி விடுவார்கள். முன்பணமாக ஒரு தொகை தரப்பட்டு எஜமானரிடமே அந்த பள்ளர் தொடர்ந்து இருக்குமாறு செய்யப்படும். பள்ளரின் கூலி இருவேளை உணவுக்கே போதாது என்பதால், அவரால் அந்த முன்பணத்தை திருப்பித் தர முடியாது.[27] மதுரை பற்றிய செய்திக் களஞ்சியம் தயாரித்த நெல்சன் பள்ளர்களின் துயரமான நிலையை பின்வருமாறு குறிப்பிடுகிறார்.

> *'பெயரளவில் சுதந்திரமானவர்கள் என்றாலும்கூட இவர்கள் (பள்ளர்கள்) பொதுவாக முற்றிலும் அடிமைகள்தான். நெற்றி வியர்வை நிலத்தில் விழ இடைவிடாது உழைத்து, பசிக் கொடுமையை சற்று தணிக்க கையளவு தானியமும், நிர்வாணத்தை ஓரளவு மறைக்க ஒரு கந்தையும் சம்பாதிப்பார்கள்.'*[28]

தம் எதிர்ப்பைக் காட்டும் விதமாக, நாடார்களைப் போல, பள்ளர்களும் கிறிஸ்துவத்தைத் தழுவினார்கள். 1876லிருந்து தமிழ்நாட்டில் தொடர்ந்து பஞ்சங்கள் ஏற்பட்டபோது, அரசாங்கம் எந்த நடவடிக்கையும் எடுக்கவில்லை.[29] திருச்சபைதான் நிவாரண முகாம்கள், இலவச உணவு விடுதிகளை நடத்தின என்பதால், பொருளாதார ரீதியாக மிகவும் பாதிக்கப்பட்டிருந்த பள்ளர்கள் கிறிஸ்துவத்திற்கு மாறினார்கள். பத்தொன்பதாம் நூற்றாண்டின் மத்தியிலிருந்தே சென்னை மாகாணத்தின் ஒவ்வொரு பகுதியிலிருந்தும் மக்கள் அலையலையாக வெளியிடங்களுக்குக் குடிபெயர்ந்தார்கள். பள்ளர்களும் தேயிலை, ரப்பர் தோட்டங்களில் கூலி வேலை பார்க்க இலங்கை, அஸ்ஸாம், பர்மா, மற்றும் மலேயாவிற்குக் குடிபெயர்ந்தார்கள்.[30]

தஞ்சாவூரில் ஜாதி-வர்க்க உறவு மிக வெளிப்படையாக இருந்ததால், வர்க்க அடிப்படையில் தலித்துகளை ஒன்று திரட்டுவது கம்யூனிஸ்டுகளுக்கு கடினமாக இல்லை. மேலும், தஞ்சாவூரில்

---

26 *Kathleen Gough, 'Caste in a Tanjore Village,' E.R. Leach, Cambridge Papers in Social Anthropology: Aspects of Caste in South India, Ceylon and North-West Pakistan (Cambridge: Cambridge University Press, 1969), 167.*

27 Edgar Thurston, *Castes and Tribes of Southern India,* Vol. V, 475-77.

28 Nelson, *The Madura Country,* 58.

29 The colonial state had been wedded to laissez-faire policy since 1833 even in matters of famines.

30 See my article 'Caste as an Instrument of Subaltern Mobilization: The Case of Pallars,' in R. Balasubramanian (ed.), *Social and Economic Dimensions of Caste Organizations in South Indian States* (Madras: University of Madras, 2001), 65-82.

பெரிய பண்ணையார்களின் வசம் ஏராளமான நஞ்செய் நிலங்கள் இருந்தன. இதற்கு நேர்மாறாக ராமநாதபுரம் மாவட்டம் வறண்ட பகுதியாக இருந்தது. இங்கு தேவர்களின் வசம் சிறு சிறு துண்டு நிலங்கள் இருந்தன. பெரும்பாலான தேவர்கள் ராமநாதபுரம் ஜமீன் அல்லது ராமேஸ்வரம் கோவில் நிலங்களின் குத்தகைதாரர்களாக இருந்தார்கள். எனவே வேளாண் வர்க்க அடிப்படையில் திரள வேண்டும் என்றால், தங்களது பொதுவான வர்க்க எதிரியாக ஜமீன்தார் அல்லது அரசை எதிர்த்துப் போராட, நிலமற்ற பள்ளர் கூலிகள் தேவர் குத்தகைதாரர்களோடு இணைந்திருக்க வேண்டும். ஆனால் ஜாதி மேலாதிக்கத்தால் இந்த ஒற்றுமை சாத்தியப்படவில்லை. மேலும் அது, இராமநாதபுர மாவட்டத்தை தனது தனிப்பட்ட கவர்ச்சி, ஜாதி அபிமானம், புரவலர்தன்மை ஆகியவற்றால் தனது தலைமையை நிறுவியிருந்த முத்துராமலிங்கத்தேவரின் ராஜ்ஜியமாக இருந்தது.

கிழக்கு ராமநாதபுரத்தில் அதிகமாக இருந்த பள்ளர்கள் தமது கோரிக்கைகளுக்குக் குரல் கொடுக்க, பூவைஸ்ய இந்திர குல சங்கம் என்ற அமைப்பை ஆரம்பித்தார்கள். இது மதம்மாறிய பள்ளர்கள். வெளிநாடு சென்று திரும்பிய பள்ளர்களின் முயற்சியால் உருவானது. இந்த அமைப்பை உருவாக்கியவர் பெருமாள் பீட்டர் என்பவர். இவர் மலேசியாவின் பினாங்கில் ஆரம்பக் கல்வி பயின்று, பின்னர் பர்மாவின் ரங்கூனில் பள்ளி ஆசிரியராகப் பணியாற்றிவிட்டு, தாய்நாடு திரும்பியவர். முதல் உலகப் போர் மூண்டபோது இவர் தமது சொந்த ஊரான பேரையூருக்குத் (முதுகுளத்தூர் தாலுகா) திரும்பி வந்து அங்கு நாட்டு வைத்தியம் பார்த்துவந்தார். இவர் 1922 இல் பள்ளர்களின் முதல் மாநாட்டை நடத்தினார். இராமநாதபுரம் மாவட்டத்தின் 150 கிராமங்களிலிருந்து பிரதிநிதிகள் வந்து முதுகுளத்தூர் தாலுகா செங்கோட்டைப்பட்டியில் நடந்த மாநாட்டில் கலந்து கொண்டார்கள். இதே ஆட்கள், இதே கிராமத்தில் மற்றொரு மாநாட்டையும் பின்னர் நடத்தினர். மாநாட்டுப் பிரதிநிதிகளின் போக்குவரத்து, உணவு செலவுகளுக்காக பிரதிநிதிகளின் ஊர்களில் ஒவ்வொரு வீட்டிற்கும் ஓரணா வீதம் வசூலிக்கப்பட்டது.[31] இந்த இரண்டு மாநாடுகளின் தீர்மானங்களும் பள்ளர் சமூக ஆண், பெண் குழந்தைகளுக்கான கல்விபற்றிய அவசியத்தை வலியுறுத்தின. பறையடித்தல், ஜாதி இந்துக்களின் சாவு வீடுகளில் தலித் பெண்கள் ஒப்பாரி வைத்தல் போன்ற ஜாதி ரீதியான வேலைகளைச் செய்யக்கூடாது என்று மாநாடு பள்ளர் மக்களைக் கேட்டுக் கொண்டது. பச்சைக் குத்திக் கொள்ளல், குழந்தைத் திருமணம், பலதாரதிருமணம் ஆகிய வழக்கங்களை கைவிடுமாறும் மாநாடு வேண்டியது. 1928ல் சங்கம் முறையாக பதிவு செய்யப்பட்டது.[32]

31 V. Alex, *Karisalil Or Oorani* (Tamil), Madurai, 1995, 43–46.

32 K. Ramesh Babu, 'Tamilagathil Dalit Iyakkam: Devendrakula Vellalar Organizations, 1922-1983,' Unpuhlished M.A. Project Report Submitted to Manonmaniam Sundaranar University, Tirunelveli, 1997, 12.

பெருமாள் பீட்டர் 1925ல் கிறிஸ்துவத்திற்கு மாறினார். மதமாற்றம் தனது இன மக்களுக்கு சுயமரியாதையைப் பெற்றுத் தரும் என்ற நம்பிக்கைகளில் அவர் மதமாற்றத்தை ஆதரித்தார். பள்ளர்கள் தமது குழந்தைகளுக்கு தம் விருப்பம்போல் பெயர் வைக்க வேண்டும். தம் விருப்பம்போல் ஆடை உடுத்த வேண்டும் என்று அறிவுறுத்தினார். காலனிய ஆட்சியாளர்களின் மதத்தை தலித்துகள் பின்பற்றினால், ஜாதி இந்துக்களின் ஒடுக்குமுறைகளின்போது மாவட்டக் ஆட்சியரும், காவல்துறை கண்காணிப்பாளரும், தங்கள் சார்பாக தலையிடுவார்கள் என்று நினைத்தார்.[33] கிறிஸ்த்துவம் இந்த ஆதரவை அரசியல் நடவடிக்கையாக மாற்றத் தவறினாலும்கூட தேவாலயங்கள், பள்ளிகள், மருத்துவமனைகள் போன்ற தலித்துகளுக்கான நல்வாழ்வு அமைப்புகளைத் தொடங்கியதன் மூலம் நடைமுறை வாழ்வின் ஜாதி பாகுபாடுகள், ஒதுக்கி வைத்தல்கள் பற்றி அவர்களுக்கு விழிப்புணர்வூட்டியது.

பொருளாதரப்பெருமந்தத்தின் (1928-37) விளைவாக, முன்பு தென்கிழக்கு ஆசிய நாடுகளுக்குக் குடிபெயர்ந்து சுதந்திரக் காற்றை அனுபவித்த பள்ளர்கள் பலர் நாடு திரும்ப நேர்ந்தபோது, இங்கு தம் சொந்த பந்தங்கள் அதே ஒடுக்குமுறைச் சூழலில் வாழ்ந்து கொண்டிருப்பதைக் கண்டு வருந்தினார்கள். வர்க்க அடிப்படையில் நிலமற்ற விவசாயக் கூலிகள் அணிதிரண்டிருந்த தஞ்சாவூருக்கு நேர்மாறாக, தென் தமிழ்நாட்டில் விவசாயிகளின் போராட்டத்தில் ஜாதிய அம்சம் நிலவியது. ஜாதி மோதல்கள் வெடித்தன. காங்கிரஸின் ஆதரவோடு கிழக்கு ராமநாதபுரத்தின் தேவர்கள், தங்கள் ஜமீன்தாரான ராமநாதபுரம் ராஜாவிற்கு எதிராக குத்தகை தரமாட்டோம் என்ற போராட்டத்தை நடத்தினார்கள். அதே சமயம், உணவு தானியங்களின் கடுமையான விலை வீழ்ச்சியால், தானியமாக ஊதியம் பெற்ற தமது சக விவசாயக் கூலிகளின் ஊதிய மதிப்பு பாதியாகக் குறைந்துவிட்டதை அவர்களால் புரிந்து கொள்ள முடியவில்லை.

பெருமாள் பீட்டரின் களப்பணி காரணமாக பள்ளர்களால் தம் அடையாளம் குறித்த உணர்வு பெற்று, தமது நியாயமான விருப்பங்கள் நிறைவேறாதவாறு தேவர்கள் செய்யும் முயற்சிகளைத் தடுக்க அசராது எதிர்ப்புத் தெரிவிக்க முடிந்தது. தமது எதிர்ப்பைக் காட்டும் விதமாக, 1930 டிசம்பரில் ராமநாதபுரம் தேவர்கள் விதித்திருந்த எட்டு தடைகளை பள்ளர்கள் மீறினார்கள். இதனால் கோபமுற்ற தேவர்கள் பள்ளர்களின் வீடுகள், தானியக்களஞ்சியங்களை அழித்து அவர்களது பொருட்களை கொள்ளையடித்தார்கள். அந்த எட்டுத் தடைகள் பின் வருமாறு:

33 Ibid.

1. ஆதி திராவிடர்கள் (தலித்துகள்) தங்க, வெள்ளி நகைகள் அணியக் கூடாது.
2. ஆண்கள் இடுப்பிற்கு மேலும், முழங்காலுக்குக் கீழ் தொங்குமாறும் ஆடை அணியக் கூடாது.
3. ஆண்கள் கோட்டு, சட்டை, பனியன் அணியக் கூடாது.
5. தம் வீடுகளில் மண்பாண்டங்களைத் தவிர வேறுவகை பாத்திரங்களை பயன்படுத்தக் கூடாது.
6. தலித் பெண்கள் உடலின் மேல் பகுதியை மூட அனுமதி கிடையாது. ரவிக்கையோ, தாவணியோ அணியக் கூடாது.
7. பெண்கள் பூ வைத்துக் கொள்ளவோ, குங்குமம் வைத்துக் கொள்ளவோ கூடாது.
8. வெயில், மழையிலிருந்து பாதுகாத்துக் கொள்ள குடை பயன்படுத்தக் கூடாது. செருப்பு அணியக் கூடாது. [34]

இந்த எட்டுத் தடைகளையும் பள்ளர்கள் சரிவர கடைப்பிடிக்கவில்லை என்பதால், 1931 ஜூனில் தேவர்கள் கூடி, பதினோரு தடைகளை உருவாக்கினர். இவை பள்ளர்களின் அடிப்படை உரிமைகளை பறிப்பவைகளாக இருந்தன. முழங்காலுக்குக் கீழே உடையணியக்கூடாது, தலித் ஆண்கள் பெண்கள் தங்க நகைகள் அணியக் கூடாது, பெண்கள் பித்தளைக் குடத்தில் தண்ணீர் எடுக்கக்கூடாது. மண்பானையில்தான் தண்ணீர் எடுக்க வேண்டும் என்ற முதல் மூன்று தடைகளைத் தவிர, எட்டு பாக்கி தடைகளும், அவர்களது அடிப்படை குடிமை உரிமைகளையே மறுக்கும் கொடூரமான தடைகள்.

1. அவர்களது குழந்தைகள் கல்வி கற்கக் கூடாது.
2. குழந்தைகளை மிராசுதார்களின் கால்நடைகளை மேய்க்கத்தான் அனுப்ப வேண்டும்.
3. ஆண்களும், பெண்களும் மிராசுதார்களின் பண்ணைகளில் அடிமைகள் போல வேலை பார்க்க வேண்டும்.
4. அவர்கள் குத்தகைக்கு நிலத்தில் சாகுபடி செய்யக்கூடாது.
5. தமது சொந்த நிலங்களை தமது கிராமத்தின் மிராசுதாருக்கு மிகக் குறைந்த விலையில் விற்று விட வேண்டும். அப்படிச் செய்ய மறுத்தால், அவர்களது நிலத்திற்கான பாசன வசதி மறுக்கப்படும். மழையை நம்பி பயிர் செய்தாலும்கூட, அறுவடை நேரத்தில் பயிர்கள் கொள்ளையடிக்கப்பட்டு விடும்.

34 J.H. Hutton, *Caste in India: Its Nature, Function and Origins* (Bombay: Oxford University Press, 1983), 205-06. Adi Dravidar was the term used then to denote all dalit caste person.

6. மிராசுதார்களுக்குக் கீழ் அவர்கள் காலை, 7 மணி முதல் மாலை 6 மணி வரை கூலிகளாக வேலை பார்க்க வேண்டும். ஆண்களுக்கு நாள் கூலி ரூ. நான்கு அணா பெண்களுக்கு ரூ.2 அணா.
7. இந்த வகுப்பினர் தமது திருமணங்கள், மற்ற விசேஷங்களில் மேளம் போன்ற இசைக் கருவிகளைப் பயன்படுத்தக்கூடாது.
8. திருமணத்தில் தாலி கட்டுவதற்கு முன்பு குதிரை மீது ஊர்வலம் போவதை நிறுத்த வேண்டும். திருமண ஊர்வலங்களுக்கு தமது வீடுகளின் கதவுகளைத்தான் பல்லக்காகப் பயன்படுத்த வேண்டும். எந்த காரணத்திற்காகவும், எந்த வாகனத்தையும் அவர்கள் பயன்படுத்தக்கூடாது. [35]

இந்தத் தடைகளை அமுல்படுத்த முயன்றபோது, பள்ளர்களிடமிருந்து கடுமையான எதிர்ப்பு வந்தது. தேவகோட்டைக்கு அருகில் உள்ள இலவங்கோட்டையின் பள்ளர்கள் பழைய நிபந்தனைகளுக்கு உட்பட்டு தேவர்களுக்குக் கீழே வேலை பார்க்க மறுத்தார்கள். 1933ல் கோவில் தேர் திருவிழா நடந்தபோது அவர்கள் சட்டை அணிந்து கொண்டு திருவிழாவிற்கு வந்தார்கள். சட்டை அணிந்து கொண்டே தேர் இழுத்தார்கள். தெரு கூட்டினார்கள். பறை அடித்தார்கள். கொம்பு ஊதினார்கள். இது ஜாதி கட்டுப்பாட்டை மீறிய செயல் என்று கருதிய தேவர்கள் பள்ளர்கள் மீது வன்முறையைக் கட்டவிழ்த்துவிட்டார்கள். காவல்துறை தேவர் சமூகத்தைச் சேர்ந்த அறுபத்தி மூன்று பேரை கைது செய்து அடைத்து வைத்தது. [36] வழக்கை விசாரித்த நீதிபதி, 'பர்மா போன்ற இடங்களுக்குச் சென்று, உடை, வாழ்க்கை குறித்த நாகரீகமான கருத்துகளோடு திரும்பி வந்த ஆதி திராவிடர்களின் நாகரீக, வாழ்க்கை குறித்த புதிய கருத்துக்கள்தான் பிரச்சனையின் ஆரம்பம் என்று குறிப்பிட்டார்.'[37]

இலவங்கோட்டை சம்பவம் பரமக்குடி, முதுகுளத்தூர் தாலுகாக்களின் பள்ளர்களுக்கு உத்வேகமளித்தது. பள்ளர்களுக்கும், தேவர்களுக்கும் நடந்த மோதல் பற்றி விவரிக்கும் அக்காலத்தின் போலீஸ் அறிக்கை தமது விடுதலையை நோக்கிய ஆதி திராவிடர்களின் இயக்கம் கிட்டத்தட்ட ஒரு மக்கள் இயக்கமாகவே உள்ளது. மாவட்டத்தின் (இராமநாதபுரம்) பல இடங்களிலும், காலம் காலமாக நிலவி வரும் இழிவுபடுத்தும் சமூகக் கட்டுப்பாடுகள் தூக்கியெறியப்படுகின்றன. இந்த இயக்கத்தை எதிர்த்து, நசுக்க உயர் ஜாதியினர் செய்யும் ஒன்றுபட்ட

35 Ibid.

36 K.A. Manikumar, *A Colonial Economy in the Great Depression,* 175.

37 Nicholas Dirks, *Castes of Mind: Colonialism and the Making of Modern India,* New Delhi: Permanent Black, 2002, 241

முயற்சிகள் உருவாக்கிய சூழ்நிலைகளை போலீஸ் மிகவும் சிரமப்பட்டு கட்டுப்பாட்டிற்குக் கொண்டுவந்துள்ளது, என்று குறிப்பிடுகிறது.[38]

இராமநாதபுரம் மாவட்டத்தில் ஹரிஜன்களுக்கும், முக்குலத்தோருக்கும் இடையே ஒரு சமாதான ஒப்பந்தத்தை ஏற்படுத்திய பெருமை 1932ல் காந்தி உருவாக்கிய ஹரிஜன் சேவக் சங்கத்திற்குத்தான் உரியது. தமிழ்நாடு ஹரிஜன சேவா சங்கத்தின் தலைவர் டி.எஸ்.எஸ்.ராஜனும், மதுரை மாவட்டத் தலைவர் ஏ.வைத்தியநாத ஐயரும், அப்போது ராமநாதபுரம் ஹரிஜன சேவா சங்கத்தின் தலைவராக இருந்த முத்துராமலிங்கத் தேவரோடு இந்த சமாதான ஒப்பந்தத்தை உருவாக்க நேரடியாக ஈடுபட்டார்கள். இந்த ஒப்பந்தம் 1937 பிப்ரவரி 24ஆம் தேதி போடப்பட்டதாகக் கூறும் டி.எஸ்.எஸ்.சொக்கலிங்கம், அதன் மூன்று ஷரத்துகளைக் குறிப்பிடுகிறார்.[39]

1. ஹரிஜன்கள் இலவச உழைப்பிற்குக் கட்டாயப்படுத்தப்பட மாட்டார்கள். அவர்கள் செய்யும் வேலைக்கு கூலி வாங்கிக் கொள்ள முழு சுதந்திரம் உண்டு. கூலி தராதவர்களுக்கு வேலை பார்க்க அவர்கள் மறுக்கலாம்.
2. உடைகளைப் பொருத்தமட்டில் ஹரிஜன்கள் மேலாடைகள், சட்டைகளை தம் விருப்பம் போல் அணியலாம். பெண்கள் தமக்குப் பிடித்தமான நகைகளை அணியலாம். ஆனால், கண்டதேவி மற்றும் இலவங்கோட்டை தேர் திருவிழாவின்போது (கள்ளர் ஜாதி தலைவர்களான) தலைமை நாட்டார்களே சட்டை அணிவதில்லை என்பதால் இவர்களும் சட்டை போடக்கூடாது.
3. ஹரிஜன்கள் தமது வசதி, ஆசைக்குத் தகுந்தாற்போல் எப்பேர்பட்ட வீடும் கட்டிக் கொள்ளலாம்.

1937 மார்ச் 27 அன்று ஹரிஜனில் தான் எழுதிய கட்டுரையில் இந்த ஒப்பந்தத்தை வரவேற்ற காந்தி, முக்குலத்தோர் இந்த ஷரத்துகளை சரியாகக் கடைப்பிடிப்பார்கள் என்று நம்பிக்கை தெரிவித்தார். மேலும், அவர், 'இந்திய மக்களில் ஒரு பகுதியினர் தாம் விரும்பும் ஆடையை அல்லது நகையை அணியமுடியாத சூழல், அந்தப் பகுதியினர் தமது உழைப்பிற்கான கூலியைப் பெற உயர் ஜாதியினரின் விருப்பத்தை நம்பி இருக்கும் சூழல் அவமானகரமானது. இந்த 'உயர் ஜாதி' ஆட்கள் ஹரிஜன்களை விட தாம் மேலானவர்கள் என்று கூறிக் கொண்டாலும், உண்மையில் அவர்கள் எந்த வகையிலும் ஹரிஜன்களைவிட மேலானவர்கள் அல்ல,' என்றும் குறிப்பிட்டார்.[40] எனினும் இந்த ஒப்பந்தம் முறிந்தது.

கிழக்கு ராமநாதபுரத்தின் புதிய தலைமுறை பள்ளர் இளைஞர்களுக்குத் தலைமை தாங்கிய இம்மானுவல் முதுகுளத்தூர் தாலுகாவின் செல்லூர் என்ற சிறு கிராமத்தில் பள்ளி ஆசிரியர் வேதநாயகத்தின் மகனாக 1924

---

38 K.A. Manikumar, 'The Impact of Great Depression on the Social Life of Tamils, 1929-37,' *Artha Vignana*, vol. XXXVIII, no.3, September, 1996.

39 Chokkalingam, *Horrors of Mudukulathur*, 11-12.

40 Ibid.

அக்டோபர் 9ம் தேதி பிறந்தார்.[41] அவர் பரமக்குடி டி.ஈ.எல்.சி. போர்டிங் பள்ளியிலும், ராமநாதபுரம் ஸ்வார்ட்ஸ் உயர்நிலைப் பள்ளியிலும் படித்தார். பின்னர் சுமார் ஏழாண்டு காலம் உலகப் போருக்கு முன்பும், பின்புமாக ராணுவத்தில் பணியாற்றினார். இராணுவத்திலிருந்து ஓய்வு பெற்று தமது சொந்த கிராமத்திற்கு வந்து, தனது சமூகத்தின் முன்னேற்றத்திற்காகப் பாடுபட்டார்.[42] முதுகுளத்தூரில் டீக்கடைகளில் நிலவிய இரட்டைக் குவளை முறையை எதிர்த்த அவரது இயக்கம் வேகம் பெற்று மாவட்டத்தின் பல தாலுக்காக்களுக்கும் பரவியது. பொதுக் கிணற்றில் குடிதண்ணீர் எடுக்கும் உரிமை கோரி பள்ளர் இனப் பெண்களைத் திரட்டி போராட்டங்கள் நடத்தினார். அருந்ததியர் சமூகத்தினருக்காகவும் அவர் பாடுபட்டதால், அவர்கள் மத்தியிலும் அவரது செல்வாக்கு உயர்ந்தது.[43] 1946 ஆம் ஆண்டு அமிர்தம் கிரேஸ் என்ற பள்ளி ஆசிரியையை மணந்தார். மேரி வசந்தராணி, விஜயராணி, சுந்தரி பிரபாராணி, மாணிக்கவல்லி ஜான்சிராணி என்று நான்கு புதல்விகள், இத்தம்பதிகளுக்கு பிறந்தார்கள்.

டி.எஸ்.சௌந்திரம் ராமச்சந்திரன் (டி.வி.எஸ்.குடும்பத்தைச் சேர்ந்த இந்தப் பெண்மணி 1947ல் தமிழ்நாட்டில் காந்தி கிராமத்தை உருவாக்கியவர்) நினைவு கூர்வதிலிருந்து, தனது சமூக சேவையின் காரணமாக இம்மானுவல் பள்ளர்களின் தலைவராகத் திகழ்ந்தார் என்பது தெரிகிறது. மதராஸ் சட்டமன்றத்தில் இம்மானுவலுக்கு புகழஞ் சலி செலுத்தும்போது, பூதான இயக்கத் தலைவரான தேவரினத்தவரான சங்கரலிங்க ஜகந்நாதனும், தலித் பெண்ணான கிருஷ்ணம்மாளும் புரட்சிகரமாக கலப்புத் திருமணம் செய்து கொண்டபோது, அவர்களைப் பாராட்டும் வகையில், இம்மானுவல் தனது முன்னிலையில், தமது கிராமத்தில் வரவேற்பு நிகழ்ச்சிக்கு ஏற்பாடு செய்ததை நினைவு கூர்ந்தார்.[44] ஒரு வேளை தேவர்கள் இம்மானுவல் மீது கோபம் கொள்ள இந்த நிகழ்ச்சியும் ஒரு காரணமாக இருந்திருக்கக்கூடும். அவரது மனைவி கிரேஸ் வெங்கடக்குறிச்சி பள்ளியில் பணியாற்றியதால் இம்மானுவல் அங்கு பள்ளி வளாகத்திலேயே வசித்தார். அங்கு, வீட்டின் ஓடுகளைப் பிரித்து பாறாங்கல்லை அவர் தலையில் போட்டு கொலை செய்ய ஒரு முயற்சி நடந்தது. இது போன்ற அச்சுறுத்தல்கள்

---

41. இம்மானுவலின் தந்தை வேதநாயகம் தேவேந்திர குல வேளாளர் சங்கத்தை ஆரம்பித்ததாகச் சொல்லப்படுகிறது.

42 Tamizhvel, *Samuga Urimai Porali: Emmanuel Devendrar* (Tamil), Puduvai: Panpattu Aayvagam, 2003, 108-117.

43 Ravanan, *Vazhum Varalaru Immanuel Sekaran* (Tamil) (Chennai: Dalit Resource Centre, 2008), 1-2.

44. MLAD, Vol V 1957, PP279_280 முதுகுளத்தூர் கலவரத்தின் போது கிழக்கு ராமநாதபுரம் மாவட்டத்தில் சுற்றுப் பயணம் செய்து, நிவாரணப் பணி செய்த சர்வோதயா மண்டல அமைதிக் குழுவில் காந்தி கிராமத்தின் ஒ.எஸ். ராமசுவாமியுடன் இந்த சங்கரலிங்கம் ஜெகந்நாதனும் இருந்தார். கிருஷ்ணம்மாள் இப்போது வயது முதிர்ந்த நிலையில், தமிழ்நாட்டில் உழுபவருக்கு நிலம் என்ற இயக்கத்தை நடத்தி வருகிறார்.

கண்டு கலங்காது, இம்மானுவல் தைரியமாகத் தனது அரசியல் பணியைச் செய்து வந்தார்.[45]

தேவர்கள் தம்மை இழிவாக நடத்துவதால் விரக்தி அடைந்த வீராம்பல் (முதுகுளத்தூர் தாலுகா) மற்றும் சுற்றுப்புற கிராமங்களின் பள்ளர்கள் கிறிஸ்துவத்திற்கு மாறினார்கள். தமது மற்ற சகோதரர்களைவிட கல்வி அறிவும், மேம்பட்ட சமூக உணர்வும் பெற்றிருந்த இந்த கிறிஸ்துவ பள்ளர்கள் தம் மீது தேவர்கள் ஆதிக்கம் செலுத்துவதை கேள்வி கேட்க ஆரம்பித்தார்கள். இனிமேலும் யாருக்கும் அடிமைகளாக இருக்க அவர்கள் விரும்பவில்லை. இராமநாதபுரம் மாவட்டத்து பள்ளர் சமூகத்தின் விடிவெள்ளியாகக் கருதப்பட்ட பெருமாள் பீட்டர் 1950களிலும் தொடர்ந்து செயலாற்றிவந்தார். 1954ல் அவர் தமிழ்நாடு இவாஞ்சலிகல் லூதரன் கிறிஸ்டியன் யூனியன் என்ற அமைப்பைத் தொடங்கி, தமது இனத்தவருக்கு வேலை வாய்ப்புகளிலும் கொள்கை வகுக்கும் நிறுவனங்களின் பிரதிநிதித்துவத்திலும், இடஒதுக்கீடு கோரினார். கல்வியின் முக்கியத்துவத்திற்கு அதிக அழுத்தம் தந்த அவர் 1956 ஜூனில் பேரையூரில் ஒரு உயர்நிலைப் பள்ளி அமைக்க நடவடிக்கைகள் எடுத்தார்.[46] பெருமாள் பீட்டருக்குப் பின்னால் அணி திரண்டிருந்த பள்ளர்கள், முதுகுளத்தூர், பரமக்குடி தாலுக்காகளில் இம்மானுவல் சேகரன் நலிவடைந்தோர் நலக் கழகத்தை ஆரம்பித்தபோது, அவரோடு இணைத்தார்கள். (இது தலித் காங்கிரஸ் அமைச்சரான ஜெகஜீவன்ராம் ஆரம்பித்த அகில இந்திய அமைப்பின் ஒரு கிளை)[47] தலித் சமூகத்தவரான அமைச்சர் பி.கக்கனின் வேண்டுகோளின்படி, 1954ல் இம்மானுவல் காங்கிரஸ் கட்சியில் சேர்ந்தார். அதன் பிறகு காங்கிரஸ் கட்சி நடத்திய அத்தனை இயக்கங்களிலும் தீவிரமாகப் பங்கேற்றார். அவரது மனைவிக்கு பரமக்குடியில் லூதரன் திருச்சபை நடத்திய பள்ளிக்கு இடமாறுதல் கிடைத்ததும், அவர் பரமக்குடியிலிருந்து செயல்படத் துவங்கினார்.[48]

முக்குலத்தோர் சமூகத்தின் தலைவரான உ.முத்துராமலிங்கத் தேவர் கமுதி பஞ்சாயத்து யூனியனைச் சேர்ந்த பசும்பொன் கிராமத்தின் ஒரு செல்வச் செழிப்பு மிக்க நிலக்கிழாரின் ஒரே மகனாக 1908ம் ஆண்டு அக்டோபர் மாதம் 30ஆம் நாள் பிறந்தார். இராமநாதபுரம் ராஜா, முத்துராமலிங்கத் தேவரின் பாட்டானாருக்கு மேல ராமநதி என்ற கிராமத்தை காவல் மானியமாக வழங்கியிருந்தார். முதுகுளத்தூர் பகுதி கடும் பஞ்சத்தால் பாதிக்கப்பட்ட பகுதியாகும். அங்குள்ள நிலங்கள் ராமநாதபுரம் ஜமீனைச் சேர்ந்தவை. முதுகுளத்தூர் தாலுகாவில் ஆற்றுநீரால் நிரம்பும் 47 குளங்களும், மழை நீரால் நிரம்பும் 528 குளங்களும் இருந்தன. எல்லா ஜமீன் நிலங்களைப் போலவே, இங்கும் பாசனக் குளங்கள் கவனிப்பாரற்றுக் கிடந்தன. மழை அதிகம் இருக்காது. அடிக்கடி விவசாயம் பொய்த்துப்போகும். பொருளாதார

45 Ravanan, *Vazhum Varalaru Immanuel Sekaran.2&3.*

46 K. Ramesh Babu, *Tamilagathil Dalit Iyakkam,* 12 & 20-25.

47 Ibid. In 1953 Immanuel became the president of the unit of Depressed Class League in Paramakudi.

48 Ibid.

கஷ்டங்கள் ஏற்படும்போது, பிழைப்பதற்காக, தேவர்கள் அறுவடை காலங்களில் தஞ்சாவூர் மாவட்டத்திற்கு இடம் பெயர்வார்கள். பஞ் சங்களும், வறட்சியும் ஏற்படும் காலங்களில், எல்லா இடங்களிலும் நடப்பதைப் போலவே, விவசாயத்தையே பெரும்பாலும் நம்பி இருக்கும் இந்தப் பகுதி மக்களில் சிலர் திருடுதல், கால்நடைகளை தூக்கிச் செல்லுதல் போன்ற செயல்களிலும் ஈடுபடுவர்.[49]

முத்துராமலிங்கத் தேவர் பிறந்த ஓராண்டில், அவரது தாயார் இந்திராணி காலமானார். தேவரை கவனித்துக் கொண்ட அவரது சிறிய தாயாரும் அதற்கு அடுத்த ஆண்டில் 1910ல் காலமாகிவிட்டார். இதன் பிறகு அவரது தந்தை உக்கிரபாண்டித் தேவர் மேலும் இரு பெண்களை மணந்து கொண்டார். உக்கிரபாண்டித் தேவரின் திருமணங்களால் கோபமுற்ற, முத்துராமலிங்கத் தேவரின் தாய்வழிப் பாட்டியான பார்வதியம்மாள், தேவரை பக்கத்து கிராமமான கல்லுப்பட்டிக்கு எடுத்துச் சென்று, அங்கு அவரை வளர்த்தார். பள்ளி இறுதி வகுப்பில் படிக்கும்போது, தனது தந்தையின் சொத்துக்களுக்காக போராட வேண்டியிருந்ததால் அவர் பசும்பொன்னில் இருக்க நேர்ந்தது. இதனால் அவரால் அரசு பொதுத் தேர்வை எழுத முடியவில்லை. இராமநாதபுரத்தைச் சேர்ந்தவரான, சென்னை உயர்நீதிமன்ற வழக்கறிஞரான எஸ்.சீனிவாச ஐயங்கார் 1927ல் தேவர் தனது சொத்து வழக்கில் வெற்றிபெற உதவினார். இதே சீனிவாச ஐயங்கார்தான் 1927ல் காங்கிரஸ் கட்சியின் மாநாட்டிற்காக சென்னை வந்திருந்த சுபாஷ் சந்திர போஸிடம் முத்துராமலிங்கத் தேவரை அறிமுகம் செய்துவைத்தார். [50] இந்த நட்பு தொடர்ந்தது. பின்னர் தேவர் காங்கிரஸிலிருந்து விலகியபோது, தமிழ்நாட்டில் பார்வர்ட் பிளாக்கைத் துவக்கத் தூண்டியது.

1930களில் ஆப்பநாட்டின் (முதுகுளத்தூர் பகுதி) பத்தொன்பது கிராமங்களைச் சேர்ந்த தேவர்கள் குற்றப்பரம்பரைச் சட்டத்திற்குக் கீழ் கொண்டுவரப்பட்டபோது, இச்சட்டத்தை ரத்து செய்யக்கோரும் இயக்கத்திற்கு ஒரு புதிய வேகம் பிறந்தது. இச்சமயத்தில் ஒரு தலைவராக உருவாகியிருந்த முத்துராமலிங்கத் தேவர் எல்லா கிராமங்களுக்கும் சென்று, இச்சட்டத்தை எதிர்க்குமாறு முக்குலத்தோருக்கு ஊக்கமளித்தார்.[51] 1937ல் நடந்த மாகாணத் தேர்தலின்போது, தென் தமிழ்நாட்டில் குற்றப்பரம்பரைச் சட்டத்தை ரத்து செய் என்பது காங்கிரஸ் கட்சியின் கோரிக்கைகளில் ஒன்றாக மாறியது.[52] அப்போது காங்கிரஸ் கட்சியில் இருந்த முத்துராமலிங்கத் தேவர் 1939ஆம் ஆண்டு பிப்ரவரி15ஆம் தேதி சுமார் 2000 கள்ளர்கள் பங்கேற்ற ஒரு கூட்டத்தில் பேசும்போது கள்ளர்கள் தூக்கு மேடைக்கு அஞ்சாதவர்கள். எனவே யாரும் காவல்துறைக்கு அஞ்ச வேண்டாம் என்று ஆவேசமாகப் பேசினார். பின்னர் அதே ஆண்டு ஜுன் 18

---

49 A. Ramaswamy, *Tamil Nadu District Gazetteers: Ramanathapuram*, 2.

50 Bose, *Forward Bloc*, 77-78.

51 Bose, *Forward Bloc*, 80.

52 David *Arnold, Police Power and Colonial Rule*, 206.

அன்று உசிலம்பட்டியில் நடந்த மாநாட்டில் கள்ளர் இளைஞர்கள் மத்தியில் பேசிய அவர் குற்றப்பரம்பரைச் சட்டம் பிரிட்டிஷ் கொள்ளைக்காரர்களால் கண்டுபிடிக்கப்பட்ட ஒரு புது உத்தி என்றும் அதன் நோக்கம் குற்றங்களைக் குறைப்பது அல்ல, மாறாக, கள்ளர்களின் வீர உணர்வை மழுங்கடிக்கச் செய்வதுதான் என்றார். குற்றப் பரம்பரைச் சட்டத்திற்குப் பணிய வேண்டாம் என்று அறிவுறுத்தினார்.[53] முதுகுளத்தூரில் இச்சட்டத்தின் கீழ் 369 குடும்பங்கள் கொண்டுவரப்பட்டபோது, தேவர் தனது அரசியல் செல்வாக்கைப் பயன்படுத்தி அதை 69 குடும்பங்களாகக் குறைத்தார். அவர்களும் ஆறுமாதங்களுக்குப் பிறகு விடுவிக்கப்பட்டார்கள்.[54]

தம்மீது விதிக்கப்படும் கட்டுப்பாடுகளை எதிர்க்குமாறு மதுரை, ராமநாதபுரம் மாவட்ட குற்றப் பரம்பரையினரை தூண்டிவிடுவதாக பிரிட்டிஷ் இந்திய அரசாங்கம் தேவர் மீது குற்றம் சாட்டியது. ஒரு ரகசிய ஆவணத்தில், 'குற்றப் பரம்பரைச் சட்டத்திற்கு எதிராக மதுரை கள்ளர்களிடையே அவர் பிரச்சாரம் செய்யும்போது வன்முறையை தூண்டும்விதமாக கடுமையாகப் பேசுகிறார். அவரை ரவுடி என்று குறிக்கும் விதமாக குற்றவியல் நடைமுறைச் சட்டத்தின் பொருத்தமான பிரிவுகளின் கீழ் நடவடிக்கை எடுக்கப்பட்டுள்ளது என்று குறிப்பிடப்பட்டுள்ளது.[55] குற்றப்பரம்பரைச் சட்டத்தை ரத்து செய்வதற்கான பிரச்சாரத்தோடு, தேவர் 1930களின் ஆரம்பத்தில், கிழக்கு ராமநாதபுரத்தில் ஜமீன்தார் எதிர்ப்பு இயக்கத்திற்கும் தலைமை தாங்கினார். பெருமந்தத்தின் பாதிப்புகளால் துன்புற்றுக் கொண்டிருந்த ராமநாதபுரம் ஜமீனின் குத்தகைத்தாரர்களால், (இவர்கள் பெரும்பாலும் தேவர்கள்) ராமநாதபுரம் ராஜாவிற்குத் தர வேண்டிய மேல்வாரத்தை (குத்தகை) தர முடியவில்லை. இவர்களது குத்தகை தர மறுக்கும் இயக்கம், காங்கிரஸ் நடத்திய நில வருவாய் போராட்டங்களை, குறிப்பாக கடலோர ஆந்திராவில் என்.ஜி.ரங்கா தலைமையில் நடந்த விவசாயிகளின் போராட்டத்தை ஒத்திருந்தது. இதன் விளைவாக ராமநாதபுரம் ஜமீன் 1934இல் திவாலானது. ஜமீனை அரசாங்கம் ஏற்றுக் கொண்டது. அரசாங்கத்தின் வருவாய் அதிகாரிகள் எல்லாவிதமான பலவந்தமான வழிமுறைகளையும் பயன்படுத்தி தேவர் குத்தகைதாரர்களிடமிருந்து குத்தகை நிலுவைகளை வசூலிக்க முயன்றனர்.[56] இந்த சூழலில்தான் வருவாய், காவல்துறை அதிகாரிகளுக்கு எதிராக வன்முறையைத் தூண்டிவிடுவதாக தேவர் மீது குற்றம் சாட்டப்பட்டது. வரிவசூலில் ஈடுபட்ட சில அதிகாரிகள் கொலை செய்யப்பட்டது, தேவரின் தூண்டுதலால்தான் என்று சொல்லப்பட்டது.

53 T.S. Chokkalingam, *Horrors of Mudukulathur,* Translated by Mayilainathan in English (Madras: Janayugam Office, 1958), 11

54 Sasivarna Thevar's statement in the Madras Legislature; See *Madras Legislative Assembly Debates,* vol. V, 1957, 366.

55 The Fortnightly Reports of Madras Government, for June and July, 1939; Quoted in Bose, Forward Bloc, P. 83.

56 K.A. Manikumar, *A Colonial Economy in the Great Depression: Madras,* 1929-37 (New Delhi: Orient Longman, 2003). See chapters on Agriculture and Society and Politics.

காங்கிரஸ் தடையை நீக்கி, 1937 ஆம் ஆண்டு தேர்தலில் பங்கேற்றபோது, காங்கிரஸ் கட்சிவேட்பாளராக தேவர் நீதிக்கட்சி வேட்பாளரான ராமநாதபுரம் ராஜாவிற்கு எதிராக நிறுத்தப்பட்டார். தேவர் எளிதாக வென்று, சட்டமன்றத்திற்குத் தேர்வானார். சட்டமன்ற உறுப்பினராக அவர் தொழிற்சங்க இயக்கத்தில் பெரும் பங்காற்றினார். பசுமலை மஹாலட்சுமி மில்லின் தொழிற்சங்கத்திற்கு தேவர் தலைவராகவும் கம்யூனிஸ்ட் தலைவர் வி.ராமநாதன் பொதுச் செயலாளராகவும் இருந்தார்கள். மஹாலட்சுமி மில் தொழிற்சங்கத்தின் வேலைநிறுத்தங்களில் தேவரின் பங்கேற்பிற்காக, 1938 அக்டோபர் 15ம் தேதியிலிருந்து அவருக்கு ஏழு மாதக் கடுங்காவல் சிறை தண்டனை வழங்கப்பட்டது. தேவர் மெஜிரா நிட்டிங் கம்பெனி, மீனாட்சி மில்ஸ் தொழிற்சங்கங்களுக்கும் தலைமை ஏற்றிருந்தார்.[57] மதுரை மில்களின் தொழிலாளர்களுக்காக தேவர் குரல் கொடுப்பதை விரும்பாத மாவட்டத்தின் காலனிய நிர்வாகம் 'அமைதிக்கான பிணை' மூலம் அவரைக் கட்டுப்படுத்த நினைத்தது. இரண்டு பிணையாளர்களுடன் அவர் ரூ.3000ற்கான பிணைப் பத்திரத்தை அளிக்க வேண்டும் என்று உத்தரவிட்டது. தேவர் இந்த உத்தரவை மீறினார். அதற்காக அவர் திருச்சி மத்திய சிறையில் பதினெட்டு மாதங்களுக்கு சிறை தண்டனை அனுபவிக்க நேர்ந்தது.[58] விடுதலையானதும் மீண்டும் இந்திய பாதுகாப்புச் சட்டத்தின் கீழ் அடைக்கப்பட்டு 1945 செப்டம்பரில்தான் விடுதலை செய்யப்பட்டார்.[59]

1946ல் சென்னை சட்டமன்றத்திற்கு தேவர் எதிர்ப்பின்றி தேர்வு செய்யப்பட்டார். சட்டமன்றக் கூட்டங்களில் அவர் தொடர்ச்சியாகக் கலந்து கொள்ளாத காரணத்தால், அவரது உறுப்பினர் பதவி பறிக்கப்பட்டது. இதே காலகட்டத்தில் காங்கிரஸுடனான அவரது முரண்பாடுகள் அதிகரித்தன. காமராஜருக்கு அதிக முக்கியத்துவம் தரப்பட்டதே இதற்குக் காரணம் என்று சொல்லப்படுகிறது. 1949ல் அவர் காங்கிரஸிலிருந்து விலகி, பார்வர்ட் பிளாக்கை ஆரம்பித்தார். இது சுபாஷ் சந்திர போஸின் கட்சி போல் இல்லாமல், தமிழ்நாட்டில் கிட்டத்தட்ட ஒரு ஜாதி அமைப்பாக மாறிவிட்டிருந்தது.[60] இந்த அரசியல் சூழலில்தான் காமராஜர் தலைமையிலான காங்கிரஸ் தேவர்கள், பள்ளர்களுக்கு இடையிலான மோதலை தனக்கு சாதகமாகப் பயன்படுத்திக் கொள்ள முடிவு செய்தது.

---

57 Bose, *Forward Bloc,* 83.

58 *The Hindu,* June 6, 1940.

59 *The Hindu,* September 7, 1945.

60. காங்கிரஸிலிருந்து அவர் விலகியது. அவரை வலதுசாரி இந்து தீவிரவாதிகளுடன் கூட நெருக்கமாக ஆக்கியது. 1952 தேர்தலின் போது இந்து மஹாசபாவின் தலைவர் எம்.எஸ்.கோல்வால்கர் மதுரை வந்தார். அவருக்கு பணமுடிப்பு தருவதற்காக ஏற்பாடு செய்யப்பட்டிருந்த கூட்டத்தில் தேவர் கலந்து கொண்டார். 'காந்தி இந்துக்களின் எதிரி என்பதால், காந்தியின் கொலைக்குப் பொறுப்பானவர்கள் நடத்திய நிகழ்ச்சியில் பங்கேற்க தாம் ஒப்புக் கொண்டதாக தேவர் பின்னர் கூறினார். முக்குலத்தோர் சமூகத்தைச் சேர்ந்தவரான ஆர்.சிதம்பர பாரதி இத்தகவலை மதராஸ் சட்டமன்றத்தில் தெரிவித்தார். MLAD,VolV, 1957, P.269. கிழக்கு ராமநாதபுரத்தில் முஸ்லீம்கள் அதிகம் வாழும் அபிராமம் கிராமத்தின் இந்து மஹாசபா கிளையின் தலைவராக தேவர் இருந்தார்.

நூல் பட்டியல்

GOVERNMENT DOCUMENTS

Madras Legislative Assembly Debates (MLAD)

G.O.s and Government Files.

St. George Gazette, Part V, Government of Madras, 1957.

District Census Hand Book: Ramanathapuram, Census of India, 1961, Part X: vol. VI.

District Census Hand Book: Ramanathapuram, Census of India 1961, Madras, vol. IX.

Census of India, 1921, vol. XIII.

Census of India, 1961, vol. IV, Madras, Part VI, *Village Monographs*, No. 21.

Ramaswamy, A. (ed.), *Tamilnad District Gazetteers: Ramanathapuram* (Madras: Government Press, 1972).

Judgment Order of the Court of Session, Ramanathapuram Division at Pudukottai dated 7 January, 1959.

BOOKS AND ARTICLES

Alex,V., *Karisalil Or Oorani* (Tamil), Madurai, 1995.

Arnold, David, *Police Power and Colonial Rule: Madras* (Delhi: Oxford University Press, 1986).

Aurobindo, Shri, *On Nationalism* (Pondicherry: Sri Aurobindo Ashram, 1996).

Béteille, Andre, *Caste, Class and Power* (New Delhi: Oxford University Press, 1969).

———, 'Caste and Political Formation in Tamilnad', in Rajni Kothari(ed.), *Caste in Indian Politics* (Hyderabad: Orient Longman, 1970).

Blackburn, S.H., 'The Kallars: A Criminal Tribe Reconsidered', *Journal of South Asian Studies*, Vol. I., March 1971.

Caldwell, R., *The Tinnevelly Shanars: A sketch of their religion and characteristics as a caste with special reference to the facilities and hindrances to the progress of Christianity among them* (Madras, 1819).

Chokkalingam, T.S., *Horrors of Mudukulathur*, tr. Mayilainathan (Madras Janayugam Office, 1958).

Cusicanqui, Silvia Rivera, *Oppressed but not Defeated: Peasant Struggles among the Aymara and Qhechwa in Bolivia, 1900-1980* (Geneva: United Nations Research Institution, 1987)

Dinakaran, *Mudukulathur Kalavaram* (Madurai, 1958)

Dirks, Nicholas, *Castes of Mind: Colonialism and the Making of Modern India* (New Delhi: Permanent Black, 2002).

Freire, Paulo, *Pedagogy of the Oppressed* (England: Penguin, 1972).

Gough, Kathleen, 'Caste in a Tanjore Village', E.R. Leach, *Cambridge Papers in Social Anthropology: Aspects of Caste in South India, Ceylon and North-West Pakistan* (Cambridge: Cambridge University Press, 1969).

Hardgrave, L. Robert, *Nadars of Tamilnad* (Berkeley: University of California Press, 1969).

Hemingway, R.F., *Tanjore District Gazetteer*, vol. I. (Madras: Government Press, 1966).

Hobsbawm, Eric, *Primitive Rebels: Studies in Archaic Forms of Social Movement in the 19th and 20th Centuries* (Manchester: Manchester University Press, 1973).

Hutton, J.H., *Caste in India: Its Nature, Function and Origins* (Bombay: Oxford University Press, 1983).

Irschick, F. Eugene, *Tamil Revivalism in the 1930s* (Chennai: Cre-A, 1985).

Jeevabharathi, K., *Pasumpon Thevarum Communistugalum* (Tamil) Pasumpon Thevar and Communists (Chennai: Swamimalai Pathippagam, 2003).

———, *Therthal Medaigalil Pasumpon Thevar* (Tamil): *Pasumpon Thevar in Election Meetings* (Chennai: Vairam Veliyidu, 2003).

Ludden, David, *Peasant History in South India* (Delhi: Oxford University Press, 1989).

Manikumar, K.A., 'The Impact of Great Depression on the Social Life of Tamils, 1929-37', *Artha Vijhnana*, vol. XXXVIII, no. 3, September, 1996.

———, 'Naveena Tamilagathil Samuga Vanmuraigal' (Tamil) (Social Violence in Modern Tamil Nadu), *Manorama Year Book, 2002.*

———, 'Caste as an Instrument of Subaltern Mobilization: The Case of Pallars', in R. Balasubramanian (ed.), *Social and Economic Dimensions of Caste Organizations in South Indian States* (Madras: University of Madras, 2001).

———, *A Colonial Economy in the Great Depression: Madras, 1929-37* (New Delhi: Orient Longman, 2003).

Maruthiah, P., 'Ramanathapuram Jillavil Nadakkum Kalavarangal Jathichandaya allathu Arasiyal Kulappama?' (Clashes in Ramanathapuram District are Caste Conflict or Political Crisis?), a memorandum presented to legislators, Members of Parliament and Ministers.

Nelson, J.H., *The Madura Country: A Manual* (Madras: William Thomas, 1868).

Muthu Thevar, P., *Muvendar Kula Thevar Social History* (Tamil) (Madurai, 1972).

Radhakrishnan, P., 'Backward Classes in Tamil Nadu: 1872–1988', *Economic and Political Weekly*, March 10, 1990.

Raja, K. Bhoopathi, *The Precious Treasure: Life History of Pasumpon Sri U. Muthuramalinga Thevar*, tr. T.M. Premachandran (Chennai: Pasumpon Thevar Spiritual Humanity Welfare Association, 2014).

Rudolph, Susaanne Hoeber and Lloyd Rudolph, *The Modernity of Tradition: Political Development in India* (Chicago: Chicago University Press, 1984).

Ryerson, A. Charles, *Encounter in South India* (Washington: The Overseas Mission Society, 1965).

Saraswathi, S., *Minorities in Madras State: Group Interests in Modern Politics* (Delhi, Impex India, 1974).

Sathianathaier, R., *Tamilaham in the 17th Century* (Madras: University of Madras, 1956).

Sherring, M.A., *The Hindu Tribes and Castes of the Madras Presidency*, 3 vols.,1881.

Srinivasachari, C.S., *Ananda Ranga Pillai: The Peppys of French India* (Madras: P. Varadachary & Co., 1940).

Tamizhvel, *Samuga Urimai Porali: Emmanuel Devendrar* (Tamil), Puduvai: Panpattu Aayvagam, 2003).

Thevar, Muthu P., *Muvendrakula Thevar Samuga Varalaru* (Tamil) (Madurai, 1972).

Thurston, Edgar, & K. Rangachari, *Castes and Tribes of Southern India*, Vol. V (Madras: Government Press, 1909).

DISSERTATIONS AND THESES

Kadhirvel, S., 'The History of Maravas', Ph.D. dissertation presented to the University of Madras, 1968.

Kathirvel, S., Presidential Address, Proceedings of Tamil Nadu History Congress V Session, 1998.

Rajalakshmi, S., 'Caste Conflict in Muthukulathur, 1957', M. Phil. dissertation submitted to Manonmaniam Sundaranar University, October 1999.

Ramesh Babu, K., 'Tamilagathil Dalit Iyakkam: Devendrakula Vellalar Organizations, 1922-1983', M.A. Project Report Submitted to Manonmaniam Sundaranar University, Tirunelveli, 1997.

NEWS PAPERS AND MAGAZINES

English
The Hindu

Tamil
Janasakthi
Anandavikatan

www.ingramcontent.com/pod-product-compliance
Lightning Source LLC
LaVergne TN
LVHW100258051026
849517LV00006B/2136
* 9 7 8 9 3 9 5 7 7 6 5 3 0 *